கொள்கை வழிகாட்டி

பா. வீரமணி

நியூ செஞ்சுரி புக் ஹவுஸ் (பி) லிட்.,
41-பி, சிட்கோ இண்டஸ்டிரியல் எஸ்டேட்,
அம்பத்தூர், சென்னை - 600 050.
☏: 044 - 26251968, 26258410, 48601884

Language: Tamil
Kolgai Vazhikatti
Author: **P. Veeramani**
First Edition: October, 2019
Copyright: Publisher
No. of pages: xii + 160 = 172
Publisher:
New Century Book House Pvt. Ltd.,
41-B, SIDCO Industrial Estate,
Ambattur, Chennai - 600 050.
Tamilnadu State, India.
Email : info@ncbh.in
Online : www.ncbhpublisher.in

ISBN: 978-81-2343-271-7

Code No. A 3572

₹ 130/-

Branches

Ambattur (H.O.) 044 - 26359906, **Spenzer Plaza (Chennai)** 044-28490027 **Trichy** 0431-2700885 **Pudukkottai** 04322- 227773 **Tanjore** 04362-231371 **Tirunelveli** 0462- 2323990, 4210990, **Madurai** 0452-2344106, 4374106 **Dindigul** 0451-2432172 **Coimbatore** 0422-2380554 **Erode** 0424-2256667 **Salem** 0427-2450817 **Hosur** 04344-245726 **Krishnagiri** 04343-234387 **Ooty** 0423- 2441743 **Vellore** 0416-2234495 **Villupuram** 04146-227800 **Pondicherry** 0413-2280101 **Nagercoil** 04652-234990

கொள்கை வழிகாட்டி
ஆசிரியர்: பா. வீரமணி
முதல் பதிப்பு: அக்டோபர், 2019

அச்சிட்டோர்: **பாவை பிரிண்டர்ஸ் (பி) லிட்.,**
16 (142), ஜானி ஜான் கான் சாலை, இராயப்பேட்டை, சென்னை - 14
☎: 044-28482441

All rights reserved. No part of this book may be reprinted or reproduced or utilised in any form or by any electronic, mechanical, or other means, now known or hereafter invented, including photocopying and recording, or in any information storage or retrieval system, without permission in writing from the publishers.

முன்னுரை

அரசியல் இயக்க முன்னோடியாகவும், தொழிற்சங்க வழிகாட்டியாகவும், தலைசிறந்த சிந்தனையாளராகவும் விளங்கியவர் சிந்தனைச் சிற்பி சிங்காரவேலர்; அரசியல் களத்திலும், தொழிலாளர் இயக்கத்திலும் அவர் இடையறாது பணியாற்றிக் கொண்டிருந்தாலும் அவற்றுக்கிடையே, அறிவியல், மெய்யியல், பொருளியல், உளவியல் போன்ற துறைகளைக் குறித்துத் தொடர்ந்து எழுதியும் பேசியும் வந்துள்ளார். அவர் பொதுவுடைமையைக் குறித்து மட்டுமன்றி மூட நம்பிக்கையொழிப்பு, சாதியொழிப்பு, மதவொழிப்பு, அறிவியல் சிந்தனை ஆகியன குறித்தும் சிந்தனைமிக்க கட்டுரைகளை வரைந்துள்ளார். அவருடைய அனைத்து எழுத்துகளிலும் அடிநாதமாக விளங்குவது மார்க்சியப் பார்வையேயாகும். இந்தியத் தலைவர்களிலேயே அரசியலோடு அறிவியல் சிந்தனைகளையும், அறிவியல் மனப்பான்மையையும் வளர்க்க ஈடுபட்டதில் அவர் தனிநாயகராக விளங்குகிறார்; இத்துணைச் சிறந்த சிந்தனையாளரை, இதுவரை தமிழகம் போதுமானவரை அறியாதிருப்பது மிகச் சோகமானது. சிங்காரவேலர் மறைந்தபோது பேரறிஞர் அண்ணா திராவிட நாடு இதழில் ஒரு நீண்ட இரங்கற் கட்டுரை எழுதியிருந்தார். அதில் "வெட்டுக்கிளிகளையும் பச்சோந்திகளையும் பாராட்டும் தமிழகம் வேங்கைப் புலியை ஏன் மறந்துவிட்டனர்" என்னும் ஆதங்கத்தை வெளிப்படுத்தி இருந்தார். தமிழகத்தில் இன்னும் அந்த நிலைதான் நீடிக்கிறது. இது பெரும் அவலமன்றோ! அந்த அவலத்தை நாம் போக்கவேண்டும். எனது ஆய்வு நூல்கள் அதனையொட்டி வெளிவருவனவேயாகும்.

சிங்காரவேலரின் அனைத்து எழுத்துகளையும் திரட்டி மூன்று பெருந்தொகுதிகளாக (2006) நானும் பேராசிரியர் முத்து, குணசேகரனும் தென்னிந்திய ஆய்வு மைய வெளியீடாக வெளியிட்டோம். பின்னர் நான் தொகுத்த சிங்காரவேலரின் தேர்ந்தெடுத்த கட்டுரைகளைத் திராவிடப் பல்கலைக்கழகமும் (2008), அடுத்து சாகித்திய அகாதெமியும் (2015) வெளியிட்டுள்ளன. பின்பு நான் தொகுத்த சிங்காரவேலரின் பேச்சுகளை (2015) அன்னை முத்தமிழ்ப் பதிப்பகம் வெளியிட்டுள்ளது. சிங்காரவேலரின் சிந்தனைகளைக் குறித்து நான் ஐந்து ஆய்வு நூல்களையும், சிறுநூல் வரிசையில் மூன்று ஆய்வு நூல்களையும் எழுதி வெளியிட்டுள்ளேன். இன்னுஞ் சில நூல்களும் வெளிவர உள்ளன; இந்நூல் சிங்காரவேலரைப் பற்றிய எனது ஒன்பதாம் நூலாகும்.

எதனையும் அறிவியல் பார்வையோடு அணுகும் அவரது சிந்தனையை இந்நூலிலும் பரக்கக் காணலாம். இந்நூலின் முதற் கட்டுரையான கொள்கை வழிகாட்டி என்பதே இந் நூலுக்குப் பெயராக அமைந்துள்ளது. விடுதலை இயக்கத்தில் சமயவாதம் மேலோங்கியிருந்தபோது, அதனைத் தவிர்த்துச் சரியான அரசியல் பாதையை அவர் காட்டியதுடன், தலித் மக்களின் முன்னேற்றம் குறித்துத் தொலைநோக்கோடு அவர் எழுதியிருப்பதை விளக்கிக் காட்டுவது முதற்கட்டுரையாகும். குழந்தைகளிடத்து அவர் கொண்டிருந்த பேரன்பையும், அவர்களின் வளர்ச்சியைக் குறித்த சிந்தனையையும் அடையாளம் காட்டுவது இரண்டாம் கட்டுரையாகும். மூன்றாம் கட்டுரை 1930-களிலேயே சுற்றுச்சூழல் குறித்து அவர் ஆழ்ந்து சிந்தித்துத் தொலைநோக்கோடு எழுதியிருப்பதை வெளிக்காட்டுவதாகும். பெண்ணுரிமை, பெண்முன்னேற்றம் குறித்துச் சிங்காரவேலரும், தந்தை பெரியாரும் எழுதியிருப்பதை ஒப்புநோக்கி, அவற்றுக் கிடையே உள்ள அடிப்படை வேறுபாட்டை விளக்கிக்காட்டுவது நான்காம் கட்டுரை. ஐந்தாம் கட்டுரை தியாக சீலராகவும், காந்தியவாதியாகவும் விளங்கிய சுப்பிமணிய சிவா, சிங்கார வேலரோடு ஏற்பட்ட நட்பால் பையப் பையப் பொதுவுடைமைக் கொள்கையில் கொண்ட ஈடுபாட்டை வெளிக்கொணர்வதாகும். அயோத்திதாசருக்கும் சிங்காரவேலருக்குமிடையே பௌத்தம் குறித்து நிகழ்ந்த கருத்துப் போரை வெளிக்காட்டுவதாக அமைந்திருப்பது ஆறாம் கட்டுரையாகும்.

இலண்டனிலுள்ள ரேண்டம் ஹவுஸ் பதிப்பகம் The great speeches of modern India என்னும் நூலில், சிங்காரவேலர் நாத்திகம் பற்றிப் பேசிய பேச்சை வெளியிட்டுள்ளது. அப்பேச்சின் இன்றைய பொருத்தப்பாட்டை விளக்கியிருப்பதே ஏழாம் கட்டுரையாகும். ஐரோப்பாவில் முப்பதுகளில் பல நாடுகளில் நிர்வாண சங்கங்கள் ஏற்படுத்தப்பட்டு, அச்சங்கத் திடல்களில் ஆண்களும் பெண்களும் முழு நிர்வாணமாகக் கும்பல் கும்பலாகக் களியாட்டம் நிகழ்த்தியபோது, பல நாடுகளில் அதற்கு ஆதரவும் எதிர்ப்பும் தோன்றிப் பற்பல கருத்துகள் வெளிப் படுத்தப்பட்டன. தந்தை பெரியார் நடத்திய குடியரசு இதழில் 1933-இல் நிர்வாண அமைப்புக்கு ஆதரவாகக் கட்டுரைகள் வெளிவந்தன. அவற்றை மறுத்துச் சிங்காரவேலர் உளவியல் அடிப்படையில் விளக்கியிருப்பதை ஒப்பிட்டு அலசுவது எட்டாம் கட்டுரையாகும். இக்கட்டுரைகள் அனைத்தும் புதுப் புதுச் சிந்தனைகளை வெளிப்படுத்துவனவாகும்.

திருக்குறளின் அரும்பெருமையைக் கூறவந்த ஒரு பெரும் புலவர் “ஆய்தோறும் ஆய்தோறும் ஊறும் அறிவு” என்று போற்றினார். சிங்காரவேலரின் எழுத்துகளைக் கற்கக் கற்கப் புதுப்புது வெளிச்சங்கள் தோன்றுகின்றன. அவை சமுதாய இருட்டை ஒழிக்கவல்லவை; அந்த வெளிச்சத்தின் சிறு கூறுதான் இந்நூலும். சிங்காரவேலரைப் பற்றிய எனது ஆக்கங்களைத் தொடர்ந்து வெளியிட்டுதவும் என்.சி.பி.எச். புத்தக நிறுவனத் தினரே இந்நூலை வெளியிட்டிருப்பது எனக்கு மகிழ்ச்சி அளிக் கிறது. அந் நிறுவனத்தினர்க்கு என் நன்றி உரித்து. முற்போக்குச் சிந்தனையாளர்களும், தமிழன்பர்களும் இந்நூலுக்கு ஆதரவை அளிக்க வேண்டுகிறேன்.

“மெய்ப்பொருள் காண்பதறிவு”

பா.வீரமணி
சென்னை.

ம. சிங்காரவேலர்

சிங்கார வேலனைப் போல் சிந்தனைச் சிற்பி
எங்கேனும் கண்டதுண்டோ?
சிங்கார வேலனைப் போல்!

பொங்கிய சீர்திருத்தம் பொலிந்ததும் அவனால்
பொய்புரட் டறியாமை பொசிந்ததும் அவனால்
சங்கம் தொழிலாளர்க் கமைந்ததும் அவனால்
தமிழர்க்குப் புத்தெண்ணம் புகுந்ததும் அவனால்!

செங்கதிர் ஒளிபோல் அறிவில் தெளிந்தவன்
திங்களின் ஒளிபோல் அன்பில் குளித்தவன்!

(சிங்கார வேலனைப் போல்...)

நாடு விடுதலை பெற்றதும் அவனால்
நாத்திகக் கருத்தனல் கனன்றதும் அவனால்
பாடுபடுவார்க் குரிமை உயிர்த்ததும் அவனால்
பழமையில் புதுமை மலர்ந்ததும் அவனால்!

ஓடும் அருவியைப் போல் உண்மையில் தெளிந்தவன்
உறுதியில் எஃகினும் ஊட்டம் அளித்தவன்!

(சிங்கார வேலனைப் போல்...)

மூலதனத்தின் பொருள் புரிந்ததும் அவனால்
புதுவுலகக்கனா முளைத்ததும் அவனால்
கோலப் பொதுவுடைமை கிளைத்ததும் அவனால்
கூடின அறிவியல், அரசியல் அவனால்!

கடல்வான் ஆழ்அகலக் கல்வியைக் கற்றவன்
கண்ணாய் உயிராய்த் தமிழர்க்குற்றவன்!

(சிங்கார வேலனைப் போல்...)

தோழமை உணர்வு தோன்றிய தவனால்
தூய தன்மானம் தொடர்ந்ததும் அவனால்
ஏழ்மை இலாக் கொள்கை எழுந்ததும் அவனால்
எல்லோர்க்கும் எல்லாம் என்றுணர்ந்ததும் அவனால்!
போர்க்குணம் மிகுந்தநல் செயல் முன்னோடி
பொதுவுடைமைக் கேகுக அவன் பின்னாடி!

(சிங்கார வேலனைப் போல்...)

- பாரதிதாசன்

பொருளடக்கம்

1. கொள்கை வழிகாட்டி — 1
2. சிங்காரவேலரும் குழந்தைகளும் — 15
3. சுற்றுச் சூழலியல் — 20
4. பெண்ணுரிமை
   (தந்தை பெரியாரும் சிங்காரவேலரும்) — 26
5. சிங்காரவேலரும் சுப்பிரமணிய சிவாவும் — 72
6. அயோத்திதாசரும் சிங்காரவேலரும் — 84
7. சிங்காரவேலரின் தொலைநோக்குச் சிந்தனை — 117
8. நிர்வாண தத்துவம் — 122
   சிங்காரவேலரைப் பற்றிய வரலாற்றுக் குறிப்புகள் — 154
   சிங்காரவேலரின் கட்டுரைகள் வெளிவந்த இதழ்கள் — 160

1. கொள்கை வழிகாட்டி

சிங்காரவேலர் பல துறைகளைக் கற்றவர்; அவற்றிலும் தத்துவத்தை மிகுந்த ஈடுபாட்டுடன் கற்றவர்; தாம் விரும்பிய தத்துவங்களை மட்டுமேயன்றி, அவற்றிற்கு எதிரான தத்துவங்களையும் கற்றவர். பலர், தாம் விரும்பும் துறை நூல்களை மட்டுமே கற்பார்களே அல்லாமல், அவற்றிக்கு எதிரான நூல்களைக் கற்பதில் ஆர்வம் காட்ட மாட்டார்கள். சிங்காரவேலர் இதற்கு வேறுபட்டவர். அவர் அவ்வாறு கற்றதனால்தான் எதிலும் குறை - நிறையை மதிப்பிடும் ஆற்றல் அவருக்கு நன்கு அமைந்திருந்தது. இந்நோக்கு அவருக்கு இறுதிக்காலம் வரை தொடர்ந்து இருந்து வந்தது. அவருக்குப் பௌத்தத்தில் ஆழ்ந்த ஈடுபாடு இருந்தது. இதன் காரணமாகத் தனது இல்லத்திலேயே பௌத்த சங்கத்தை நிறுவி, அயோத்திதாஸ் பண்டிதர், இலட்சுமி நரசு ஆகியோருடன் இணைந்து மாதந்தோறும் பௌத்த சிந்தனை குறித்துக் கூட்டங்களை நடத்தியுள்ளார். அக்கூட்டங்களில் பௌத்தத்தைப் பற்றித் தாம் எழுதிய சிறு நூல்களைப் பார்வையாளர்களுக்கு வழங்கியுள்ளார். அக்கூட்டங்களில் அவர், பௌத்தத்தோடு பர்க்லி, மோனியர் வில்லியம்ஸ், அடால்ப் தாமஸ் ஆகிய மேலை நாட்டுச் சிந்தனையாளர்களைப் பற்றியும் உரையாற்றியுள்ளார். இச்செய்தி இண்டியன் சோசியல் ரிபார்மர் (28.05.1899) என்ற ஆங்கில இதழில் வெளிவந்துள்ளது.

பௌத்தக் கூட்டங்களில்கூட அவர் மேலை நாட்டுச் சிந்தனையாளர்களைப் பற்றிப் பேசியிருப்பதைக் கொண்டு அவரது பரந்த நூற்பயிற்சியை அறியலாம். அவர் நாத்திகராக இருந்தாலும், நாத்திக நூல்களை மட்டுமல்லாமல் ஆதிக்க நூல்களையும் கற்றிருந்தார். குறிப்பாக, பகவத் கீதை, அத்வைதம்,

துவைதம், விசிஷ்டாத்வைதம், கைவல்ய நவநீதம், வேதங்கள், உபநிடதங்கள் ஆகியவற்றோடு பைபிள், குரான் போன்ற வேறு சமய நூல்களையும் கற்றார். பொருள் முதல்வாதியாக இருந் திருப்பினும் (Meterialist) கான்ட், சோபன்ஹோவர், நீட்சே, ஸ்பென்சர், ஹெகல், பிராட்லே போன்றவர்களையும் கற்றிருக் கிறார். அவர்களுடைய சிந்தனைகளைத் தம் நூல்களில் விமர்சித்தும் எழுதியுள்ளார். அவருடைய பரந்த நூற் பயிற்சி எல்லோரையும் வியக்க வைக்கக் கூடியது. திருக்குறள், மணிமேகலை, இடைக்கால இலக்கியங்கள், அவ்வையார் பாடல்கள் ஆகியவற்றோடு, பெரிய புராணம் போன்ற நூல் களையும் கற்றுள்ளார். நிரம்பக் கற்றவரைச் சங்க இலக்கியம், "கற்றவர்க்குத் தாம் வரம்பாகிய தலைமையர்" என்று கூறும். இந்தப் பாட்டிற்குச் சிங்காரவேலர் சிறந்த எடுத்துக்காட்டாக விளங்கியவர். இவ்வாறு "அஃகி அகன்ற அறிவினராக" இருந்த தால்தான், அவர் எதிலும் முன்னோடியாகவும் வழிகாட்டியா கவும் இருந்துள்ளார்.

அரசியல் முன்னோடி

அந்நிய வெள்ளை ஆதிக்கத்தை எதிர்த்து இந்திய விடுதலைப் போராட்டம் தொடங்கிய போது, நம் தலைவர்களிடத்துப் பல்வேறு சிந்தனைப் போக்குகள் தோன்றின. அவற்றில் சில ஒன்றுக்கொன்று வேறுபட்டும் இருந்தன. பல சிந்தனைகள் சமயச்சார்பு உடையதாகவும் இருந்தன. பல நாடுகள் சமயச் செல்வாக்குக்குக் கட்டுப்பட்டு இருந்தன போல நமது நாடும் இருந்து விட்டது. காங்கிரசு இயக்கம் 1885ஆம் ஆண்டில் தோன்றுவதற்கு முன்னரே 1875ஆம் ஆண்டில் தயானந்த சரசுவதியால் (மூலசங்கரர் 1824 - 1883) ஆரிய சமாஜம் தோற்று விக்கப் பெற்றது. இவ்வியக்கம் சாதி சமய வேறுபாட்டை எதிர்த்தது. பெண்ணுரிமைக்குக் குரல் கொடுத்தது. மூடநம்பிக் கையை எதிர்த்தது. மேலும் இந்திய நாடு முன்னேற்றம் அடைய வேண்டுமானால் அந்நிய ஆட்சியை இந்தியாவிலிருந்து விரட்ட வேண்டும் என்ற சிந்தனையையும் வெளிப்படுத்தியது. ஆனால், அதே வேளையில் இந்தியப் பிரச்சினைகளுக்கு வேதங்கள் வாயிலாகத் தீர்வு காணலாம் என்றது. அதனால் "வேதங்களுக்குத் திரும்புங்கள்" என்று வலியுறுத்திக் கூறியது. நிகழ்கால நெருக்கடிகளுக்கு இரண்டாயிரம் ஆண்டுகளுக்கு முற்பட்ட வேதங்களில் தீர்வு காண முடியாது என்றும், அது ஒரு பழமை போற்றும் பண்பேயாகும் என்றும் ரானடே அதை மறுத்தார்.

ஆரிய சமாஜ செல்வாக்கு வேறு முறையில் நம் தலைவர் களிடம் குடி கொண்டு இருந்தது. தேசிய இயக்கத்தின் முன்னோடி யான திலகரின் தொண்டும் தியாகமும் போற்றத்தக்கது. தேசிய இயக்கத்தில் கிறித்துவர்களும், இஸ்லாமியர்களும் வேறு பல சமயத்தினரும் ஒன்றிணைந்து போராடிக் கொண்டிருந்தனர். அவ்வேளையில் மொகலாய ஆட்சியை வென்ற வீர சிவாஜிக்கு ஆண்டுதோறும் தேசிய இயக்கத்தினர் விழா எடுக்க வேண்டும் என்றும், கணபதி வழிபாட்டைப் பரவலாக நடத்த வேண்டும் என்றும் திலகர் கூறினார். தேசிய இயக்கத்தில் பல்வேறு சமயத்தினர் இருப்பதால், சிவாஜிக்கு விழா நடத்துவதும், கணபதி வழிபாட்டைப் பரவலாக்குவதும், தேசிய இயக்கத் துக்குக் குந்தகம் ஏற்படும் என்றும் பாரதியார் அவற்றை மறுத்தார்.

அக்காலப் போராட்டத்தில் சிறந்த அறிஞராக விளங்கிய அரவிந்தர், தொடக்கத்தில் தீவிரவாதப் போக்குடையவராக இருந்தார். வங்காளத்தில் தோன்றிய அனுசீலன் சமிதியின் ஆதரவாளராகவும் அவர் இருந்தார். இந்து சமயவாதிகளால் உருவாக்கப்பட்டதே அச்சபையாகும். அச்சபையின் முடிவின் படி ஏதாவதொரு போராட்டத்தில் ஈடுபட வேண்டுமானால், காளிகோயிலில் காளிக்கு முன் ஒரு கையில் கீதையையும், ஒரு கையில் வாளையும் ஏந்திச் சபதம் ஏற்க வேண்டும் என்றனர். பலரும் அவ்வாறே சபதம் ஏற்றனர். இதன் தாக்குரவின் காரணமாகவே பிற்காலத்தில் வெள்ளை ஆதிக்கத்தை எதிர்த்துத் தூக்குமேடை ஏறிய **ராம்பிரசாத்தும்** கையில் கீதையை வைத்துக் கொண்டே மேடை ஏறினார். சிறந்த எழுத்தாளரான பக்கிம் சந்திரரும் இந்து மீட்டுருவாக்கத்தை வலியுறுத்தியே எழுதி வரலானார். வீர சாவர்க்கர் போன்றோர் பின்னாளில் இந்து சாம்ராஜ்யம் பற்றிப் பேசியதெல்லாம் இதன் விளைவே எனலாம்.

இந்து மீட்டுருவாக்கம் ஒரு பக்கம் நிகழ்ந்து கொண்டி ருக்கும் போது மற்றொரு பக்கம் இசுலாமிய மீட்டுருவாக்கம் நிகழ்ந்து கொண்டிருந்தது. இம்மீட்டுருவாக்கம் முதன்முதலில் சர் சையது அகமதுகான் (1817 - 1898) அவர்களால் தொடங்கப் பட்டது. இசுலாமியர்கள் பின்தங்கியிருப்பதற்குக் காரணம் மேல் நாட்டு நாகரிகத்தை, அறிவியல் முன்னேற்றத்தை அறியாததே ஆகும் என்றார். இசுலாமியர்களுக்குப் போதிய கல்வியை

வழங்கிட 1877இல் அலிகாரில் ஆங்கிலோ ஓரியண்டல் கல்லூரியை நிறுவினார். இதுவே அலிகார் இயக்கம் எனப்பட்டது. இவ்வியக் கத்தின் பயனாக இசுலாமிய எழுச்சி வளரத் தொடங்கியது. கவிஞர் முகமது இக்பால் (1873 - 1938) சிறந்த கல்விமான். இவர் கேம்பிரிட்ஜ் மற்றும் மூனிச் பல்கலைக்கழகங்களில் பயின்றவர். வங்கப் பிரிவினையின்போது “ஸாரே ஜஹான்ஸே அச்சா, இந்துஸ்தான் ஹமாரா” என்ற புகழ்பெற்ற இனிய பாடலைப் பாடி இந்திய ஒற்றுமையை வலியுறுத்தியவர். ஆனால், நாளடைவில் பெரும்பான்மையினரான இந்துக்கள், சிறுபான் மையினரான இசுலாமியர்களை அழித்து விடுவார்கள் என அஞ்சினார். ஆகவே வடமேற்கு இந்தியாவை இசுலாமியருக்கான நாடாக மாற்ற வேண்டும் என்றார்.

இவர் மேலை நாட்டில் கற்றவராக இருந்தாலும், நாட்டின் பொருளாதாரக் கொள்கை குரானில் உள்ளபடி செயல்படுத்த வேண்டும் என்றார். இவரைப் போன்றே முகமது அலி ஜின்னா (1875 - 1948)வும் தனி நாடு வேண்டும் என்றார். தொடக்கக் காலத்தில் இந்து - முஸ்லிம் ஒற்றுமையை வலியுறுத்தியவராக அவர் இருந்தார். பின்னர் 1937ஆம் ஆண்டில் இசுலாமியர் பெரும்பான்மையினராக வாழும் தொகுதிகளில் காங்கிரசு கட்சியினர் அமோக வெற்றி பெற்றதைக் கண்டு அதிர்ந்தார். அதனால் இஸ்லாமுக்கு ஆபத்து (Danger to Islam) என்று அறிக்கை விட்டார். அரசியலில் இந்து - முஸ்லிம் விகிதாச்சாரம் ஒவ்வொரு பிரிவினர்க்கும் 50% வேண்டும் என்றார். அதனைக் காங்கிரசு ஏற்கவில்லை. அதனால் பாகிஸ்தான் பிரிவினை வேண்டும் என்றார். இவர் குரான் வழியே ஆட்சி நடக்க வேண்டும் என்றார்.

இவ்வாறு சுதந்திரப் போராட்ட காலத்தில் இரு சமயங் களின் மீட்டுருவாக்கமே தலைவர்களின் முக்கிய செயல்களாக இருந்தன. பெரும்பாலும் சமயச் சார்புடையவர்களாகவே இருந்தனர். அதனால் இரு பிரிவினர்களிடையே வேற்றுமை பெருகிப் பகைமை முற்றியது. இந்தக் காலத்தில்தான் சமயங் களுக்கு அப்பாற்பட்டு, அரசியல் விடுதலையைச் சிங்காரவேலர் வலியுறுத்தினார். அவர் 1925-ஆம் ஆண்டிலேயே சென்னை நகராட்சியில் சமயங்களைப் பற்றிய பாடங்கள், பாடத் திட்டத்தில் இடம்பெறக் கூடாதென வலியுறுத்தியுள்ளார். மத உணர்வால் விளைந்த கேடுகளை அவர் பல கட்டுரைகளில் விரித்து எழுதியுள்ளார். அவை யாவும் சிந்தனைக்கு விருந்தாக அமைபவை.

மதவுணர்வு மக்களிடையே வேற்றுமையை ஏற்படுத்தி சுதந்திரப் போராட்டத்திற்குப் பின்னடைவை ஏற்படுத்தும் என்பதாலும், ஒற்றுமையைக் குலைக்கும் என்பதாலும் அவர் மக்களை இந்தியர் என்ற நிலையில்தான் அணுகினார். இந்துக்களுக்கும், முகமதியர்களுக்கும், இடையில் எந்நிலையிலும் பகைமை தோன்றக் கூடாது என்றார். அதுகுறித்து அவர் அந்நாளிலேயே தெளிவு செய்துள்ளார்.

"இந்தியாவில் இந்துக்கள் பதினாறு கோடியும், முகமதியர்கள் ஆறு கோடியும் வாழ்கின்றனர். அடிக்கடி, சொற்ப காரியங்களுக்கெல்லாம் மதத்தை முன்னிட்டுத் தலைகளை உடைத்துக் கொள்கிறார்கள். இரு மதத் தலைவர்களும் எரியும் கொள்ளியை ஏற்றித் தள்ள ஆரம்பித்து விட்டார்கள்.

பாலுக்கும் காவல், பூனைக்கும் தோழனாக நடிக்கும் காங்கிரசு செய்து வரும் முயற்சியெல்லாம் பயனில்லாமல் போகின்றது. முற்போக்கடைந்து வரும் தேசங்களில் மத விஷயமாகக் கைக்கொள்ளப்படும் மனப்பான்மை, நமது நாட்டுத் தலைவர்களுக்கு இல்லாமையாலேயே இந்தியாவில் மதமாச்சரியங்கள் பலமடைந்து வருகின்றன. இம்மாச்சரிய கொடுமைகள் நிறைந்த மதங்களை உதறித் தள்ளி, யாவும் கற்பனைகளாமெனப் பாமர மக்களுக்குச் சென்ற பத்து வருடங்களாக நமது தலைவர்கள் சற்றுச் சிரமப்பட்டாவது தெரிவித்து வந்திருப்பார்களாயின், இந்த ஆபத்தான நிலைமை நம்முடைய தேசத்தில் தோன்றியிராது." (சுயராஜ்யம் யாருக்கு? பக்கம் 17).

இக்குறிப்பை நோக்கினால் நம் நாட்டில் மதங்களால் ஏற்படும் அவலங்களையும் மதங்களைப் பற்றி மேனாட்டார்க்கு இருக்கும் முற்போக்கு நமக்கு இல்லாததையும், இரு மதத் தலைவர்களும் பகைமையை வளர்ப்பதையும், தலைவர்களின் செயலின்மையைச் சுட்டிக் காட்டியிருப்பதையும் உணரலாம். சிங்காரவேலர் மதங்களின் ஆபத்தை உணர்ந்தே, மதங்களைக் கடந்த அரசியல் கண்ணோட்டம் வேண்டும் என்று அக்காலத்திலேயே வலியுறுத்தியுள்ளார். இப்படி உணர்த்தியதில் சிங்கார வேலர் ஓர் முன்னோடியாகவே இருந்துள்ளார். இந்நிலைதான் நம் அரசியல் சட்டத்தில் மதச் சார்பின்மையாக (Secular State) பிற்காலத்தில் உருவெடுத்தது எனலாம். மேலும் அவர் மதங்களின் கொடுமைகளைப் பற்றி "மதங்களின் கொடுமை", "மதமாச்சரிய கொடுமை", "மதமும் அரசியலும்", "பொதுவுடைமையும் மதமும்" போன்ற பல கட்டுரைகளில் விரிவாக

விளக்கியுள்ளார். சிறுபான்மையினரான முகமதியர்களைப் பற்றி அவர் எழுதியிருப்பதைப் போன்றே ஆங்கிலோ இந்தியர்களின் அவல நிலையிலும் கவலை கொண்டு எழுதியுள்ளார். சமுதாயத்தில் பெரும்பான்மையினராக வாழும் அனைத்துப் பின் தங்கிய மக்களின் வாழ்வைக் குறித்தும் எழுதியுள்ளார். இவற்றிலிருந்து அவரது அரசியல் பார்வை எத்துணை முழுமையானது, தெளிவானது என்பதை உணரலாம்.

பகுத்தறிவுச் சிந்தனைகள்

மனிதன் மனிதனாக வாழ்வதற்கும், சமூகத்தோடு இணைந்து நன்முறையில் வாழ்வதற்கும், மூடநம்பிக்கை ஒழிந்த பகுத்தறிவு மிக இன்றியமையாததாகும். மனித இனத்தைக் கவ்வியிருக்கும் மூட நம்பிக்கையால் மனித சமூகம் பல நிலைகளில் முடங்கி உள்ளது. இதனால் மனித சமூகம் அடைந்த துன்பத்திற்கும் கேட்டிற்கும் அளவே இல்லை. மூடநம்பிக்கையால் மனிதன் தன்னை அழித்துக் கொள்வதோடு சமுதாயத்திற்கே கேட்டை விளைவிக்கிறான். மனிதன் அறிவியல் உலகில் இன்று ஆட்சி செய்கிறான் என்றால், அதற்குக் காரணம் மூடநம்பிக்கையிலிருந்து விடுபெற்றதேயாகும். அப்படி விடுபெறாத மனிதனும், சமூகமும் வளர்ச்சியின்றிக் குன்றி விடுவர். உலகில் இதற்குப் பல எடுத்துக்காட்டுகள் உண்டு; கலிலியோ பூமியிலிருந்து விண்ணிலிருக்கும் இயற்கைக் கோள்களைக் காணும் தொலைநோக்கியைக் கண்டுபிடித்த போதும், பூமிதான் சூரியனைச் சுற்றுகிறதென்று கூறிய போதும், சமயவாதிகள் தம் மூடநம்பிக்கையால் அவற்றை ஏற்கவில்லை. ஏற்காதது மட்டுமேயன்றி அவரை வீட்டிலேயே சிறை வைத்தனர். இங்கிலாந்தில் ப்ளேக் காய்ச்சல் பரவியபோது, மத மூடநம்பிக்கைவாதிகள் அதன் உண்மைக் காரணத்தை உணராது, ஆண்டவன் கோபமுற்றதால் ப்ளேக் பரவியது என்றும் கூறினர். அப்படி ஆண்டவன் கோபமுற்றதற்குத் தாமஸ் ஹாப்ஸ் எழுதிய கணித நூலே காரணமாகும் என்றனர். இதனால் பிரபுக்கள் சபை தாமஸ் ஹாப்ஸை நாடு கடத்தினர். இவைபோன்ற எடுத்துக்காட்டுகள் உலக வரலாற்றில் பற்பல உண்டு. அவற்றையெல்லாம் நன்கு நோக்கின், மூட நம்பிக்கை அறிவியல் வளர்ச்சிக்குத் தடையாக இருந்திருப்பதையும், மனித சமூக வளர்ச்சிக்குக் குந்தகத்தை விளைவித்துள்ளதையும் உணரலாம். 18ஆம், 19ஆம் நூற்றாண்டுகளில் மட்டுமன்றி, இந்நூற்றாண்டிலும் மூடநம்பிக்கை தொடர்ந்து

கொண்டுதான் இருக்கிறது. இந்த மூடநம்பிக்கையை அடியோடு களைய வேண்டுமென்பதில் மிக உறுதியாகச் சிங்கார வேலர் செயல்பட்டிருக்கிறார்.

அறிவியல் நம் வாழ்வில் எல்லா நிலைகளில் பரவியிருந்தும் மூடநம்பிக்கை பெரும்பாலோரிடத்து வலிவு பெற்றே உள்ளது. நோயைத் தீர்ப்பதில் மருத்துவம் நல்ல வளர்ச்சி அடைந்துள்ளது. இருப்பினும் ஏழை எளிய மக்கள் கோயில் குளங்களுக்குச் சென்று வேண்டுதல் நடத்துவதும், பூசாரிகளிடத்தில் மந்திரித்துக் கொள்வதும், மசூதிக்குச் சென்று நீர் தெளித்துக் கொள்வதும் நடந்து கொண்டுதான் இருக்கின்றன. சிங்காரவேலர் காலத்தில் இப் பழக்கம் கூடுதலாக இருந்திருக்கும் என்பதில் ஐயமில்லை. தேள் கடிக்கும், பாம்புக் கடிக்கும் பலர் பூசாரிகளிடம் சென்று மந்திரித்துக் கொள்கின்றனர்; மந்திரம் கூறினால் உடல் நலம் பெற்று விடும் என்று பலர் நம்புகின்றனர். நோய்க்கு மருந்து உண்ண வேண்டும்; சிகிச்சை பெற வேண்டும். இவற்றில்தான் நோய் நீங்கும்; வெறும் மந்திரத்தால் நோய் நீங்காது என்கிறார் சிங்காரவேலர். மந்திரத்தால் நோய் நீங்கும் என்றால் பாம்பால் கடிக்கப்பட்டு இறந்த நாயையோ, கோழியையோ மந்திரத்தால் உயிர் பெற்று எழச் செய்யமுடியுமா என்கிறார். ஆதலால் மந்திரம் என்பது வெறும் கற்பனையேயாகும் என்கிறார். உண்மைதானே! பசியுற்றால் உணவு உண்கிறோம். தாகம் ஏற்பட்டால் நீர் அருந்துகிறோம். மந்திரத்தால் பசியையோ, தாகத்தையோ தீர்க்க முடியுமா? தீர்க்க முடியாது. இதைப் போன்றே பில்லி சூன்யத்தையும் அவர் மறுக்கிறார். மற்றும் தெய்வம் ஆடல், குறி பார்த்தல், சோதிடம் ஆகியவற்றையும் அறிவியல் அடிப்படையில் ஆய்ந்து உண்மையை விளக்குகிறார்.

"சோதிடம் மந்திர தந்திரங்கள், பில்லி சூன்யாதிகள், பூசை நைவேத்தியம், பிரார்த்தனை (Prayer) முதலிய பழக்கங்கள் தொழில் புரியாமல் எளிதில் பலனை அனுபவிக்க நேரிடும் சோம்பேறிகளுக்கு ஏற்பட்ட மோசடி வித்தைகளாகும்." (மெய்ஞ்ஞான முறையும் மூடநம்பிக்கையும், பக்கம் 49).

மூட நம்பிக்கைகளிலிருந்து விடுபெற்றவரே புதிய சிந்தனைகளை ஏற்பர். நிலம் நன்கு விளைய வேண்டுமாயின் நிலத்தை நன்கு உழ வேண்டும். களை, கரடுகளை நீக்க வேண்டும். அப்போதுதான் பயிர் நன்கு விளையும். மூடநம்பிக்கைகளை நீக்கினால், அங்கு அறிவியல் சிந்தனைகளை விதைக்கலாம்.

இதனைக் கருதியே அவர், மூடநம்பிக்கைகளைக் குறித்து ஒரு நூலையே விரிவாக எழுதினார்.

தலித்தியச் சிந்தனைகள்

தாழ்த்தப்பட்டோராகிய தலித் மக்களைப் பற்றித் தொடக்கக் காலத்திலேயே ஆழ்ந்து சிந்தித்தவர் சிங்காரவேலர். இது குறித்துத் தேசிய இயக்கத்தில் இந்திய அளவில் முதன் முதலில் வலியுறுத்திய பெருமை அவருக்கு உண்டு; தீண்டாமையைப் பற்றி பலகாலும் சிந்தித்தவர். அவர் தீண்டாமையை வெறும் சமூக இழிவாக மட்டும் கருதாமல், அது பொருளாதாரச் சுரண்டலையும் அடிப்படையாகக் கொண்டது என்பதை முதன்முதலில் சமூக அறிவியல் அடிப்படையில் அடையாளம் காட்டியுள்ளார். பொருளாதார ஏற்றத்தாழ்வைக் கொண்டு வர்க்கப் பிரிவினையை விளக்கிக் காட்டிய பொதுவுடைமைவாதிகள், சாதிகளையும் வர்க்கத்தின் உட்கூறாக ஏற்க மறுத்தனர். ஆனால், அவர்களின் இப்போதைய கண்ணோட்டம் மாறி விட்டது. ஆனால், அக்காலத்திலேயே சாதியும் தீண்டாமையும் பொருளாதாரச் சுரண்டலை அடிப்படையாகக் கொண்டதென்றும், சாதிகள் வர்க்கப் பிரிவின் உட்கூறுகள் என்றும் மிகச் சரியாகப் போதித்த பேராசான் சிங்காரவேலரே ஆவார். அவர் அவ்வாறு வழி காட்டியிருந்தும், பொதுவுடைமையர் சாதிகளை வர்க்கக் கண்ணோட்டத்தில் நோக்க எப்படியோ தவறினர். சாதிகளை வர்க்கக் கண்ணோட்டத்தில் நோக்கிய அவர், தலித்துகளின் முன்னேற்றத்தில் தனிக் கவனம் செலுத்தியதில் வியப்பில்லை.

உலகிலேயே இந்தியாவில்தான் வர்க்க ஏற்றத்தாழ்வோடு சாதிய ஏற்றத்தாழ்வும் பெருகிப் பின்னிப் பிணைந்துள்ளன. கீழ்ச் சாதியில் பிறந்தவன் என்பதற்காகப் பொருளாதார அடிப்படை யிலும், சமூக அடிப்படையிலும் அவன் கீழ்ப்படியில் வைக்கப் பட்டு அவமதிக்கப்படுகிற நிலை உள்ளது. இந்தியாவில் இருப் பதைப் போன்று, உலகின் பிற நாடுகளிலும் சேரிகளைப் போன்ற பிற்பட்ட பகுதிகள் உண்டு. ஆனால், அங்குப் பொருளாதாரத்தில் நலிந்தவர்கள் உள்ளார்களே அல்லாமல், சாதியால் பிற்பட்டவர்கள் இல்லை. ஆனால், இந்தியாவில் மட்டும் கீழ்ச்சாதியினரை ஊருக்கு வெளியே வாழ வைத் திருக்கும் வன்கொடுமை நூற்றாண்டுதோறும் தொடருகிறது. அவர்களில் சிலர் அறிவிலும், பொருளாதாரத்திலும் சிறந்திருந் தாலும், அவர்களுக்கும் அதே இழிநிலைதான் உள்ளது.

இந்நிலை இந்தியாவின் எல்லாப் பகுதிகளிலும் "அங்கிங்கு எனாதபடி" கொடி கட்டிப் பறக்கிறது. தாழ்த்தப்பட்டோர் பொருளாதாரத்திலும், கல்வியிலும் சிறந்தவர்களாக இருந்தாலும், அவர்களை எல்லா நிலையிலும் தாழ்த்துவதற்காகவே சமூகம் கட்டமைக்கப்பட்டுள்ளது. இந்தக் கட்டமைப்பை நிலைநிறுத்தியதில் பெரும் பங்கு மனுதர்ம சாத்திரத்திற்கு உண்டு. இந்தச் சாத்திர நீதியை மக்கள் எவ்வாறோ உலக நீதியாகக் கொண்டு வாழத் தலைப்பட்டு விட்டனர்.

அடிமைத் தனத்திற்கும், சமூக இழிவிற்கும் ஆட்பட்ட மக்கள், அவை அதிகார பலத்தாலும், ஆதிக்க உணர்வாலும் இடைக்காலத்தில் உருவாக்கப்பட்டவை என்பதை உணர மறந்து, அவற்றை இயற்கையான நீதி எனக் கொண்டு அடங்கி வாழ்ந்துவிட்டனர். மலத்தை அப்புறப்படுத்துவோர் அதனைச் சமூக இழிவாகக் கருத மறந்து, உரிய தொழிலாகக் கருதி வாழலாயினர். இந்த இழிவை இழிவாகக் கருதாது அவர்கள் ஒருவித பழகிப் போன மன நிலைக்கு (பிரக்ஞையற்ற மனநிலை) ஆளாகி விட்டனர். இந்த அவல நிலையை உணர்ந்து திட்டம் வைத்தவர்தான் சிங்காரவேலர். அவர் எதனையும் ஆராய்ந்து ஊடுருவிப் பார்ப்பவர். தீண்டாமையையும் அவர் அவ்வாறே பார்த்தார். அதற்கு ஓர் எடுத்துக்காட்டை நோக்கலாம்.

தலித் மக்களைக் கோயிலில் நுழைய விட வேண்டுமென்று நாடெங்கும் போராட்டங்கள் நடந்தன. அப்போது முற்போக்குச் சிந்தனைகளையுடையோர் அனைவரும் அதனை ஆதரித்தனர். சிங்காரவேலரும் ஆதரித்தார். ஆனால், ஒரு முன்னறிவிப்போடு ஆதரித்தார். மேல் சாதியினர் கோயிலுக்குள் நுழைவதைப் போல தலித் மக்களும் நுழைய வேண்டும்; அதில் கருத்து வேறுபாடு இல்லை என்றும், ஆனால், தலித்துகள் இதில் மயங்கி விடக் கூடாதென்றும் எச்சரித்தார். போதிய ஊதியம் கேட்டுப் போராடும் தொழிலாளர்களுக்கு அதனை அப்படியே வழங்க மறுத்து, குறைந்த ஊதியத்தை வழங்கி, அவர்களை ஏமாற்றி விடுவதைப் போல், கோயிலில் நுழைய மட்டும் அனுமதியளித்து விட்டு மற்றவற்றை (கல்வி, வேலை வாய்ப்பு, நிலவுரிமை) கொடுக்க மறுத்து விடலாமன்றோ! ஆதலால் கோயில் நுழைவோடு அமைதி கொள்ளாமல், மேற்சாதியினர் என்னென்ன உரிமைகளையும், வாய்ப்புகளையும் பெற்றுள்ளனரோ அவற்றைப் பெறுவதிலும் தலித்துகள் ஈடுபாடுகொள்ள வேண்டும்

என்றார். கோயிலில் அனுமதி கிடைத்ததைக் கொண்டு ஆறுதல் அடைந்து, மற்றவற்றில் கிடைக்க வேண்டிய சம உரிமையைப் பெற மறந்துவிடக் கூடாதென எச்சரித்தார். ஆண்டைகள், முதலாளிகள் எவ்வாறெல்லாம் ஏமாற்றுவார்கள், நம்மவர்கள் எப்படியெல்லாம் ஏமாறுவார்கள் என்பதையே அவர் இங்குச் சுட்டிக் காட்டுகிறார்.

பாலக்காட்டிற்கு அருகிலுள்ள கல்பாத்தி என்ற சிற்றூரில் தாழ்த்தப்பட்டோர் தெருவில் நடக்கக் கூடாதென மேற்சாதியினர் தடை விதித்திருந்தனர். அந்தத் தடையை நீக்க வேண்டுமெனத் தந்தை பெரியார் காஞ்சியில் 1925 நவம்பரில் நடந்த காங்கிரசு மாநாட்டில் தீர்மானம் கொண்டு வந்தார். அதனை ஆதரித்துச் சிங்காரவேலர் பேசினார். அந்தப் பேச்சில் கடுமையும், கோபமும் நிறைந்திருந்தன. உலகக் கண்ணோட்டம் உடைய சிங்காரவேலர், தீண்டாமையின் கொடுமையை எண்ணி ஆவேசமுற்று மேற்சாதி யினரைக் கடுமையாகக் கண்டித்தார். மேற்சாதியினரின் ஆதிக்க உணர்வு உள்ளவரை நாடு விடுதலை பெறுவது முயற் கொம்பே என்றார். மேற்சாதியினர் தங்களின் சாதி வல்லாண்மையை விட்டொழிக்காதவரை, சாதி அடிமைத்தனம் ஒழியவே ஒழியாது என்றார். தீண்டாமை, தலித்துகளை மட்டுமல்லாமல், சகல சாதியினரையும் இழிவுபடுத்துவதாகும் என்றும் கூறினார். இப்பேச்சு குடியரசில் 29.11.1925இல் விரிவாக வெளிவந்துள்ளது. இங்கு மற்றொரு நிகழ்வையும் ஒப்பிட்டுப் பார்க்க வேண்டும்.

இந்தியப் பொதுவுடைமை மாநாடு, கான்பூரில் 26.12.1925இல் நடந்தது. இந்த மாநாடே இந்தியாவில் நிகழ்ந்த முதல் பொதுவுடைமை மாநாடாகும். இம்மாநாட்டிற்குச் சிங்காரவேலர் தலைமை ஏற்று அரிய உரை நிகழ்த்தினார். அவர் ஏனைய பொதுவுடைமைவாதிகளைப் போல் வெறும் பொருளாதார ஏற்றத்தாழ்வை மட்டும் பேசாமல், பற்பல நூற்றாண்டுகளாக மனித மாண்பை, ஒற்றுமையை அரித்துக் கொண்டிருக்கும் தீண்டாமையைப் பற்றியும், தலித் மக்களின் முன்னேற்றம் குறித்தும் உரையாற்றியுள்ளார். அகில இந்திய மாநாட்டில், பொதுவுடைமைவாதிகளுள் தலித்துகளைப் பற்றிப் பேசியவர் களுள் சிங்காரவேலரே முதன்மையானவர். பல துறைகளில் முன்னோடியாக விளங்கிய அவர், இதிலும் முன்னோடியாக விளங்கியுள்ளார். இம்மாநாட்டில் தலைமையுரை ஆற்றிய அவர், தலைமையுரைக்கு முன்னரே தாம் அச்சடித்துக் கொண்டு

சென்றிருந்த அவ்வுரை அடங்கிய தாளை எல்லோருக்கும் வழங்கியுள்ளார். அவ்வுரையில், "பொதுவுடைமையும் ஒடுக்கப் பட்ட வர்க்கமும்" என்றொரு பகுதி உள்ளது. அதில் முழுக்க முழுக்கத் தீண்டாமையைப் பற்றியும், தலித்துகளைப் பற்றியும் விளக்கியுள்ளார். அப்பேச்சில்தான் தீண்டாமை என்பது ஒரு பொருளாதாரப் பிரச்சினை என்று ரத்தினச் சுருக்கமாகக் குறிப்பிட்டுள்ளார். தலித் மக்களின் பொருளாதாரப் பிரச்சினைக்கு முடிவு கட்டினால், தீண்டாமையின் கட்டடம் ஆட்டம் கண்டு விடும் என்றார்.

கோயில், குளம், தெரு ஆகியவற்றில் அவர்களை அனுமதித்து விட்டால் மட்டும் அவர்கள் எல்லா வசதிகளையும் பெற்று விட முடியாதென்றும், நில உரிமையிலுள்ள ஏற்றத்தாழ்வே கோடிக் கணக்கான மக்களின் அடிமைத்தனத்திற்குக் காரணம் என்றும், தீண்டாமை அடிப்படையில், நிலவுரிமை பற்றிய பிரச்சினை என்றும் கூறினார். இந்தப் பொருளாதார அடிமைத்தனத்தி லிருந்து அவர்களை விடுவிக்காமல், தீண்டாமையைப் பற்றிப் பேசுவது நேர்மையற்ற பேச்சென்றும், தீண்டாமையைப் பற்றிப் பேசும் காங்கிரசார் தலித்துகளின் வறுமை பற்றியோ, பசி பட்டினி பற்றியோ, சுகாதாரம் குறித்தோ பேசுவதைக் கவன மாகத் தவிர்த்து விடுகின்றனர் என்றும், இந்நிலை தேசியவாதி களின் முதலாளித்துவ மனப்பான்மைக்கு எடுத்துக்காட்டாகும் என்றும் கூறியுள்ளார். மேலும் பொதுவுடைமைவாதிகள் தலித்களின் உரிமைக்காகத் தொடர்ந்து போராட வேண்டும் என்றும் அறிவுறுத்தியுள்ளார். குறிப்பாகத் தலைமையுரையை ஒரு திட்டமாகவே அறிவித்துள்ளார். காங்கிரசு இயக்கத்தில் இருந்து கொண்டே, தலித்துகளுக்காக காங்கிரசு இயக்கத்தினரையே அவர் கண்டித்திருப்பது, நாம் கவனத்தில்கொள்ள வேண்டிய ஒன்றாகும்.

சிங்காரவேலர் பற்பல இடங்களில் தலித் மக்களின் உரிமை குறித்து விரிவாகவே எழுதியுள்ளார். 1923ஆம் ஆண்டில் அவர் இந்தியத் தொழிலாளி - விவசாயி கட்சியைத் (Labour and Kissan Party of Hindustan) தொடங்கும் போதே தம் அறிக்கையில் தலித் மக்களுக்கு நிலவுரிமையையும், கூடுதலான சலுகைகளையும் அளிக்க வேண்டும் என்று கூறியுள்ளார். அவர் எழுதிய 'சுயராஜ்யம் யாருக்கு' என்ற நூலிலும் தலித்துகளின் உரிமை பற்றி எழுதி யுள்ளார். தலித்துகளுக்குச் சம உரிமை கிடைக்கும்போதுதான்

சுதந்திரத்திற்கு உண்மையான பெருமை கிட்டும் என்றார். தாழ்த்தப்பட்டோர்க்குத் தனித் தொகுதி ஒதுக்கப்பட வேண்டும் என்று டாக்டர் அம்பேத்கர் அறிவித்தபோது, அவ்வாறு ஒதுக்கினால், இந்துக்களுக்கும் தலித்துகளுக்கும் இடையில் பகைமை தோன்றிவிடும் என்று காந்தியடிகள் உண்ணா நோன்பை மேற்கொண்டார். அப்போது, சிங்காரவேலர் காந்தியடிகளின் முடிவு தவறானது என்பதைச் சுட்டிக்காட்டினார். அதனைக் குறித்து, அவர் குடியரசில் 25. 09. 1932 அன்று "காந்தியின் உண்ணாவிரதமும் தாழ்த்தப்பட்டோரின் தனித் தேர்தலும்" என்னும் தலைப்பில் நீண்ட கட்டுரையும் எழுதினார்.

அக்கட்டுரையில் தனித் தொகுதியால் பகைமை தோன்றுமென்று கருதுவது தவறென்றும், கோடான கோடி தாழ்த்தப்பட்ட மக்கள் உணவு, உடை, உறைவிடம், கல்வி, சுகாதாரம், மருத்துவம் இன்றி வாய்க்கரிசிக்குக் கூட வழியில்லாமல் வாடும்போது, அவர்களுக்குத் தனித்தொகுதி அறிவிப்பதால் என்ன கேடு நிகழ்ந்து விடும் என்றும், இதுவரை இருந்த பொதுத் தொகுதியால் தாழ்த்தப்பட்டோருக்கு என்ன நன்மை செய்து விட்டீர்கள் என்றும், அம்மக்களுக்கு நீங்கள் இதுகாறும் எத்தனை பள்ளிகள், கிணறுகள், இல்லங்கள், நிலங்கள், மருத்துவமனைகள், நூலகங்கள் அமைத்துத் தந்துள்ளீர்கள் என்றும் வினாக்களைத் தொடுத்துள்ளார். ஐந்து கோடி தலித் மக்களின் தரித்திரத்தையும், மூடநம்பிக்கையையும் ஒழிக்க, இதுவரை என்ன சாதித்துள்ளீர்கள் என்றும், ஐயாயிரம் ஆண்டுகளாகப் பஞ்சமர்களுக்கு ஏதும் செய்யாத நீங்கள், இனி என்ன செய்யப் போகிறீர்கள் என்றும், இதுவரை பொதுத் தொகுதியால் சாதிக்க முடியாததை இனி தனித் தொகுதியால் சாதிக்க ஏன் வாய்ப்பு அளிக்கக்கூடாது என்றும், தனித் தொகுதியால் அம்மக்களுக்கு ஏற்படும் நன்மைகளைச் சோதிக்க ஏன் வாய்ப்பு அளிக்கக் கூடாதென்றும் அடுக்கடுக்காக வினாக்களை எழுப்பியுள்ளார். இறுதியில் காந்தியடிகளையும் எச்சரித்துள்ளார்.

தனித் தொகுதியை மறுக்கும் காந்தியடிகளுக்குத் தாழ்த்தப்பட்டோர் மீது உண்மையான நாட்டம் இருக்குமானால், இந்தியாவிலுள்ள முதலாளிகள், நிலவுடைமையாளர்கள், தத்தம் தொழிலாளர்களுக்கும் கூலி விவசாயிகளுக்கும் போதுமான ஊதியம் கொடுக்கிறார்களா என அவர் முதலில் சோதனை

செய்து பார்க்கட்டும்; போதிய ஊதியம் வழங்க, காந்தியார் உண்ணாவிரதம் மேற்கொண்டால் நன்றாக இருக்கும். காந்தியார் அதனைச் செய்யாமல் தனித்தொகுதியை மறுத்து உண்ணா நோன்பு இருப்பதில் அர்த்தமில்லை என்று அறிவித்துள்ளார். சிங்காரவேலர் தலித் மக்களைப் பற்றிப் பல இடங்களில் பேசியுள்ளார். அவர்கள் எவ்வளவு விழிப்பாக இருக்க வேண்டுமென்பதையும் சுட்டிக் காட்டியுள்ளார். சிங்காரவேலர் தாழ்த்தப்பட்ட, பிற்படுத்தப்பட்ட, ஒடுக்கப் பட்ட அனைத்துப் பிரிவுகள் பற்றியும் சிந்தித்தவர்; அவற்றிற் காகச் செயல்பட்டவர்; சமவுரிமையும், சம வாய்ப்பும் எல்லா மக்களுக்கும் கிடைக்க வேண்டும் என அவர் உழைத்தவர். முழுமையான மாந்த நேயமே பொதுவுடைமையாகும் (Communism as completed Humanism) என்றார் மார்க்ஸ். அதனைத்தான் நாம் இங்குச் சிங்காரவேலரிடத்திலும் காண்கிறோம். இந்த மாந்த நேயமே அவரைப் போராளியாக மாற்றியது.

"இவர்களுடைய வாழ்க்கை நிச்சயமில்லாத வாழ்க்கை யாகவே (Precarious) இருந்து வருகின்றது. நாளுக்கு நாள் (Day in and Day out) இவர்களுடைய வாழ்க்கை குறைவடைந்தே வருகிறது... தாழ்த்தப்பட்டோர் வம்சத்தில் உதித்த இரண்டொரு முதலாளிகளால் அவர்களுக்கு எதுவும் கூடி வரப் போவதில்லை. தாங்களே தங்கள் வாக்குறுதியால் மனுஷனுக்கு அத்தியாவசிய மாக வேண்டிய அனுகூலங்களைப் பெற வேண்டும். தங்கள் சமூகங்களில் தோன்றும் சிற்சிலர் கல்வி அடைந்து பட்டம், பதவி பெற்றோர்களால் எதுவும் கூடி வரப் போவதில்லை; அரசியல் நிருவாகத்தில் எவரும் சமதர்ம உரிமைகளைப் பெற வேண்டி, உதவியாக நாம் இருக்கப் போகிறோமோ என்பது நமது பிரச்சினையாகும்.

சமதர்ம ஆட்சி வரும்வரை தாழ்த்தப்பட்ட சிறுபான்மை யோர் (Depressed Minorities) தங்கள் உரிமைகளைத் தாங்களே பெற வேண்டும். தீண்டாமை ஒழிகவென்று மந்திர உபதேசம் செய்வதால் ஏழு கோடி மக்களின் தரித்திரம் ஒழியும் என்பது வஞ்சனையே ஆகும். தாழ்த்தப்பட்டோர் மனுஷ வாழ்க்கைக்கு வர வேண்டுமானால், அந்த மனுஷ வாழ்க்கைக்கு வேண்டிய வசதி யாவும் இந்த க்ஷணமே பெறச் செய்யவேண்டும். இதற்கு யார் சம்மதிப்பார்கள் எனக் கேட்கிறோம். சுயமரியாதையோர் தாழ்த்தப்பட்டோர்பால் அனுதாபம் காட்டுவது மாத்திரம்

போதாது. அவர்களுடன் கூடி அவர்களுக்கு வேண்டிய உரிமைகள் கிடைக்குமாறு கிளர்ச்சி செய்யவேண்டும்." *(சேலம் சுயமரியாதை மாநாட்டு உரை 08. 05. 1932 குடியரசு).*

தலித் மக்கள், தங்களின் தலைவர்களைச் சரியாக அடையாளம் கண்டு தெரிவுசெய்ய வேண்டுமென்றும், தங்கள் உரிமைகளைத் தாங்களே வென்றெடுக்கும் தகுதியைப் பெற வேண்டுமென்றும் அவர் வலியுறுத்துவதைக் காணலாம். சமதர்ம ஆட்சி எல்லாவற்றிற்கும் தீர்வாக இருந்தாலும், அவ்வாட்சி ஏற்படும் வரை, தலித்துகள் காத்திராமல், தங்கள் உரிமைக்காகப் போராட வேண்டும் என்கிறார். தலித்துகள் ஊமைகளோ ஆமைகளோ அல்லர்; அவர்கள் வீரர்கள்; அவர்கள் தங்கள் உரிமைக்காகக் கிளர்ந்தெழ அவர் துணிவை ஏற்படுத்துகிறார். மற்றும் அவர்களின் உரிமைக்காகச் சுயமரியாதை இயக்கத்தினரும் துணை நிற்க வேண்டும் என்கிறார். ஆம்; அவர்தான் சிங்காரவேலர்.

2. சிங்காரவேலரும் குழந்தைகளும்

சிந்தனைச்சிற்பி சிங்காரவேலர் விடுதலைப் போராட்ட வீரர் என்பதையும், பொதுவுடைமை இயக்க முன்னோடி என்பதையும், தொழிற்சங்க இயக்கத் தந்தை என்பதையும் நம்மில் பலர் நன்கு அறிவோம். அவர் இயங்கிக் கொண்டிருந்த அனைத்து இயக்கங்களிலும் போராட்ட குணம் வாய்ந்த வராகவே இருந்துள்ளார். இந்தப் போராட்டவுணர்வு அவருக்கு இறுதி நாள்வரை இருந்து வந்தது; சுருங்கக் கூறின் அவரொரு போராட்டம் மிகுந்த தலைவர்; மனித உரிமைப் போராளி. இப்பண்பு இவரிடம் உறுதிப்பட்டிருந்ததால் எதிலும் கண்டிப் புள்ளவராகவே இருந்துள்ளார். இந்தக் கண்டிப்பும், கட்டுப் பாடும் அவரது எழுத்திலும் பேச்சிலும் நடைமுறை வாழ்விலும் பின்னிப் பிணைந்தே இருந்தன; இவற்றால் எதிலும் சமரசம் செய்து கொள்ளாமல் "வெட்டு ஒன்று, துண்டு இரண்டு" என்ற நோக்குடையவராகவே வாழ்ந்துள்ளார்; எதனையும் மூடி மறைக்கவோ மழுப்பவோ அவருக்குத் தெரியாது; எதனையும் வெளிப்படையாகவே பேசுபவர்; அஞ்சாமை அவரது பிறவிக் குணம் "அஞ்சாமை அல்லால் துணைவேண்டா" என்னும் குறளுக்கு அவர் இலக்கணமானவர்; அதனால்தான் புரட்சிக் கவிஞர் பாரதிதாசனார் அவரைப் "போர்க்குணம் மிகுந்த செயல் முன்னோடி" என்றும் "கூரிய எஃகினும் ஊட்டம் வாய்ந்தவன்" என்றும் போற்றிப் பாடினார்.

இப்பண்புகள் அவரிடம் குடிகொண்டிருந்ததால், காலம் தவறாமையில் (Punctuality) அவர் குறியாக இருந்துள்ளார். எந்த நிகழ்ச்சிக்குச் செல்வதாக இருந்தாலும் நிகழ்ச்சி தொடங்கு வதற்கு முன்பே அவர் சென்றுவிடுவார் என்று ம.பொ.சி எழுதியிருப்பது இங்கு எண்ணத்தக்கது.[1] இதனைப் போன்றே யாராவது தன்னைச் சந்திக்க விரும்பினால் முன்கூட்டியே

அறிவித்துக் குறித்த நேரத்தில் வரவேண்டுமென அவர் விரும்பி யுள்ளார். முன் அறிவிப்பின்றி யாரும் அவரைச் சாதாரணமாகச் சந்தித்துவிட முடியாது. ஒருமுறை தொழிற்சங்கத் தலைவர் தன்னைச் சந்திக்க வரும்போது, ஏற்கனவே அறிவித்திருந்த நேரத்திற்கு மாறாகச் சற்றுக் காலம் கடந்து வந்ததால் அவரை, அவர் பார்க்க மறுத்திருக்கிறார்; இதிலிருந்து அவரது கண்டிப் பையும் கடுமையையும் உணரலாம். இந்தக் கண்டிப்பும் கடுமையும் அவரது ஆளுமையின் ஒருபுறம்; கனிவு அவரது மற்றொரு புறம். இந்தக் கனிவுதான் அவரைக் குழந்தைகளிடத்துப் பேரன்பு கொண்டவராக ஆக்கியது.

அவருடைய இல்லத்தில் அவரைச் சந்திப்பவர் யாரானாலும் முன்கூட்டித் தெரிவித்துத்தான் செல்லவேண்டும்; ஆனால் குழந்தை களோ (பிறவீட்டுக் குழந்தைகளும்) அவரைக் கேளாமலேயே அவரது இல்லத்தில் செல்லலாம். குழந்தைகளுக்கு மட்டும் அந்த அனுமதி உண்டு; காரணம்; குழந்தைகளிடத்து அவர் அத்துணை அன்பு கொண்டிருந்தார் என்பதேயாகும். 1923-ஆம் ஆண்டில் முதன்முதலாக மே நன்னாளைக் கொண்டாடிய போதும், அதனைத் தொடர்ந்து கொண்டாடியபோதும், ஒவ்வொரு முறையும் குழந்தைகளுக்கு இனிப்பு வழங்குவதை அவர் என்றும் மறந்ததில்லை. அதனை அவர் ஒரு முக்கிய குறிக்கோளாகவே கொண்டிருந்துள்ளார். குழந்தைகளை மகிழ்ச்சி வெள்ளத்தில் ஆழ்த்துவதற்காகத் தம் இல்லத்தில் குழந்தைகளுக்காக ஒரு நாளைத் தெரிந்தெடுத்துப் பால் பாயாசம் நாள், லட்டு நாள் என்று அறிவித்து வீட்டுக் குழந்தைகளுக்கும், பிற குழந்தை களுக்கும் அவற்றை வழங்குவதை அவர் வாடிக்கையாகக் கொண்டிருந்துள்ளார்.

1925-ஆம் ஆண்டில், அவர் சென்னை நகராண்மைக்கழகத்தில் உறுப்பினராக இருந்தபோது, 1921-ஆம் ஆண்டில் அறிமுகப் படுத்திய மாணவர்களுக்கான பகலுணவுத் திட்டம் நிறுத்தப் பட்டிருந்ததை அறிந்து, மீண்டும் அந்தத் திட்டத்திற்கு உயிர் கொடுத்துத் தொடர வைத்துள்ளார். அதோடு, அவர் நிறைவு கொள்ளாமல் பள்ளிக் குழந்தைகளுக்குப் பால் வழங்கவும் ஏற்பாடு செய்துள்ளார். மத்திய உணவுத் திட்டத்தை நிறைவேற்றி நகராண்மைக் கழகத்தில் அவர் கீழுள்ளவாறு உரையாற்றிருப்பது இங்குக் குறிக்கத்தக்கது.

"வறுமை என்றால் என்னவென்பது நமக்குத் தெரியும். உணவும் உடையுமில்லாமல் எழுதும் பலகைகளுக்கும், புத்தகங் களுக்கும் எவ்வளவு பணம் செலவழித்தாலும் அது வீண். பல குழந்தைகளுக்கு ஒரு நாளைக்கு ஒரு வேளை உணவுகூடக் கிடைப்பதில்லை என்பது நமக்குத் தெரியும். இதை அளிப்பதற்கு நாம் ஏற்பாடு செய்தால் சட்டத்தின் படியும், பொது சுகாதாரத் துக்காகச் செய்யவேண்டிய கடமைப் பணிகள் என்றுள்ள சட்டத்தின் படியும் **ஏழைக் குழந்தைகளுக்கு உணவளித்து உடையையும் அளிக்க நமக்கு (நகராண்மைக் கழகத்திற்கு) அதிகாரம் உண்டு**"[2]

இக்குறிப்பை நோக்கினால், அக்காலத்திலேயே சிறார் களுக்கு உணவு அளிப்பதோடு, உடையையும் வழங்க அவர் விரும்பியுள்ளார் என்பதை உணரலாம். மேலும் மாதம் ரூ 50-க்குக் குறைவான வருமானமுடைய குடும்பத்து ஏழைக் குழந்தை களுக்குப் பணவுதவி செய்யும் திட்டத்தையும் கொண்டு வந்துள்ளார். மற்றும் குழந்தைகளின் பயன்பாட்டிற்காகத் தனி பூங்காக்களை அமைக்க வேண்டுமெனத் தீர்மானம் கொண்டு வந்து நிறைவேற்றியுள்ளார். வட சென்னை, இராயபுரம் பாலத்தையொட்டி அமைந்துள்ள மாடிப் பூங்கா அப்படிக் குழந்தைகளுக்காக அமைக்கப்பட்டதேயாகும். சிங்காரவேலர் நகராண்மைக் கழக உறுப்பினராக இருந்தபோது கல்வி நிலைக் குழுவின் தலைவராக இருந்து குழந்தைகளின் வளர்ச்சிக்காகத் தனிக்கவனம் செலுத்தியுள்ளார். அப்படித் தலைவராக இருந்த போது நகராட்சி ஆளுகையிலிருந்த 78 பள்ளிகளை மூன்றாண்டு களில் 94 பள்ளிகளாகப் பெருக்கியுள்ளார். இது, அவரது தனித்திறனைக் காட்டுவதாகும். சென்னையிலுள்ள தனியார் பள்ளிகளை நகராண்மைக் கழகமே ஏற்று நடத்த வேண்டும் என்றார். ஏழைக் குழந்தைகளின் கல்விக்காகவே அவ்வாறு முயன்றுள்ளார்.

சென்னையில் 1926-ஆம் ஆண்டில், பள்ளிகளில் குழந்தை களைப் பிரம்பால் அடிக்கும் உரிமை வேண்டுமென்று ஆசிரியர் சங்கம் முடிவெடுத்துச் செய்தித்தாளில் அறிவித்தபோது, அதனை யறிந்து வெகுண்ட சிங்காரவேலர், பிரம்பால் அடிக்கும் முடிவைத் தடுத்தி நிறுத்தினார். தத்துவப் பேரறிஞர் பெர்ட்ராண்டு ரஸல் தம் மனைவியோடு இணைந்து குழந்தைகள் பள்ளி நடத்திய போதுதான் குழந்தைகளின் மனநிலையை உள்ளவாறு புரிந்து

கொள்ள முடிந்தது என்றார். குழந்தைகள் மீது எந்நிலையிலும் வன்முறையைப் பயன்படுத்தக் கூடாது என்றார். இதனைச் சிங்காரவேலரின் செயற்பாட்டோடு ஒப்பிட்டுப் பார்க்க வேண்டும். குழந்தைகளை அன்பான சொற்களாலும், அன்பான ஆதரவான செயல்களாலுமே அணுக வேண்டுமென்பது அவரது நிலைப்பாடு. உளவியலை அவர் ஆழ்ந்து கற்றதால் அவர் இந்த முடிவுக்கு வந்திருக்கக்கூடும்.

சென்னையில் 1925-ஆம் ஆண்டில் குழந்தைகளின் இறப்பு அதிகமாக இருந்ததால், அதனைத் தடுக்க நகரசபையில் பேசி குழந்தை இறப்பைத் தடுக்க நகராட்சி பெருந்தொகையை ஒதுக்கி நகர சுகாதாரத்திற்கும், மருத்துவ உதவிக்கும் செயலாற்ற வேண்டுமென வலியுறுத்தியுள்ளார். நகர சுகாதாரத்தில் இவரைப் போன்று அக்கறை கொண்ட வேறொருவரைப் பார்ப்பது மிகக் கடினம். நோய்கள் பெரிதும் சுகாதாரமின்மையால் வருவதால், அவர் சுகாதாரத்தில் மிகுந்த ஈடுபாடும் அக்கறையும் கொண்டவராக இருந்துள்ளார். சென்னையில் இவரது முயற்சியினால்தான் பாதாள சாக்கடை அமைக்கும் பணி பல இடங்களில் அமைக்கப்பட்டன. சாக்கடையின் கழிவாலும், கொசுக்களாலும், தொற்று நோய் மிகுதியாகப் பரவுவதால் அவர் பாதாள சாக்கடையையும், மருத்துவ உதவியையும் பெருக்கிக் காட்டியுள்ளார். இவற்றை யெல்லாம் பெரிதும் குழந்தைகளின் நலனை முன்னிட்டே அவர் செய்துள்ளார்.

1923-ஆம் ஆண்டில் அவர் தொடங்கிய இந்தியத் தொழிலாளர் - விவசாயி கட்சியின் செயல்திட்டத்தில் 16- வயது வரை எல்லோர்க்கும் இலவசக் கல்வியை அறிவித்த அவர், குழந்தைகள் ஓடி ஆடி விளையாட நல்ல விளையாட்டுத் திடல்களையும், வாசக சாலையும், நூலகமும் அமைக்க வேண்டுமென்றும் வலியுறுத்தியுள்ளார். மற்றும் அவர்களின் மகிழ்ச்சிக்காகப் பொழுதுபோக்கு வசதிகளையும் அமைத்துத் தரவேண்டுமெனக் குறிப்பிட்டுள்ளார். இவ்வாறு குழந்தைகளின் வளர்ச்சியை முன்னிட்டுப் பல நிலைகளிலும் தொலைநோக்கோடு சிந்தித்த சிந்தனையாளர்தான் அவர். குழந்தைகள் மீது அக்கறை கொண்டதில் அவரொரு தனி நாயகர். அவரது குழந்தை அன்பு அத்தகையது. அதனாற்றான் அவரை,

> "திங்கள் ஒளிபோல் அன்பில் குளித்தவன்
> செங்கதிர் ஒளிபோல் அறிவில் தெளிந்தவன்"

என்றார் பாரதிதாசனார்.

சான்று நூல்கள்

1. *சிங்காரவேலர் - சிலம்புச் செல்வர் ம.பொ.சி. பூங்கொடி பதிப்பகம் - 1998- மயிலை - சென்னை 600 004.*

2. *தென்னிந்தியாவின் முதல் கம்யூனிஸ்ட் - நாகை. கே. முருகேசன் - சி. எஸ். சுப்பிரமணியம் - 1975- நியூ செஞ்சுரி புக் ஹவுஸ் (பி) லிட் - 41B - அம்பத்தூர் தொழிற்பேட்டை, சென்னை - 600 098.*

3. சுற்றுச் சூழலியல்

சிந்தனைச் சிற்பி சிங்காரவேலர் பொதுவுடைமை இயக்க முன்னோடி என்றும், தொழிற்சங்க இயக்கப் போராளி என்றும், சிறந்த மார்க்சிய அறிஞர் என்றும், சாதி சமய மூடநம்பிக்கை களை ஒழிக்கும் பகுத்தறிவுச் சிந்தனையாளர் என்றும் மட்டுமே பலர் அறிவர்; இவை சிங்காரவேலரின் ஆளுமையின் ஒரு பாதி; ஆனால், மற்றொரு பாதியும் உண்டு. அதனை அவரது அனைத்து எழுத்துக்களையும் நன்கு கற்றால் அறியலாம். அவரது ஆளுமையின் மற்றொரு பாதி எது? வானவியல், பொது அறிவியல், உளவியல், புவியியல், உயிர்நூல் போன்ற துறைகளிலுள்ள அவரது ஈடுபாடும், அறிதிறனுமே மற்றொரு பாதியாகும். சுருங்கக் கூறின் அனைத்து அறிவுத் துறைகளின் கொள்கலனாகவும், சீரிய சுய சிந்தனை யாளராகவும் விளங்கிய மேதைதான் அவர். அக்காலத்தில் அவருக்குத் தெரியாத துறைகளோ, அறியாத நூல்களோ இல்லை என்றே கூறலாம்.

"கற்றோர் அறியா அறிவினர்; கற்றோர்க்குத்
தாம்வரம் பாகிய தலைமையர்."

என்று ஒரு சங்கப் பாடல், துறைபோகக் கற்றவரின் கல்வி எல்லைக்கு இலக்கணம் வகுத்தது. இந்த இலக்கணத்திற்கு இலக்கிய மாக விளங்கியவர்தான் சிங்காரவேலர்: அவர் கல்லூரியிலோ, பல்கலைக்கழகத்திலோ பல்லாண்டுகளாகப் பேராசிரியராகப் பணியாற்றியவர் அல்லர். தொடர் வாசிப்பும், இடையறாச் சிந்தனையும், அவற்றிற்குரிய முறையும், ஒழுங்கும், ஓய்வும் பேராசிரியர்களுக்கே கிட்டக்கூடியன; இவை அமைந்தால்தான் ஆழ்ந்தகன்ற சிந்தனையாளராக விளங்க முடியும். இப்படி ஆழ்ந்தகன்ற சிந்தனையாளராக இருந்தாலும், அவர் மக்கள் இயக்கப் போராளியாக விளங்குவது அரிதினும் அரிதாகும். நம் நாட்டில் உள்ள தலைவர்களில் பெரும்பாலோர், இவற்றில்

ஏதாவதொன்றைத்தான் பெற்றிருப்பர். மிகச் சிலரே இவ்விரு ஆற்றல்களையும் பெற்றிருப்பர். அந்த மிகச் சிலருள் அக்காலத்தில் தலையாயவராக விளங்கியவர்தான் சிங்காரவேலர். அவரது பேராற்றலை நன்கு உணர்ந்ததால்தான் புரட்சிக் கவிஞர் பாரதிதாசன் தம் நீண்ட கவிதையில்,

> "சிங்காரவேலரைப் போல் சிந்தனைச் சிற்பி
> எங்கேனும் கண்ட துண்டோ."

என்று தொடங்கி,

> "கடல்வான் ஆழ்அகல் கல்வியைக் கற்றவன்
> கண்ணாய் உயிராய்த் தமிழர்க் குற்றவன்
> கோலப் பொதுவுடைமை கிளைத்ததும் அவனால்
> கூடின அறிவியல்; அரசியல் அவனால்."

என்றும் விதந்து பாடினார். இச்சிந்தனைகள் மிளிரும் புரட்சிக் கவிஞரின் முழுப் பாடல், சிங்காரவேலரின் முழு ஆளுமையைப் புறத்தே காட்டும் முழு நிழற்படம் எனலாம்.

பல துறைகளை ஆழ்ந்து சிந்தித்த அவர், அக்காலத்திலேயே சுற்றுச் சூழலினைப் பற்றியும் சிந்தித்துள்ளார். பூகம்பத்தைப் பற்றியும் ஆழிப் பேரலையைப் (சுனாமி) பற்றியும் சிந்தித் துள்ளார்; சிந்தித்ததோடு மட்டுமன்றி, பொதுமக்கள் அவற்றை அறியவும், விழிப்புணர்வு பெறவும் கட்டுரைகளையும் எழுதி யுள்ளார். மக்கள் இயக்கங்களில் ஓயாது பங்கேற்றவரும், முதுமையில் அடிக்கடி நோயில் உழன்றவருமான ஒருவருக்கு இவை எப்படிச் சாத்தியமாயிற்று? ஆம்; அந்த உழைப்பின், முயற்சியின் முன்னோடிதான் சிங்காரவேலர்; 'துன்பம் உறவரினும் செய்க துணிவாற்றி இன்பம் பயக்கும் வினை' என்றார் வள்ளுவனார். இதன்படி ஒழுகியவர்தான் அம்மனிதர். அவரது அத்துணைக் கடும் உழைப்பிற்குக் காரணம் அவரது சமூக ஈடுபாடேயாகும். அந்தச் சமூக ஈடுபாடே அவரைச் சுற்றுச் சூழலைப் பற்றியும் சிந்திக்க வைத்தது. 19ஆம் நூற்றாண்டில் ஏற்பட்ட தொழிற்புரட்சியின் காரணமாகப் புதிய புதிய இயந்திரங்களும், தொழிற்சாலைகளும், போக்குவரத்து ஊர்தி களும் பன்மடங்கு பெருகின. இவற்றை இயக்க வைப்பதற்காகப் பூமிக்கடியிலிருந்து நிலக்கரியும், எண்ணெயும் பெருமளவு எடுக்கப் பெற்றன. இவற்றைக் கொண்டு இயந்திரங்களையும், போக்குவரத்து ஊர்திகளையும் இயக்கியதால், எண்ணற்ற

தொழிற்சாலைகளின் இரசாயனக் கழிவுகளால் புகை மண்டலம் ஏற்பட்டு (கரியமில வாயு) சுற்றுப்புறக் காற்றை மாசுபடுத்தி வந்தது. இந்நிலை மேலும் பெருகி வருகிறது.

மனிதனின் இருப்பிடத்திற்காகவும், வேறு பல தேவைகளுக்காகவும் காடுகள் அழிக்கப்பட்டு வருகின்றன. காடுகளை அழித்து வெட்டிய மரங்களைப் பல்வேறு தேவைகளுக்காகக் கொளுத்துவதால் ஏற்படும் புகை மண்டலத்தாலும், சுற்றுச்சூழல் உலகம் முழுதும் கெட்டு வருகின்றது. இவற்றால் வளிமண்டலம் மாசு அடைவதோடு ஓசோன் அடுக்குகளிலும் சேதங்களை விளைவித்து வருகின்றன. இந்தச் சேதங்களால், புவியின் வெப்ப நிலை உயர்ந்து விடும். இந்த வெப்ப நிலை உயர்வால் பனி மலைகள் உருகி, கடல் மட்டம் உயர்ந்து, உலகின் பல தீவுகளும், கடற்கரை ஊர்களும் முழுகும் நிலை ஏற்படும் என்று அறிவியலாளர் அறிவித்துள்ளனர். மேலும் புகை மண்டல நச்சுப் பெருக்கத்தால், தட்ப-வெப்ப மாறுதல், மழையின்மை, அதிக வெப்பம், காற்று-நீர் மாசுபடுதல், இயற்கைப் பேரிடர் போன்ற ஆபத்துகள் விரைந்து ஏற்பட வாய்ப்புகள் உள்ளன. இந்தப் பேராபத்துகளை உலகம் எதிர்நோக்கி இருப்பதால் ஐ.நா. சபை 1972 ஆம் ஆண்டில் ஸ்டாக் ஹோமில் சுற்றுச்சூழல் தொடர்பாக ஒரு கொள்கையறிக்கையை வெளியிட்டது. இதனைத் தொடர்ந்து ஐ.நா. சபை 1989லும், 1991, 1992லும் சில நடவடிக்கைகளை எடுத்தன. இதன் தொடர்ச்சியாக, ஒரு நடைமுறைத் திட்டத்தை உருவாக்கும் முறையில் ஜப்பான் நாட்டிலுள்ள கியோட்டா நகரில் 11. 12. 1997 அன்று முடிவெடுக்கப்பட்டது. இம்மாநாட்டிற்குப் பிறகே சுற்றுச்சூழல் தீமை குறித்து, உலக நாடுகள் பெரிதும் விழிப்புப் பெற்றன எனலாம். அண்மையில் (டிசம்பர் 2009) கோபன்ஹேகன் மாநாட்டிலும் புவி வெப்பத்தைக் குறைப்பதற்கான பேச்சு வார்த்தை உலக நாடுகளுக்கிடையே நடந்ததும், கருத்து வேற்றுமை காரணமாக நம் நாட்டுப் பிரதமர் மன்மோகன்சிங் வெளியேறியதும் நாம் அறிந்ததாகும்.

இந்த மாநாட்டில் புவி வெப்பநிலை 2 டிகிரி செல்சியசுக்கு அதிகமாகாமல் இருப்பதை உறுதிப்படுத்தவும், கரியமில வாயுவின் வெளியேற்றத்தைப் பல மடங்கு குறைப்பது குறித்தும் விவாதிக்கப்பட்டன. அமெரிக்கா, கியோட்டா மாநாட்டின் முடிவுகளைப் புறக்கணித்தது போன்றே கோபன்ஹேகன் மாநாட்டின் முடிவுகளையும் புறக்கணித்தது. ஆனால், 1934 ஆம் ஆண்டில் நியூயார்க்

நகரத்தில் பனிமூட்டம் போன்று தூசிப் படலம் உருவாகி நகரை இருளாக்கியதால், தட்ப-வெப்ப நிலையில் மாற்றம் ஏற்பட்டு மக்களுக்கும், கால்நடைகளுக்கும் பெரும் நஷ்டம் ஏற்பட்டதால், அதனை ஆய்ந்த அந்நாட்டு விஞ்ஞானிகள், வருங்காலத்தில் உலகம் வறண்டு போவதோடு, மனிதர்களின் தவறான செயற்பாடுகளால், அந்நிலை விரைவில் உண்டாகி உலகிற்கு ஆபத்து ஏற்படும் என்று எச்சரித்துள்ளனர். இதனைச் சிங்காரவேலர் 'உலகம் வறண்டு போகிறதா?' என்ற கட்டுரையில் பதிவு செய்துள்ளார். இது மிக முக்கியமான குறிப்பாகும். மற்றும் உலகத்தின் இந்த வருங்காலக் கேட்டினைத் தடுக்க வேண்டுமானால், மரங்களைப் பெரும் அளவு வளர்க்க வேண்டும் என்று விஞ்ஞானிகள் திட்டம் அளித்துள்ளனர். 1934ஆம் ஆண்டில் எந்த அமெரிக்கா சுற்றுச்சூழலைக் குறித்து எச்சரித்ததோ, அந்த அமெரிக்காதான் கியோட்டோ மாநாட்டிலும், கோபன்ஹேகன் மாநாட்டிலும் துரோகம் செய்தது.

சிங்காரவேலர் தம் சிறு கட்டுரையில் சுற்றுச்சூழல் குறித்து இன்னொரு முக்கிய குறிப்பையும் கூறி, நம்மை எச்சரிக்கிறார். நம் காலத்தில் இருப்பது போல, கரியமில வாயு வெளியேற்றமும், இரசாயனக் கழிவு வெளியேற்றமும் இல்லாத சில ஆயிரம் ஆண்டு காலத்திற்கு முன், ஆப்பிரிக்கக் கண்டத்தில் நிகழ்ந்ததைக் கூறி நம்மைச் சிந்திக்க வைக்கிறார். ஆப்பிரிக்காவிலுள்ள சகாரா பாலைவனம் ஒரு காலத்தில் பெரிய ஏரியாகவும், பல இனிய நீரூற்றுகளையும் கொண்டதாக இருந்ததாம். 2000 சதுர மைல் பரப்பளவு உடைய அந்தப் பெரும் ஏரி பிற்காலத்தில் உலகின் மிகப் பெரிய பாலைவனமாக மாறி விட்டதையும், அடுத்தடுத்து மழை குறைந்து வந்ததையும் குறிப்பிட்டுள்ளார். பாலைவனத்தில் ஒரு காலத்தில் இனிய நீரூற்றையும் பச்சைப் பசேல் என்ற தடாகமும் நன்மங்களும் இருந்த ஓயசிஸ் (OASIS) என்ற பச்சைத் தடாகங்களும் சுவடு தெரியாமல் அழிந்து வருவதைச் சுட்டிக் காட்டிக் கீழுள்ள ஒரு குறிப்பைத் தருகிறார்.

"இயற்கையாகவே உலகம் நமக்குத் தற்காலம் தெரியாத காரணங்களால் வறட்சி கொண்டாலும் கொள்ளும்; அதற்கு வெகுகாலம் ஆகும். ஆனால், நாம் நம்முடைய அறியாமையால் அந்தத் தூரமான கேட்டை வரவழைப்பது என்ன மதியீனம்."[1]

இந்தக் கூற்றை நாம் நன்கு சிந்தித்துப் பார்க்க வேண்டும். அதாவது, இப்போதுள்ள மிக அதிகமான கரியமில வாயு வெளியேற்றமும், இரசாயனக் கழிவும், தூசு- தும்பும் வெளியேறாத

காலத்தில், சகாரா பாலைவனங்கள் இயற்கை நிகழ்வுகளால் (நம்மால் சரியாக அறிய முடியாத நிலையில்) ஏற்பட்டிருக்கும் போது, நம் காலத்தில் நிகழும் செயற்கை நிகழ்வுகளாலும், அறிய முடியாத இயற்கை நிகழ்வுகளாலும், மனித சமூகத்திற்குப் பேராபத்து ஏற்படும் என்று நம்மை எச்சரிக்கிறார்.

புவியின் வெப்பம் மிகுந்து சுற்றுச்சூழல் கெடுவதற்குப் பூமியின் மேலுள்ள வெப்பம் மட்டுமேயன்றி, பூமிக்குப் பல கிலோ மீட்டருக்குக் கீழேயிருந்து கிளம்பும் வெப்பமும் காரணமாக உள்ளதாகக் கூறுகின்றனர். மனித நடவடிக்கைகளைத் தாண்டி அறிய முடியாத வேறு காரணங்களும் சுற்றுச்சூழலைக் கெடுத்து வருவதாக இப்போதைய விஞ்ஞானிகள் கருதுகின்றனர். குறிப்பாக, ருஷ்யாவில் சோவியத்து ஆட்சி முறை இருந்தபோது, அப்போதைய விஞ்ஞானிகள் பூமியில் 19 ஆண்டுகளாகத் துளை போட்டு 13 கி.மீ. வரை சென்று ஆய்ந்து பார்த்தனர். அந்த ஆய்வில் நிலவியல் அலைகளின் அடிப்படைகளையும், அவற்றின் நகர்வுகளையும் குறித்து விஞ்ஞானிகளுக்குப் பல வியப்புகள் தோன்றின. இந்நிலையில் சோவியத் யூனியன் வீழ்ந்து விடவே அந்த ஆராய்ச்சி மேலும் நடைபெறாமல் போயிற்று. எனினும், அவர்கள் ஒன்றைக் கண்டுபிடித்தனர். அதாவது பூமியில் 10 கி.மீ. தூரத்தில் 180 டிகிரி செல்சியஸ் வெப்பம் இருப்பதாகவும், அது கடலின் தட்பவெப்ப நிலையைக் காட்டிலும் இரு மடங்கு உயர்ந்ததென்றும், அந்த வெப்பமும் புவியின் சுற்றுச்சூழலில், இடத்திற்கேற்றவாறு வெப்பத்திற்கு ஏற்றவாறு பாதிப்பை ஏற்படுத்துவதாக அறிந்துள்ளனர். இது புதிய கண்டுபிடிப்பாகும். ஆனால், முப்பதுகளில் (1930) விஞ்ஞானிகள் சிலர் பூமியில் துளையிட்டு ஆய்ந்து பார்த்திருப்பதைச் சிங்காரவேலரும் மற்றொரு கட்டுரையில் குறிப்பிட்டிருக்கிறார். ஆனால், எந்த நாட்டில் அந்த ஆராய்ச்சி நிகழ்ந்தது என்பதை அவர் குறிப்பிடவில்லை. அவரது பரந்து பட்ட வாசிப்பும், பன்முக அறிவும் இக்குறிப்பிலிருந்து அறியக் கிடக்கிறது.

புவி வெப்பமாதலைக் குறித்து ஐ.நா. சபை 1972ஆம் ஆண்டில்தான் அக்கறை கொண்டு செயல்பட்டுள்ளது. ஆனால், மக்கள் இயக்கங்களில் பங்கு கொண்ட ஒரு அரசியல் தலைவர் முப்பதுகளிலேயே அதுபற்றிச் சிந்தித்திருப்பது வியப்பாக உள்ளது. மனிதன் இயற்கைக்கு மாறான செயல்களில் தொடர்ந்து ஈடுபடுவானானால், உலகிற்கு என்ன நிகழும் என்பதை அவர் குறிப்பிட்டிருப்பது நமக்குப் பேரதிர்ச்சியைத் தருவதாக உள்ளது.

சுற்றுச் சூழலை ஆய்ந்திருப்பவர்கள்கூடக் குறிப்பிடத் தவறிய ஓர் அரிய செய்தியை, அவர் குறிப்பிட்டிருப்பது நமக்கு அதிர்ச்சியை அளிப்பதாக உள்ளது. பூமி தன்னைத் தானே சுற்ற 24 மணி நேரமும், சூரியன் தன்னைத் தானே சுற்ற 15 நாள்களும் ஆவதை நாம் அறிவோம். நூற்றாண்டு தோறும் இவ்வாறுதான் இருந்திருக்கும் என நாம் கருதுகிறோம். ஆனால், இது உண்மையன்று; வரலாற்றுக்கு எட்டாத ஒரு காலத்தில் பூமி தன்னைத்தானே சுற்ற ஆறு மணிநேரம் மட்டுமே ஆனதாகவும், நாளடைவில் பூமியின் சுற்றும் வேகம் குறைந்து 24 மணிநேரம் ஆனதாகவும் அவர் கூறுகிறார். இந்நிலை தொடரும் போது பல கோடி ஆண்டுகளுக்குப் பின்னர் பூமியின் சுற்றும் வேகம் குறைந்து ஒரு மாதமாகவும் பின்னர் ஓராண்டாகவும் ஆகும் போது உலகம் அழியும் சூழல் ஏற்படலாம் என்கிறார். அதாவது பூமி தற்போது சூரியனைச் சுற்ற ஓராண்டாகிறது. நாளடைவில் பூமி தன்னைத்தானே சுற்ற ஓராண்டு ஆகும் போது சந்திரனுக்கு ஏற்பட்ட கதிதான் பூமிக்கு ஏற்படும் என்கிறார். அவர் காலத்திய விஞ்ஞானிகள் எழுதியதைத்தான் சிங்காரவேலர் இங்கு எடுத்துக் காட்டியுள்ளார்.

இயற்கைக்கு மாறான செயல்களில் மனிதன் அத்துமீறி நடப்பானேயானால், பூமியின் சுற்றும் நேரம் குறைந்து, இந்த உலகம் விரைந்து புல் பூண்டின்றி அழியும் என்று நம்மை எச்சரித்துள்ளார். அக்காலத்திலேயே சுற்றுச்சூழல் குறித்து அவர் எழுதியிருப்பது அவரது சமூக அக்கறையையும், தொலை நோக்குச் சிந்தனையையும் காட்டுகிறது. சுற்றுச்சூழலைப் போன்றே அவர் நகர சுகாதாரத்திலும் மிகுந்த அக்கறை கொண்டிருந்தார். நகரத்தின் சுகாதாரமற்ற முறையும், தனிநபர் சுகாதாரமின்மையும் சுற்றுச் சூழலைப் பெரிதும் பாதிக்கும் என்பதால், அவர் சென்னை நகராட்சி மன்ற உறுப்பினராக இருந்தபோது (1925- 27) கழிவு நீரை வெளியேற்றப் பாதாள சாக்கடைகள் அமைக்கவும், தொற்றுநோய் ஏற்படாமல் இருக்க மருத்துவக் குழுக்கள் அமைக்கவும் முயன்று அவற்றில் வெற்றியும் பெற்றார். தமிழகத்தில் சுற்றுச்சூழல் குறித்து ஆழ்ந்து ஆய்ந்த அரசியல் தலைவர்களுள் அவர் முதன்மை வாய்ந்தவர்; வெல்க அவர் சிந்தனை!

சான்று நூல்கள்

1. ம. சிங்காரவேலர் - தத்துவஞான - விஞ்ஞான குறிப்புகள் - பக். 107 - 1975 - நியூ செஞ்சுரி புக் ஹவுஸ் (பி) லிட், அம்பத்தூர், சென்னை 600 098.

4. பெண்ணுரிமை
(தந்தை பெரியாரும் சிங்காரவேலரும்)

சிந்தனைச் சிற்பி சிங்காரவேலர் மனித சமுதாயத்தின் சரிபாதியினரான பெண்களைக் குறித்து ஆழமாகச் சிந்தித்தவர்; நீடு சிந்தித்தவர்; தொழிற்சங்க இயக்கத்திலும், அரசியல் உலகிலும் மிகுந்த ஈடுபாட்டோடு அவர் அவ்வாறு செயலாற்றி இருப்பினும் அறிவுத் துறை சார்ந்து எத்துணை நுட்பத்தோடு கட்டுரைகளை எழுதினாரோ அவ்வாறே பெண்களின் அனைத்து நிலைகளைக் குறித்தும் கட்டுரைகள் எழுதியுள்ளார். அவை எண்ணிக்கையில் குறைவாக இருப்பினும் சிந்தனையில் ஆழம் மிக்கவை; அக் கட்டுரைகள் வெறும் அனுபவத்தால் மட்டும் எழுதப்பட்டவை அல்ல. அறிவியல் அடிப்படையில் எழுதப்பட்டவை; அறிவியல் நூல்களின் அகச் சான்றுகளோடு வரையப்பட்டவை; அவை படிக்கும்தோறும் சிந்தனையை எழுப்புபவை; நடைமுறையோடு உண்மையை விளக்குபவை; அரசியல் தளத்திலும், தொழிற்சங்கத் தளத்திலும் அவர் தீவிரமாக ஈடுபட்டதால், பெண்ணியம் குறித்துக் கூடுதலாகக் கட்டுரைகள் வரைய இயலாமற் போயிற்று எனலாம். ஆனால் அக் கட்டுரைகள் சிலவேயாயினும் நுட்பம் மிக்கவை.

பொதுவுடைமையைக் குறித்து சிங்காரவேலர் எழுதிய பற்பல கட்டுரைகளை அவரது மறைவுக்குப் பின்னர் நாகை கே.முருகேசன் அனைத்தையும் திரட்டிப் ‘பொதுவுடைமை விளக்கம்’ என்ற தலைப்பில் 1974ஆம் ஆண்டில் வெளியிட்டார். அந்நூலில் பொதுவுடைமையும்- வேலை இல்லாமையும், பொதுவுடைமையும் நீதியும், பொதுவுடைமையும் மதமும் ஜாதியும் எனப் பல தலைப்புகள் உள்ளன. அவற்றில் ஒன்றுதான் பொதுவுடைமையும் பெண்களும் என்னும் கட்டுரையும். அக் கட்டுரை அளவில் சிறியதாக இருப்பினும், அதில் பெண்களின்

அனைத்துப் பிரச்சினைகளையும் அடையாளம் காட்டிச் செல்லு கிறார். தொன்றுதொட்டு உலக முழுவதும் தனியுடைமை கோலோச்சி வருவதால், அவ்வாட்சி காலந்தோறும் தம் நலனுக் காகப் பெண்களை அடிமையாக்கி வந்துள்ளது என்கிறார். இது ஓர் அடிப்படையான விளக்கம்; இந்த விளக்கத்தைத் தமிழகத்தில் இவருக்கு முன்னால் யாரும் கூறியதில்லை. எல்லாச் சிந்தனை யாளர்களும் பெண்ணியம் குறித்துப் பற்பல சிந்தனைகளைக் கூறியிருந்தாலும், பெண்ணடிமை என்பது தனியுடைமையின் பிறவி நோய் என்பதைப் பற்பலர் அடையாளம் காணத் தவறினர்; சிந்தனையாளர் பலர் சீர்திருத்தப் போக்கில்தான் கூறியுள்ளனரே அல்லாமல், அதன் வேரை அவர்கள் அடையாளம் காட்டத் தவறினர். சிங்காரவேலர் மார்க்சியச் சிந்தனையாளராக இருப்ப தால் அதனைச் சரியாக அடையாளம் கண்டுள்ளார்; தனியுடை மைக்கும், பெண்ணடிமைக்கும் என்ன தொடர்பு என வினவ லாம்; மார்க்சியத்தை உள்வாங்கினால்தான் அது புலப்படும்; அதனைச் சிங்காரவேலரின் எழுத்துக்களைக் கற்றால் உணரலாம். இல்லையேல், இராகுல சாங்கிருத்தியாயன் எழுதிய "பொது வுடைமைதான் என்றால் என்ன?" என்னும் நூலைப் படித் தாலும் உணரலாம். பெண்ணடிமைக்கும் தனியுடைமைக்கும் உள்ள உறவை இக்கட்டுரையில் விளக்கப்புகின் அதுவே இங்கு முழுக் கட்டுரையாக மாறிவிடும்; அஃது இங்குத் தேவையற்றது; பெண்ணடிமை எப்படி உருவாகி வளர்ந்தது என்பதை இக்கட்டுரையாசிரியன் எழுதிய "வள்ளுவரும் வரைவின் மகளிரும்" என்னும் நூலைப் படித்தால் அதனை விரிவாக அறிந்து கொள்ளலாம்.[1]

இந்துச் சட்டத்தில் (இந்து லா) பெண்களுக்குச் சொத் துரிமை இல்லை என்றும், எந்தச் சொத்தையும் பெண் பெயரில் விற்கவோ அடமானம் வைக்கவோ கூட உரிமையில்லை என்கிறார் சிங்காரவேலர். அதாவது ஆணாதிக்க நிலையில் தான் சட்டம் இயற்றப்பட்டிருக்கிறது என்கிறார். சொத்து என்பது ஆணுக்குத் தான் பெண்ணுக்கு இல்லை. ஒரே பெற்றோருக்குப் பிறந்த குழந்தைகளில் ஆணுக்கு ஒரு நீதி; பெண்ணுக்கு ஒரு நீதி; இது தான் நமது புண்ணிய பூமியின் மக்கள் சட்டம்; உலகின் சில சமுதாயங்களில் பெண் மக்களுக்குக் கடவுளை வணங்கக்கூட உரிமையில்லாது இருப்பதை எடுத்துக் காட்டுகிறார். நம் நாட்டில் தோன்றிய சமண மதம் பெண்ணுக்கு வீடு பேறு (சொர்க்கம்) இல்லை என்று கூறியதும், பகவத் கீதை பெண்கள்

பாவ யோனியிலிருந்து பிறந்தவர் என்று கூறியதும் ஈங்கு ஒப்பு நோக்கத்தக்கது. கணவனை இழந்த பெண்களைப் பார்ப்பனச் சாதி கொடுமையாக நடத்தி வருவதையும், மனைவி இறந்ததும் கணவன் மணம் புரிந்துகொள்வதை ஆதரித்தும், கணவனை இழந்த பெண்ணைக் கால முழுதும் விதவையாக வைப்பதை ஆதரித்தும், நியாயமற்ற முறையில் இந்துச் சட்டத்தை எழுதி யிருப்பதை அவர் கண்டிக்கிறார். அன்றாட வாழ்வில் பெண்கள் எப்படி நசுக்கப்படுகின்றனர் என்பதை அவர் விளக்கியிருப்பது நம் சிந்தனைக்கு உரியது.

"குடும்ப வாழ்க்கையில்கூட ஆணுக்கும் பெண்ணுக்கும் உயர்வு தாழ்வு; வீட்டைப் பெருக்கவும், கழுவவும், சுத்தமாகப் பெருக்கவும், சமையல் செய்யவும், மற்றக் குடும்ப வேலைகளை யெல்லாம் பெண்களே செய்யவேண்டியன; ஆணோ சம்பாதித் தாலும் சம்பாதிக்காவிட்டாலும் வேண்டிய சுகங்களை அனுபவிக்கப் பாத்திரமுடையவனாம். பல பெண்களை அதே நேரத்தில் மணம் புரிந்துகொள்ளலாம். ஆனால் பெண் தகாத புருஷனை விட்டு விலகவேண்டும் என்றால் அது கூடாதாம்; மனிதன் (ஆண்) தன்னுடைய திரேக பலச்சலுகையால் பெண் களை எல்லா நியாய விஷயங்களிலும் தாழ்வுபடுத்தித் தனக்குச் சதாகாலமும் அடிமை வேலை செய்ய வைத்துக் கொண்டதாகத் தெரிகிறது."[2]

பெண்களை வீட்டு வேலைகளுக்காகவே வைத்துள்ளோம் என்பதை வருத்தத்தோடு கூறுகிறார். ஆண்களுக்கும் அந்த வேலைகளைச் செய்யவேண்டிய பொறுப்புள்ளது என்பதை மறைவாகச் சுட்டுகிறார்; ஆண்கள் ஏன் செய்யக் கூடாது? செய்யத்தான் வேண்டும் என்கிறார். சம்பாதித்தாலும் சம்பாதிக்கா விட்டாலும் வீட்டில் எந்த வேலையையும் செய்யாமல் ஆண் சுகத்தை மட்டும் அனுபவிப்பது ஏற்றதா? என்கிறார். ஆண், பெண் பலரை மணக்க ஆதரவு காட்டும் இச்சமுதாயம், தகாத கணவனைப் பிரிய பெண்ணுக்கு மட்டும் ஏன் உரிமை அளிக்க வில்லை? என வினவுகிறார். பெண்ணை இப்படிப் பாராமுகத் தோடு நடத்துவது சரியா? என்கிறார். ஆணைப் போன்று அனைத்து உரிமையும் பெண்ணுக்கு வேண்டும் என்கிறார். ஆணினம் பெண்ணை அடிமைப்படுத்தியதால், மிருகத் தன்மை பெருகியதென்றும், சமுதாய மதிப்பைக் குறைத்தது என்றும் கூறுகிறார். ஒருவரைத் தாழ்த்தினாலோ, அடிமைப்படுத்தினாலோ

அங்குச் சேர்ந்து வாழும் இருவருக்கிடையே பெரும் இடைவெளி ஏற்பட்டுவிடுகிறது. உயர்வு - தாழ்வு ஏற்பட்டு விடுகிறது. உயர்ந்தவர் தாழ்ந்தவரை ஏளனப் போக்கில் நடத்துவதும், தாழ்ந்தவர் (பெண்) உயர்ந்தவருக்கு அஞ்சி நடப்பதும் இயல்பானதாகி விடுகிறது. இந்த இடைவெளி ஏற்பட்டு விடுவதால், ஆணுக்கும் பெண்ணுக்கும் வாழ்வில் ஒத்த அன்பும், ஒத்த உரிமையும் எப்படி ஏற்படும்? ஏற்படவே ஏற்படாது.

பெண் ஏன் வீட்டுக் கடமையோடு வீட்டோடு நிறுத்தப் பட்டாள்? இது முக்கிய வினா அன்றோ! இதனை அடையாளம் கண்டு நீக்கத் தீர்வுகண்டால் மட்டுமே அடிமைத்தனத்தைப் போக்க முடியும்; வெறும் பிரச்சாரத்தாலோ, கவர்ச்சி மொழி களாலோ, பசபசப்பு வார்த்தைகளாலோ, சமவுரிமையை நாட்டிட முடியாது. ஆதி நாளில் மனிதச் சமுதாயம் வேட்டைச் சமுதாயமாக இருந்தபோது, ஆணும் பெண்ணும் சமமாகத்தான் இருந்தனர்; ஏற்றத் தாழ்வு கிடையாது. காரணம் இருபாலினரும் (ஆணும் பெண்ணும்) சேர்ந்து சென்றே வேட்டையாடினர். வேட்டையாடியதைச் சேர்ந்து உண்டனர். நாளடைவில் பெண் களுக்கு மகப்பேறு ஏற்பட்டுக் குழந்தைகள் பெருகியதால் குழந்தைகளை வைத்துக்கொண்டு வேட்டையாடுவது கடினமாக இருந்தது. அதேபோது குழந்தைகளுக்கும் பெண்களுக்கும் இறப்பும் மேலிட்டது. வேட்டையாடுவதில் பெண்களுக்கும் குழந்தைகளுக்கும் கஷ்டமும், இறப்பும் தொடர்ந்து கொண்டிருந்ததால், ஆணினம் பெண்ணினத்தை வீட்டிலேயே இருக்க வைத்தது. அப்போது வீட்டில் அடைக்கப்பட்டவள்தான் பெண்.

ஆணும் பெண்ணும் சேர்ந்து வேட்டையாடிய போது விலங்குகளை வீழ்த்த, தடி கோல்களைப் பயன்படுத்திய மனித இனம் கூரிய ஆயுதங்களையும் பயன்படுத்தியது. கூரிய ஆயுதங் களால் விலங்குகளை எளிதாக வேட்டையாடும் நிலை ஏற்பட்ட தால் பெண்ணை வீட்டோடு நிறுத்தும் நிலை வேகமாக உறுதி பெற்றது. பெண்ணின் மகப்பேறு நிலையும், விலங்குகளை வேட்டையாடும் ஆயுதங்களான உற்பத்திக் கருவிகளின் பெருக்கமும் பெண்ணை வீட்டிலேயே அடைத்தன. ஆயுதங் களைக் கொண்டு அவள் உற்பத்தியில் ஈடுபடாததால் அடிமை யாக்கப்பட்டாள். நாளடைவில் நாகரிகம் வளர்ந்த நிலையில் ஒரே இடத்திலிருந்து கலப்பையையும், மாட்டையும் கொண்டு பயிர் விளைவித்தபோதும் பெண்ணை வீட்டிலேயே ஆணினம்

அடைத்து வைத்தது. நாளடைவில் நாற்று நடுதல், போர் அடித்தல் ஆகியவற்றில் பெண்களை ஈடுபடுத்தினர். உற்பத்திக் கருவிகளைக் கொண்டு பெரும் உற்பத்தியை அடைந்ததும், அதனால் பெரும் வருவாயை அடைந்ததும் ஆணினமே; குறிப்பாக, பெண்ணின் தாய்மைப் பேறும், உற்பத்திக் கருவிகளின் பெருக்கமுமே பெண்ணை வீட்டில் அடைத்தது. ஆணினம் இவற்றைக் கொண்டு அவளை அடிமையாக்கியது. பெண் அடிமையானதன் வரலாற்றுப் பின்புலம் இதுதான். உற்பத்திக் கருவிகளால் அடைந்த பெரும் வருவாயை ஆளும் உரிமையை ஆணினம் வைத்துக் கொண்டது; இதனால் ஆணின் தனிச் சொத்து உரிமை பெருகியது; இந்தத் தனிச் சொத்துரிமைதான் பெண் அடிமைத்தனத்தை விலங்கிட்டுக் காத்து வருகிறது. பெண்ணடிமைத்தனத்திற்குப் பெண்ணின் மகப்பேற்று நிலையும், தனிச் சொத்துரிமையும்தான் காரணம் என்பதைச் சிங்காரவேலர் அடையாளம் காட்டுகிறார்.

“ஆணுக்கும் பெண்ணுக்கும் உள்ள திரேகக் கட்டு பேதம் குழந்தைகளைப் பெறும் பாக்கியத்தைப் பெண்கள் பெற்றதனால் என அறிக; பெண்கள் பத்து மாதங்களாகக் கர்ப்பத்திலுள்ள கருவைத் தன்னுடைய வயிற்றில் பேணிக் காக்க வேண்டிய தாலும், குழந்தையை ஈன்ற இரண்டு வருஷ காலம் தனது பாலையும் ஊட்டி ரட்சித்து வருவதாலும் புருஷனைவிடத் திரேக பலம் குறைவுபட்டுள்ளது. இந்தப் பலவீனத்தால் புருஷர்கள் பெண்களை அடிமையாக்கிக் கொண்டார்கள்; உலகில் பெண்கள் தாழ்வு பெற்றதற்கு இதுதான் முதற் காரணம். இந்தத் தாழ்ந்த நிலைமையை மனிதர்களிடத்தே காணலாமே ஒழிய மற்ற ஜீவராசிகளில் காணுதல் அரிது.

பல்லாயிரம் வருஷங்களாக வழங்கிவந்த முதலாளித்து வத்தில் (தனிச் சொத்துரிமை உடைய தனியுடைமை) பெண்கள் கீழ்ப்படிதல் முறையையே அடைந்து வந்திருக்கின்றனர். இந்தத் திட்டத்தில் பெண்களுக்கு எந்தச் சுதந்திரமும் கிடையாது.

பொதுவுடைமைத் திட்டத்தில் ஸ்திரி - புருஷ சம்பந்தத்தை விவேகமாக நடத்துமாறு கற்பித்துக் கொடுப்பதோடு, அதற்குரிய திட்டங்களும் வற்புறுத்தப்படும். சம்சார வாழ்க்கை, தனி யுடைமைத் திட்டத்தில் ஸ்திரி, புருஷ சுகத்திற்கெனச் சொல்லப் படுகிறது. அதனால் இல்வாழ்க்கை பொதுவுடைமைத் திட்டத்தில்

ஸ்திரி புருஷனுக்கு மாத்திரம் அல்லாது சந்ததியின் நலனுக்காகவே ஏற்பட்டதென வற்புறுத்தப்படும். பிள்ளைகளைப் பராமரிக்கும் கடமை புருஷன் - பெண் சாதிக்கு உரித்தாயினும், அவைகளைப் பெற்ற பிறகும், பெறுவதற்கு முன்னரும் ரட்சித்தல் ஜன சமூகத்தின் கடமைகளில் ஒன்றெனப்படும்."³

பெண்ணின் பிரசவ நிலை, பெண்ணை எப்படித் தாழ்த்தியுள்ளது என்பதையும், தனியுடைமை, எப்போதும் பெண்ணை ஆணுக்குரிய ஆசை நாயகியாகத்தான் வைத்திருக்குமே அன்றி, அவளுக்குச் சமத்துவத்தை அளிக்காது என்றும், பொதுவுடைமையே அவளுக்கு அனைத்தையும் அளிக்கும் என்கிறார்.

பெண்களில் சிலர் விலைமாதர்களாக இருப்பதைக் குறித்தும் சிங்காரவேலர் கவலைப்படுகிறார். பொருளாதார ஏற்றத் தாழ்வுடைய சமுதாயத்திலுள்ள பொருளாதாரக் குறையே பெரிதும் பெண்களைப் பாலினத் தொழிலாளர்களாக மாற்றியுள்ளது என்கிறார். இதற்கும் பொருளாதார சமத்துவத்தை ஏற்படுத்தும் தனியுடைமையே காரணமாகும் என்கிறார். இது குறித்து அவர் சுருக்கமாகக் குறித்திருப்பது நம் கவனத்திற்கு உரியது.

"ஜீவிக்க ஜீவனத்திற்குச் சம்பாதிக்க வேண்டியுள்ளதால் ஸ்திரிகளுக்குத் துர்நடத்தைக்கு அவகாசம் ஏற்படுகின்றது. வேலை இல்லாமல் சோம்பித் திரிகிறவர்களுக்குத்தான் எல்லாக் கெட்ட எண்ணங்களும் கெட்ட செயல்களும் ஏற்படும்."⁴

நம் நாட்டிலுள்ள விலைமாதர்களை அணுகி ஆராய்ந்து பார்த்தால், அவர்களின் பொருளாதாரக் குறைவே அவர்களை அத் தொழிலில் ஈடுபடுத்தி உள்ளது என்பதை அறியலாம். உலகின் பல்வேறு ஆய்வு அறிக்கைகள் அதனைத்தான் வெளிப்படுத்தி உள்ளன. எடுத்துக்காட்டிற்கு ஒரு செய்தியை ஒப்பிட்டு நோக்கினால் உண்மையை அறியலாம். இங்கிலாந்து நாட்டிலுள்ள இலண்டன் மாநகரத்தில் வாழ்ந்த ஹென்றி என்ற பெண், அவளுடைய 11ஆம் வயதில், அவளுடைய தாயை விட்டுத் தந்தை பிரிந்து சென்றதால், சில ஆண்டுகளுக்குப் பின் வறுமையின் காரணமாக, அவள் தன் தாயையும், தங்கைகளையும் காப்பாற்ற வேண்டி விபசாரத்தில் ஈடுபட்டுள்ளாள். அவள் மற்றொரு செய்தியையும் கூறியுள்ளாள். இங்கிலாந்து நாட்டில், விவாகரத்தான பெண்களும், வேலையில்லாத் திண்டாட்டத்தால் திணறிய

பெண்களுமே பெரும்பாலும் அத் தொழிலில் ஈடுபட்டுள்ளனர் என்றும், இங்கிலாந்தில் பிறக்கும் குழந்தைகளில் 5இல் 2 குழந்தைகள் முறை தவறிப் பிறப்பனவே என்றும் அவள் பேட்டி அளித்துள்ளாள்.[5]

இந்நிலை இங்கிலாந்தில் மட்டுமன்று; உலகின் பல நாடு களிலும் உள்ள நிலைமைதான். நமக்குத் தெரிந்தன சில; தெரியாதவை பற்பல; பரத்தமை தோன்றியதற்கு ஆணாதிக்கமும், அவர்களின் தனிச் சொத்துரிமையும் காரணமாகும்.[6] இதனைத் தான் சிங்காரவேலர் மீண்டும் மீண்டும் கூறுகிறார்.

“வேசித்தனம் உலகில் தோன்றுவதற்குக் காரணம் என்ன? இதன் காரணத்தை இதுகாறும் அறியாமையே அது பரவுவ தற்கும் காரணமாகும். அரசாங்கங்களும், மதங்களும், சமூகச் சீர்திருத்தக்காரர்களும் கண்ணை மூடிக் கொண்டு விபசாரத்தை நிறுத்த வேண்டுமென்று கட்டுத்திட்டங்கள் செய்து வந்தபடி யால் எதுவும் பயன்படவில்லை. சமீபத்தில் நமது சென்னை நகரத்தில் விபசாரம் கூடாதென்று சட்ட திட்டங்கள் உருவாயின. விலை மாதரை நகரத்தைவிட்டு அப்புறப்படுத்தியும் பார்த்தனர். விலக்கப் போன கொடுமை நின்றதா? காரணத்தைப் போக்காமல் காரியத்தை நிறுத்த முடியாதென்று யாரும் உணர்ந்தார் இல்லை.

விபசாரத்திற்கான காரணம் என்ன? விலைமாதர் ஏன் இந்தத் தொழிலை மேற்கொள்கிறார்கள்? ஒரே காரணம் உண்டு. அதாவது அவர்களுடைய பொருளாதாரத் தாழ்வே அவர் களை இத்தொழிலுக்கு உசுப்பேத்துகிறது. ஏன் ஆண் மக்கள் இத்தொழிலுக்கு உடந்தையாகின்றார்கள்? இவர்களுடைய பொருளாதார உயர்வே இதற்குத் தூண்டுதலாய் இருந்து வருகிறது. உழைப்பில்லாமல் வந்த செல்வப் பெருக்கால், ஆண் மக்கள் இத்தொழிலுக்கு இடம் கொடுக்கவும், வயிற்றுக்கு வழியில்லாப் பெண் மக்கள் இத் தொழிலைப் புரியவும் நேரிடுகிறது. சம்பாதிக்காத (உழைக்காத) செல்வப்பெருக்கு ஒரு பக்கமும், வறுமை மற்றொரு பக்கமும் இருந்துகொண்டு இத் தொழிலை வளர்த்து வருகிறது.

செல்வப் பெருக்கையும், வறுமையையும் போக்கினால், அந்த க்ஷணமே வேசித்தனமும், விபசாரமும் நீங்கிவிடும். இதுதான் வேசித்தனத்தைப் போக்கும் மார்க்கம். செல்வப் பெருக்கு ஒழிந்தால் மக்கள் உழைக்க வேண்டி வரும்; வறுமை

ஒழிந்தால் சுதந்திர வாழ்க்கை ஏற்படும். ஆண்களிடமுள்ள செல்வப் பெருக்கைப் போக்கி, பெண்களுடைய இல்லாமையை நீக்கி இருவருக்கும் சரிசமத்துவ உழைப்பு கிடைக்கப் பெற்றால் ஒருவரை ஒருவர் ஏன் அவமதிக்கிறார்கள்?"[7]

விபசாரம் உருவாவதற்குப் பெருங்காரணம் தனிச் சொத்துரிமையும் ஆணாதிக்கமுமே காரணமாகும் என்கிறார். இவையே சரியான காரணமாகும். பெண்கள் எத்தனை உரிமை பெற்றாலும், எத்தனை சுதந்தரமும், சமத்துவமும் அடைந்தாலும் பயன் இல்லை. விபசாரம் ஒழிக்கப்படும்போதுதான் பெண்ணுக்கு உரிமையான பெருமையும் மாண்பும் உண்டாகும்; அம் மாண்பைப் பெருக்கச் சமத்துவமான பொருளாதாரச் சூழலை உருவாக்குவதும், ஆணாதிக்கத்தை ஒழிப்பதுமே முக்கியமானவையாகும்.

கணவன் இறந்துவிட்டதும் மனைவி தீ மூட்டித் தீயில் மூழ்க வைத்துச் சாகடிக்கும் உடன்கட்டை ஏறும் வழக்கத்தையும் அவர் கண்டித்துள்ளார். பெண்ணினத்திற்கு இழைக்கப்பட்ட இப் பெருங்கொடுமையைக் காட்டிலும் ஒரு கொடுமை வேறொன்றும் இல்லை; இக் கொடும் வழக்கம் உலகில் வேறு எந்த நாட்டிலும் காண முடியாது. இக்கொடுமையைக் கேள்வியுறும் எந்த நாட்டினரும் இந்திய மக்களை நாகரிகமான மக்களெனச் சிறிதும் ஏற்க மாட்டார்கள். மொகலாயர் ஆட்சிக் காலத்தில் அதனை ஒழிக்கப் பல ஏற்பாடுகளைச் செய்தும் ஒழிக்க முடியவில்லை. இந்தியர்களின் பழைமைப் பித்தும், போலிச் சாத்திரப் பற்றுமே அதற்குக் காரணமாகும். இராஜாராம் மோகன்ராயின் முயற்சியும், வேறு சில முற்போக்காளரின் முயற்சியாலுமே பென்டிங் பிரபுவால் 1829ஆம் ஆண்டில் உடன்கட்டை ஏறும் பழக்கத்திற்குத் தடைச் சட்டம் கொண்டு வரப்பட்டது. இச் சட்டம் கொண்டு வரப்படாது இருந்திருந்தால் என்ன நிகழ்ந்திருக்கும்? ஆயிரமாயிரம் பெண் மக்கள் மீண்டும் மீண்டும் தீயில் சாகடிக்கப் பட்டிருப்பார்கள். வெள்ளையர் ஆட்சி அதனை எப்படியோ தடைச் சட்டம் கொண்டு வந்து பெண் மக்களைக் காப்பாற்றி உள்ளது. பிரித்தானிய ஆட்சி முறையால் இந்தியர்களுக்கு ஏற்பட்ட சில நன்மைகளுள் உடன்கட்டைத் தடைச் சட்டம் முதன்மையானது.

1803ஆம் ஆண்டில் கல்கத்தாவிலும் அதனைச் சுற்றியுள்ள பகுதிகளிலும் 438 பெண்கள் உடன்கட்டை ஏறியுள்ளதை வில்லியம் கேரி என்ற பாதிரியார் அப்போதைய கவர்னர் ஜெனரலாக இருந்த வெல்லெஸ்லிக்கு எழுதி, வருங்காலத்தில் அதனைத் தடுக்குமாறு குறிப்பிட்டிருக்கிறார். மற்றும் அதே நகரத்தில் 1815ஆம் ஆண்டில் 253 பெண்களும், 1816ஆம் ஆண்டில் 289 பெண்களும், 1817ஆம் ஆண்டில் 441 பெண்களும் உடன்கட்டை ஏறி அநியாயமாக நெருப்புக்கு இரையாகி இருப்பதை வரலாற்று ஆய்வாளர் ஆர்.சி. மஜூம்தார் தம் நூலில் குறிப்பிட்டிருப்பது நோக்கத்தக்கது.[8] தடைச் சட்டத்தை ஏற்படுத்தி சில நூறு ஆண்டுகள் ஆகியும் சில இடங்களில் உடன்கட்டை ஏறுதல் நம் பார்வைக்கு வராமல் நிகழ்ந்து கொண்டுதான் உள்ளன. இராஜஸ்தான் மாநிலத்தில் ரூப்கன்வர் என்ற பெண்ணை வலிந்து சிதையில் ஏற்றியுள்ளார்கள். இவை யெல்லாம் பழைமைப் பிரியர்கள், மதப் பிற்போக்காளர்களின் ஆசியுடன் நிகழ்த்தி வருகின்றனர். இதற்கு மதங்கள் ஆதரவாகவும் துணையாகவும் இருந்து அக்கொடும் பழக்கத்தைக் காப்பாற்றி வருகின்றன. பெருக்கியும் வருகின்றன.

கணவன் இறந்த பின் பெண்ணை ஏன் உடன்கட்டையில் ஏற்றிச் சாகடிக்க வேண்டும்? இதற்கும், தனிச் சொத்துரிமைக்கும் நெருங்கிய தொடர்பு உள்ளது. நமது சமூகத்தில் அக மணமுறை (குடும்பத்திற்குள்ளேயே மணம் முடிப்பது) நெடுங்காலமாக இருப்பதற்குக் காரணம், குடும்பத்திற்குள் உள்ள சொத்து வெளியே போய்விடக் கூடாது என்பதுதான். குடும்பத்திற்குள் திருமணம் நடந்தால், சொத்து குடும்பத்துக்குள்ளேயே இருக்கும். வெளியே செல்லாது. சொத்து ஆசை பந்தத்தை இறுக்கி உள்ளது. கணவனின் இறப்புக்குப் பின் பெண் மூலம் வேறொரு ஆடவனுக்கும் சொத்துச் சேர சமுதாயம் மறுத்தது. உடன்கட்டை ஏறும் பழக்கமும் அப்படி வந்ததுதான். கணவன் இறந்த பின் மனைவி வேறொரு ஆடவனை மணந்து கொண்டாலோ கள்ளத் தொடர்பு கொண்டாலோ முதல் கணவனின் சொத்தை இரண்டாமவன் அனுபவிக்கும் சூழல் ஏற்பட்டு விடுகிறது. இந்தச் சூழலைத் தவிர்க்கவே கணவனின் இறப்புக்குப் பின்னர் பெண்ணைச் சிதையில் ஏற்றியுள்ளனர். கணவனை இழந்த பெண், மறுமணம் செய்துகொள்ளக் கூடாதென்ற விதிமுறையும் அப்படி வந்ததுதான். பெண்கள்

உடன்கட்டை ஏற அஞ்சியதால், உடன்கட்டை ஏறினால் தான் வீடுபேறு (சொர்க்கம்) கிடைக்கும் என்று மதத்தின் வாயிலாக மூளைச் சலவை செய்தனர். ஆணாதிக்கமும், மத ஆதிக்கமும் அதனைக் கச்சிதமாக நிறைவேற்றின. உடன் கட்டைக்கு ஆதரவாகவும், விதவை மறுமணத்திற்கு எதிராகவும் கூடத் தனிச் சொத்துரிமை காரணமாக இருந்துள்ளது.

இல்லற வாழ்க்கையில் ஆண் மகன், பெண்ணை விட்டுத் துறவறம் ஏற்கும் போது, பெண்ணைப் பற்றிச் சமுதாயமோ மதமோ சிறிதும் கவலை கொள்வதில்லை. மேலும் கணவன் இறந்துவிட்டால் பெண்ணை உடன்கட்டை ஏற்றுவதும், மற்றும் அவளை விதவையாகவே இருக்கச் செய்வதும் அநியாயம் அன்றோ என்கிறார் சிங்காரவேலர். சில துன்பங்களிலிருந்து விடுபடப் பெண்கள் துறவறத்தை மேற்கொள்ள நினைத்தால் சமயங்கள் அதனையும் மறுத்தன. புத்த சமயம் சில விவாதத்திற்குப் பின்னரே பெண்களைத் துறவியாக ஏற்றது. எல்லா நிலை களிலும் பெண்களை இச் சமூகம் துன்புறுத்தியே வந்துள்ளது. குடும்பத் தளையிலிருந்து ஓர் ஆண் வெளியேற நினைத்தால் மதம் ஆதரவு காட்டுகிறது. அதே தளையிலிருந்து பெண் வெளியேற நினைத்தால் மதம் தடுக்கிறது. மதத்தின் இந்த உள் முரணைச் சிங்காரவேலர் நன்கு அடையாளம் காட்டுகிறார். இந்தியக் கலாச்சார மரபில் மதம் பெண்ணினம் மீது செலுத்தும் ஒடுக்குமுறையை விமர்சித்தும், மதம் எப்போதும் பெண்ணினத் துக்கு எதிராகச் செயல்படுவதையும் அவர் நுட்பமாக அம்பலப் படுத்தியுள்ளார். உடன்கட்டை ஏறுதலைக் குறித்து அவர் விரிவாக எழுதியிருக்க வேண்டும். எழுதியிருந்தால் நன்றாக இருந்திருக்கும். ஏனோ அவ்வாய்ப்புக் கிட்டாமற் போயிற்று. அவர் எழுதியிருந்தும் நமக்குக் கிடைக்காமல் போயிருக்கலாம். பெண்ணியம், பொதுவுடைமைத் தொடர்பாக அவர் எழுதிய கட்டுரைகளை நாற்பது ஆண்டுகளுக்குப் பின்னர் தொகுத்ததால் கட்டுரை அடங்கிய காகிதங்கள் இற்றுப் போயிருந்துள்ளன. சில பகுதிகள் காணாமற் போயுள்ளன. சில மிகப் பழையதாகவும் இற்றுப் போயிருந்ததாலும் அவர் என்ன கூறியுள்ளார் என்பதை அறிய முடியாமற் போயிற்று என்று நாகை கே. முருகேசன் 'பொதுவுடைமை விளக்கம்' என்னும் நூலின் முன்னுரையில் குறிப்பிட்டிருப்பது சிந்திக்கத்தக்கது.[9]

பெண்ணியம் குறித்து "பொதுவுடைமையும் பெண்களும்" என்னுந் தலைப்பில் மட்டுமன்றிக் காதல் உற்பவம், கல்யாணம் என்றால் என்ன? கர்ப்பத் தடைப் பித்தம், வேசித்தனம் போன்ற வெவ்வேறு கட்டுரைகளிலும் பெண்ணியம் குறித்து ஆழமாக விவாதித்துள்ளார். அக்கட்டுரைகள் அரிய விஞ்ஞானக் குறிப்புகள் அடங்கியவை. இன்றைய நிலையிலும் அவை வியப்பைத் தருவன; எனினும் ஒன்றிரண்டு கருத்து வேறுபாட்டிற்கு உரியவை. ஆழமாகச் சிந்திக்கத் தக்கவை; பெண்ணியம் குறித்துப் பலவற்றை அவர் எழுதியிருந்தாலும் சில மிகச் சுருக்கமாக உள்ளன. இதழில் எழுதியுள்ளதால் அவை சுருக்கமாக அமைந்துவிட்டன போலும்! இது நமது போதாக்குறையேயாகும். மணவிலக்குக் குறித்து அவர் எழுதியிருப்பது ஈண்டு நோக்கத்தக்கது.

"குடும்ப வாழ்க்கையிலும், பொருளாதார நிலையிலும், கல்வி கேள்வியிலும் ஆண்களுக்கும் பெண்களுக்கும் உயர்வு தாழ்வு இருத்தல் கூடாது. பதிவிரதத் தன்மையும் (கற்பு) ஸ்திரி புருஷன் இருவருக்கும் அவசியம். ஒரு பெண்ணுக்குமேல் மணம் புரிதல் குற்றமாகக் கொள்ள வேண்டும். ஆணும் பெண்ணும் ஒத்து வாழ முடியாவிட்டால், நல்ல காரணத்திற்காகக் கூட்டுறவை ரத்து செய்துகொள்ள இருவருக்கும் சுதந்திரம் இருத்தல் வேண்டும். அது இல்லையேல் மணவாழ்க்கை முற்றிலும் துன்பம் தரத்தக்கதே. வேண்டாத பெண் சாதியும், வேண்டாத புருஷனும் ஜன சமூகத்திற்குக் கேட்டை விளைவிக்கக் கூடியவர் களாதலால் அந்த உறவை நீக்கிக்கொள்ள சம்மதிப்பதுதான் மானுடத்தின் தர்மமாகும்."[10]

குடும்ப வாழ்வின் உரிமையிலும், பொருளாதார நிலை யிலும், கல்வி கேள்விகளிலும் ஆணுக்கு இருப்பவை போலப் பெண்ணுக்கும் இருத்தல் வேண்டும் என்கிறார். இவற்றைப் போலவே சமநீதி கற்பிலும் இருக்க வேண்டும் என்கிறார். அதாவது நாம் காலம் காலமாக ஆணி அடித்தாற் போன்று கற்பைப் பெண்ணினத்திற்கு மட்டும் வலியுறுத்துவதைத் தவிர்த்து, ஆணினத்திற்கும் வலியுறுத்த வேண்டும். அவர்கள் அதனைக் கடைப்பிடிக்க வேண்டும் என்கிறார். இதற்கும் மேலே சென்று ஒருதார மணத்தைக் கடைப்பிடியாதவரைத் தண்டிக்க வேண்டும் என்கிறார். அதாவது சட்டப்படி குற்றமாகக் கருதப்பட்டுத் தண்டிக்க வேண்டும் என்கிறார். அதே வேளையில் (விவாகரத்து) மணவிலக்குச் செய்துகொள்ள உரிமையும் வழங்க வேண்டும்

என்கிறார். அதுவும் குடும்பநலன் கருதி நல்ல காரணம், சரியான காரணம் இருந்தால் மணவிலக்கு அளிக்கலாம் என்கிறார். இரு பாலினருக்கும் அளிக்கலாம் என்கிறார். சமநீதி என்னும் துலாக்கோல் ஒரு பக்கம் இருப்பது நன்றன்று எனக் கருதியே இரு பாலினருக்கும் மணவிலக்கு அளிக்கலாம் என்கிறார்.

பெண்ணுக்கு எல்லா உரிமை கொடுத்தும் அவளுக்குப் பொருளாதார உரிமையில்லை என்றால் அதனால் பெரும் பயன் இல்லை என்கிறார். பொருளாதார உரிமை அவளுக்கு மிக மிக அடிப்படையானதாகும். இந்த அடிப்படையே எல்லா உரிமைக்கும் அடித்தளமாகும். அடித்தளம் கட்டடத்தைத் தாங்கி அதனைக் காப்பது போன்று, பொருளாதார உரிமையே பெண்ணைப் பெரிதும் காக்க வல்லது. இந்தப் பொருளாதார உரிமையை இவரைப் போல அவர் காலத்தில் எவரும் வலியுறுத்திக் கூறியதில்லை; அவரது கூற்றைச் சற்று நோக்குவோம்.

"ஸ்திரிகள் சமத்துவம் பெற வேண்டும் என்கிறோம். விதவைகள் மறுமணம் செய்துகொள்ள வேண்டும் என்கிறோம். ஸ்திரிகள் - கல்வியும் ஞானமும் பெற வேண்டும் என்கிறோம். இருவரும் சம்மதம் இல்லாத கல்யாணம் ரத்து செய்யலாம் என்கிறோம். ஆனால் இவ்வுரிமைகளை ஸ்திரிகள் பெற்றால் சமத்துவம் உண்மையாகவே பெற்றதாகுமா? எனக் கேட்கிறோம். பெண்கள் இந்தச் சுதந்திரங்களை எல்லாம் பெற்றும் பொருளாதார சுதந்திரம் இல்லாவிடில் இவ்வுரிமைகள் என்னாகும்? பொழுது விடிந்தவுடன் தன் ஜீவனத்திற்குப் புருஷனை எதிர் பார்க்க வேண்டுமென்றால் மேற்கண்ட சுதந்திரங்களைப் பெற்றும் பிரயோசனம்- என்ன?"[11]

பெண் எப்போதும் ஆணை எதிர்பார்த்து இருக்கும் நிலையை நீடிக்க விடாது, அவள் தன்னுடைய தேவைகளையும் குடும்பத் தேவைகளையும் பூர்த்தி செய்யும் நிலையில் அவளுக்கு ஊதியம் அளிக்கும் வேலை வாய்ப்பு மிக முக்கியம். இந்த வேலை வாய்ப்பில் ஊதியத்தால் அவள்தம் சுய காலில் நிற்கக்கூடிய துணிவு ஏற்படும். இந்தத் துணிவே எல்லா நெருக்கடிகளைத் தீர்க்கும் வலிமையையும், போதுமான அமைதியையும் அவளுக்குத் தரும். கணவனோடு அச்சமின்றிச் சமத்துவமாகப் பழக அதுவே வழி வகுக்கும். இந்தப் பொருளாதார ஏற்பாடே அவளுக்கு மிக முக்கியம். பெண் விடுதலைக்கும், பொருளாதார சுதந்திரத் துக்கும் நெருங்கிய உறவு இருப்பதால்தான் சிங்காரவேலர்

அதனை உறுதியோடு வலியுறுத்துகிறார். சிங்காரவேலர் ஏனைய சிந்தனையாளர்களிடமிருந்து வேறுபடும் இடம் இதுவே.

பெண் கல்வி, பெண் சுதந்தரம், காதல், கற்பு, கர்ப்பத் தடை, ஒருதார மணம், மணவிலக்கு, மறுமணம், விதவை மறுமணம், வேசித்தனம், உடன்கட்டை ஏறுதல் ஆகிய அனைத்தைக் குறித்தும் அறிவியல் அடிப்படையிலும், சமூக இயங்கியல் தளத்திலும் அவர் சிந்தித்துச் செயல்பட்டுள்ளார். அவரது சிந்தனைகளை நோக்கினால் அவர் தெளிவுமிகு பெண்ணுரிமை யாளர் என்பதை உணரலாம்.

II

பெண்ணியம் குறித்துச் சிங்காரவேலர் அக்காலத்திலேயே பல கோணங்களில் சிந்தித்து எழுதியுள்ளதை இதுகாறும் நோக்கினோம்; அவற்றைக் கூர்ந்து நோக்கினால் அவரது நிலைப்பாட்டை நன்கு உணரலாம். அவரது சிந்தனைகளைக் குறித்துப் பெண்ணியவாதி திருமதி மாலதி மைத்ரி சில வினாக்கள் எழுப்பியுள்ளார். அவ்வினாக்களை ஆய்வது ஈண்டு மிக முக்கிய மானதாகும். பெண்ணிய ஆய்வில் இது தவிர்க்க முடியாததாகும்; அன்புச் சகோதரி திருமதி மாலதி மைத்ரி நல்ல ஆய்வாளர்; கவிஞரும் கூட; சமூக உரிமைக்காகக் குரல் எழுப்புபவர்; அதற்காக உழைப்பவர்; அவர் "பொதுவுடைமைச் சமுதாயத்தில் பெண்கள்" என்னுந் தலைப்பில் ஒரு கட்டுரையை, சிங்காரவேலரின் 150வது ஆண்டு பிறந்த நாளினை முன்னிட்டு வெளிவந்த மலரில் எழுதியுள்ளார். சிங்காரவேலரின் சிந்தனைகளைப் பல இடங் களில் வரவேற்று அவை சரியானவையே எனவும் பாராட்டு கிறார். ஓரிடத்தில் அவர் கீழுள்ளவாறு குறிப்பிடுகிறார். அதனை ஆய்வது இங்கு முக்கியமானதாகும்.

"மனித சமுதாயம் அடிமைப்பட்டுக் கிடப்பதற்கான காரணத்தைக் கண்டுபிடித்துக் கொடுத்திருக்கிறார். பெண்ணை அடிமைப்படுத்த நினைக்கும் சமூகம் எப்போதும் யாரிடமாவது அடிமைப்பட்டுத்தான் கிடக்கும். அந்நிய இனத்திடமோ அந்நிய முதலாளியிடமோ முதலாளி வர்க்கத்திடமோ என்பதும், இந்த அடிமைச் சமூகத்தில் ஈன்றெடுக்கப்படும் குழந்தைகளும் வளர்ந்த அடிமைகளாகத்தான் மாறுவதென மிகத் தெளிவாக அவருடைய பொதுவுடைமையும் பெண்களும் என்னும் கட்டுரையில் முன் வைக்கிறார்.

*சமூகத்தை விஞ்ஞானபூர்வமாக ஆராய்ந்த அவரின் தீர்க்க மான சிந்தனை வளம் நமக்குப் புலப்படுகிறது."*¹²

இவ்வாறு சிங்காரவேலரைக் குறித்து அவர் குறிப்பிட்டிருந் தாலும் சிலவற்றை விமர்சித்துள்ளார். விமர்சனம் மிக முக்கிய மானது. யார் எதனைக் கூறியிருந்தாலும், கால நடப்போடு அதனைச் சிந்தித்துத் தெளிவது முக்கியமானதாகும். இதனை யாரும் மறுக்க முடியாது. "யார்யார் வாய்க் கேட்பினும் மெய்ப்பொருள் காண்பதறிவு" என்று வள்ளுவரே நமக்கு வழிகாட்டிச் சென்றுள்ளார். ஆனால், அந்த விமர்சனம் சரியா? என்பதை ஆராயும் கடமை ஆய்வாளர்களுக்கு உள்ளது. உண்மையைக் கண்டு கூறுவதும், உண்மை நோக்கிச் செல்வதுமே ஆய்வின் நோக்கமாகும். உண்மையை முழுமையாகக் கூற முடியாவிடினும், அதனை அடையாளம் காட்டுவதாக ஆய்வு அமைய வேண்டும். சிங்காரவேலர் கர்ப்பத்தடையைக் குறித்து எழுதியிருப்பதை மாலதி மைத்ரி ஆய்வுக்கு உட்படுத்துகிறார்.

"கர்ப்பத்தடை என்பதை இயற்கை இயங்கியலையும் உணவு உற்பத்திப் பொருளாதாரத்துடன் பொருத்தி எதிர்க்கும் அவர் பெண்ணின் உடல், மனம் மற்றும் நவீன கால உடலுழைப்பு மாற்றங்களைக் கருத்தில் கொள்ளாமல் பேசுகிறார். குழந்தை பெற்றுக் கொள்ளுதலும், மறுத்தலும் பெண்களால் இன்று வரை தீர்மானிக்க முடியாத செயல். அவருடைய வாதம் இயற்கை இயங்கியலைச் சார்ந்த வாதம் என்பதால் சரியான வாதம் போல் தோன்றுகிறது. ஆனால், கலாச்சார அடிமை களாக வைக்கப்பட்டிருக்கும் பெண் நிலையிலிருந்து பார்க்கும் போது கர்ப்பத்தடை என்பது பெண்ணின் உடலுக்கு ஓரளவு விடுதலை என்றே கூற வேண்டும். முதலாளித்துவம் வரவேற்கிறது என்பதற்காக எதிர்த்தாரோ என்னவோ, முதலாளிகள் பார்வையில் கருத்தடை என்பது உற்பத்தியைப் பெருக்க உதவும் இலாபகர மான ஒன்று என்றாலும், பெண் என்பவள் குழந்தை பெறும் இயந்திரம் என்ற நிலையிலிருந்து மாற, தனிப்பட்ட பெண்ணின் வாழ்க்கையில் இது பெரிய மாற்றத்தை உருவாக்கியதை நாம் மறுக்க முடியாது."¹³

சிங்காரவேலர் கர்ப்பத்தடையை மறுப்பதற்குக் காரணம் என்ன என்பதைக் காலச் சூழலோடு அறிந்துகொண்டால்தான் உண்மை விளங்குமே அன்றி, வெறும் கர்ப்பத்தடை என்னும்

கட்டுரையை மட்டும் கொண்டு அவரது நிலைப்பாட்டை முழுமையாக உணர்ந்துகொள்ள முடியாது. 1933ஆம் ஆண்டு சென்னை இராஜதானியை ஆட்சி செய்த நீதிக்கட்சிதான் கர்ப்பத்தடையைக் குறித்துச் சட்டம் கொண்டு வந்தது. அந்தச் சட்டத்தை முதன்முதலில் சென்னையிலுள்ள கிறித்துவ கத்தோலிக்கச் சபை கடுமையாக எதிர்த்து அறிக்கை விடுத்தும், சில கூட்டங்களை நடத்திக் கொண்டும் இருந்தது. அப்போது தந்தை பெரியார் தலைமையில் இருந்த சுயமரியாதை இயக்கம், கர்ப்பத் தடைச் சட்டத்தை ஆதரித்துக் குடியரசு இதழில் அக்டோபர் 1933இல் இருந்து தொடர்ந்து கட்டுரைகளை வெளியிட்டும், கூட்டங்களை ஆங்காங்கே நடத்திக் கொண்டும் இருந்தது. அந்நாளில் நீதிபதிகளும், வழக்கறிஞர்களும், சமூக ஆர்வலர்களும், அறிவிற் சிறந்த பெண் மக்களும் அச்சட்டத்தை ஆதரித்துப் பல - இடங்களில் பேசியுள்ளனர். குறிப்பாக, சுயமரியாதை இயக்கத்தைச் சேர்ந்த பெண் மக்கள் இதில் ஆர்வமாக ஈடுபட்டுள்ளனர். சிலர் குடியரசில் தொடர்ந்து கட்டுரை எழுதியுள்ளனர். அறிஞர் பலரும் கட்டுரை எழுதி யுள்ளனர். தமிழறிஞர் சாமி சிதம்பரனாரும் கட்டுரை எழுதி யுள்ளார். தந்தை பெரியார் குடியரசில் நீண்ட தலையங்கத் தையும் எழுதியுள்ளார். குறிப்பாக அக்காலத்தில் கர்ப்பத் தடையைப் பற்றி ஒரு பெரும் விவாதமே நடந்துள்ளது.

'குடியரசு' இதழில் கட்டுரை எழுதிய இந்திராணி பால சுப்பிரமணியம் என்பவர், ஆண் மக்களும், பாதிரிமார்களும் ஓரிருமுறை பிரசவத்தை அனுபவித்தால், கர்ப்பம் கொள்வது எவ்வளவு கஷ்டம் என்பது அவர்களுக்குப் புரியும் என்று கூறியுள்ளார். மற்றும் கர்ப்பத் தடையை ஊக்குவிப்பதால், முறையற்ற பாலினத் தொடர்பு ஏற்பட்டுச் சமுதாயம் சீர்குலையும் என்று சமயவாதிகள் கூறியுள்ளனர். இதனையும் அவர் கடுமையாக மறுத்துள்ளார். அதாவது, தகாத உறவில் ஈடுபடுவதற்குப் பெண்களே பெரும் காரணம் என்பதையும், கர்ப்பம் ஏற்பட்டு விட்டால் பெண்கள் கருத்தடை செய்துகொள்கிறார்கள் என்று கூறுவதையும் அவர் மறுத்துள்ளார். இவ்வாறு கூறுவது பெண் களை அவமதிப்பதாகும் என்றும் அவர் கூறியுள்ளார். இவ்வாறு பல விளக்கங்களைத் தந்தும் பல அரிய சிந்தனைகளை விளக்கியும் பல கட்டுரைகள் வந்துள்ளன.

அக் கட்டுரைகள் அனைத்திலும், கர்ப்பத் தடையால் பெண்களின் உடல்நலத்தைக் காக்கலாம், பிரசவ வேதனையி லிருந்து அவர்களை மீட்கலாம், அதிக குழந்தைகளைப் பெற்றெடுப்பதைத் தடுக்கலாம், அதன்வழி அவர்களுக்கு நல்ல ஓய்வு அளிக்கலாம், நீண்ட ஆயுளைப் பெருக்கலாம் என்றனர். இவற்றைச் சமயவாதிகளைத் தவிர மற்ற யாரும் மறுக்க முடியாது. இவை எல்லோராலும் போற்ற வேண்டிய கருத்துகளே யாகும். இவைபோன்ற கருத்துகளை வெளியிட்ட அனைவரும் நாட்டின் வறுமைக்கும் இதுவே முக்கிய காரணம் என்றனர். அதாவது, மக்கள் அதிக குழந்தைகளைப் பெறுவதே உணவு நெருக்கடிக்கும், நாட்டின் வறுமைக்கும் காரணமாக உள்ளது என்றனர். அக்காலத்திய வெள்ளையர் ஆட்சியும், நீதிக்கட்சியும் இந்தக் கருத்தையே பரப்புரை செய்துவந்தனர். சுயமரியாதை இயக்கத்தைச் சேர்ந்த அனைவருமே (தந்தை பெரியார் உட்பட) கர்ப்பத் தடையால் ஏற்படக்கூடிய நன்மைகளைக் குறிப்பிட்ட தோடு, நாட்டின் வறுமைக்கு மக்கள் தொகைப் பெருக்கமே காரணமென வலியுறுத்தியுள்ளனர். இது குறித்துத் தந்தை பெரியார் எழுதியிருப்பது நோக்கத்தக்கது.

"இந்திய நாட்டின் பொருளாதாரம், சுகாதாரம், சமூக வாழ்க்கைச் சுதந்திரம், ஆதாரம், உடற்கூற்று ஆதாரம் முதலியவை களின் தாழ்ந்த நிலைக்குப் பரிகாரம் செய்ய வேறு எத்தனையோ வழிகளில் பல நிபுணர்களும், தலைவர்களும், வெகுகாலமாக முயற்சித்தும் பயன்படாமல் போன பிறகே வேறுவழியில்லாமல் இந்த உண்மையைப் பின்பற்ற வேண்டியவர்களானார்கள்."[14]

கர்ப்பத் தடையை ஆதரிக்காவிட்டால், மக்கள் தொகைப் பெருக்கத்தால் வறுமை ஏற்படும் என்றும், நாட்டின் வறுமையை ஒழிக்கப் பல வழிகளில் முயன்றும் முடியாததால் கர்ப்பத் தடையைப் பின்பற்ற வேண்டியதாகியது என்றும் குறிப்பிடு கிறார். தந்தை பெரியார் உட்படப் பலரும் இதே கருத்தை வலியுறுத்தியதால் தான், இவர்களின் கருத்துகளை மறுத்துச் சிங்காரவேலர் கர்ப்பத்தடைப் பித்தம் என்னும் தலைப்பில் கட்டுரை எழுதலானார். நாட்டின் வறுமைக்கும் கர்ப்பத் தடைக்கும் எவ்விதத் தொடர்பும் இல்லையென்றும், அது முதலாளித்துவ அரசுகளால் தொடர்ந்து செய்யப்படும் பொய்ப் பிரச்சாரம் என்றும், இக் கொள்கை முதன் முதலில் உலகில் யாரால் உருவாக்கப்பட்டு எங்குப் பிரச்சாரம் செய்யப்பட்டது

என்பதையும், அஃது எப்படி இந்தியாவுக்கு வந்தது என்பதையும் அவர் வேறு வேறு கட்டுரைகளில் விளக்கியுள்ளார். இவற்றைக் குறித்து இக் கட்டுரையாசிரியர் கர்ப்பத்தடையும் வறுமையும், மக்கள் தொகைப் பெருக்கமும் வேலையில்லாத் திண்டாட்டமும் என்னும் கட்டுரைகளில் விரிவாக ஆய்ந்துள்ளார். விளக்கத்தை ஆங்குக் காண வேண்டுகிறேன்.[15]

கர்ப்பத் தடையின் வாயிலாக மக்கள் தொகையைக் குறைப்பதனால் நாட்டுப் பொருளாதாரம் பெருகிவிடும் என்று கருதுவது பெருந்தவறாகும் என்பது சிங்காரவேலரின் கொள்கை. இதனை உலகின் அறிஞர்கள் பலர் மறுத்துச் சில நூற்றாண்டுகள் பின்னரே அவர்களைப் பின்பற்றிச் சிங்காரவேலரும் மறுத்தார். சிங்காரவேலர் உலகப் பொருளாதார வரலாற்றை அறிந்த மார்க்சியச் சிந்தனையாளராக இருந்ததால், அந்தத் தவறான கொள்கையை மறுத்தார் எனலாம். உலகில் மக்கள் தொகைப் பெருக்கத்தால் உணவு நெருக்கடி ஏற்படும் என்றும், அதனால் உற்பத்தி குறைந்து பொருளாதார நெருக்கடி உண்டாகும் என்றும், இவற்றைத் தவிர்க்க கர்ப்பத்தடை மூலம் மக்கள் எண்ணிக்கையைக் குறைக்க வேண்டுமென்றும், முதன்முதலில் ஒரு கொள்கையாக அறிவித்தவர் இராபர்ட் தாமஸ் மால்தூஸ் (1766 - 1835) என்பவர் ஆவார். இவர் இங்கிலாந்து நாட்டைச் சேர்ந்தவர். இவர்தான் மக்கள் தொகைக் கோட்பாடு (Theory of Population) என்ற நூலை 1789இல் வெளியிட்டார். இந்நூலில் தான் அவர் உணவு உற்பத்தி 1, 2, 4, 5, 6 என்னும் விகிதத்திலும், மக்கள் தொகை 1, 2, 4, 8, 16 என்னும் விகிதத்திலும் பெருகிக் கொண்டிருக்கின்றன என்றார். முதல் நிலைக்கு அரித்மெடிக் வகைப்பாடு (Arithmetic Ratio) என்றும், இரண்டாம் முறைக்கு ஜியோமெட்ரிக் வகைப்பாடு (Geometric Ratio) என்றும் பெயரிட்டார். அவர் வாழ்ந்த காலத்தில் அவர் குடியிருந்த ஊரிலும் வேறு சில ஊர்களிலும் இந்த வகைப்பாடு ஓரளவு சரியாக இருந்தன. அவரது நூல் வெளி வந்தவுடன் ஒரு பக்கம் பெரும் பாராட்டுகள்; மற்றொரு பக்கம் பெரும் எதிர்ப்புகள். இவை மாறி மாறித் தோன்றின.

ஆண்டுகள் சில ஆக ஆக மால்தூஸின் கணக்குப் பொய்த்தது; விஞ்ஞானத் தொழில்நுட்பமும், புதுப்புது கண்டுபிடிப்புகளும், போக்குவரத்தும் பெருகப் பெருக உணவு உற்பத்தி பல மடங்கு

பெருகி அவரது கொள்கையைப் பொய்யாக்கியது. அக்காலத்தில் அறிஞர் பலர் அவரைக் கடுமையாக மறுத்தனர். "விஞ்ஞானத்தின் பெரும் பயனை அறிய நினையாமலேயே மால்தூஸ் ஒரு கொள்கையை வகுத்து விட்டார்" என்று காரல்மார்க்ஸ் அவரை நகையாடினார். மால்தூஸின் கொள்கை இங்கிலாந்திலேயே பலிக்காமல் போயிற்று. பிரித்தானியர்கள் இந்தியாவை ஆண்ட போது, இந்தியச் செல்வத்தையும், இயற்கை வளங்களையும், கொள்ளையடித்ததாலும், சுரண்டியதாலும் இந்தியா பட்டினியில் மூழ்கி வறுமையில் வாடியது. பல பஞ்சங்கள் ஏற்பட்டு மக்கள் இலட்சக்கணக்கில் செத்து மடிந்தனர். ஆங்கிலேயர், தம் கொள்ளையையும் சுரண்டலையும் மறைக்கவே, காலாவதியாகிப் போன மால்தூஸ் தத்துவத்தை இறக்குமதி செய்தனர். இந்தியா வறுமையில் வாடுவதற்கு வெள்ளையரின் சுரண்டலே காரணம். இந்தக் காரணத்தை மறைக்கவும், வளர்ந்து வரும் காங்கிரசு இயக்கத்தின் வளர்ச்சியை ஒடுக்கவும், இந்திய மக்களின் எண்ணங்களைத் திசை திருப்பவுமே கர்ப்பத்தடையை இந்தியாவில் கொண்டு வந்தனர். நீதிக் கட்சியினரும் ஆங்கில ஆட்சி யினரின் சூழ்ச்சியை உணராமல் கர்ப்பத் தடையை ஆதரித் துள்ளனர். பகுத்தறிவு இயக்கமான சுயமரியாதை இயக்கத் தினரும் மேற்குறித்த பொருளாதார உண்மையை அறியாமல், கர்ப்பத்தடையை முழுமையாக ஆதரித்ததனால்தான் சிங்கார வேலர் கர்ப்பத்தடையைக் குறித்து வேறு கண்ணோட்டத்தில் கட்டுரை எழுதலானார். அவரது கட்டுரை பெரிதும் இயற்கை இயங்கியல் அடிப்படையில் இருப்பதற்கு அதுவே காரணம். கர்ப்பத் தடைக் கட்டுரைகளை வரைந்த சுயமரியாதை இயக்கத் தினரின் அனைவர் கருத்தையும் மறுக்கும் முறையில் அமைந்தது தான் அக்கட்டுரை. இவற்றை மனத்தில் இருத்திக் கொண்டு தான் சிங்காரவேலரின் கட்டுரையை நோக்க வேண்டும்; அப்படி நோக்கினால்தான் உண்மை விளங்கும்.

இனி, சிங்காரவேலரின் கருத்தை மறுக்கும் மாலதி மைத்ரியின் கருத்தை நோக்குவோம்; பெண்ணின் உடல், மனம், உடலுழைப்பு ஆகியவற்றைச் சிங்காரவேலர் கருத்தில் கொள்ளாமல் எழுது கிறார் என்று மாலதி கூறுகிறார்: சிங்காரவேலர் என்ன கூறி யுள்ளார்? சிறிது நோக்குவோம்.

"கர்ப்பத்தடையோர் வாதத்தின்படி தாய்மார்களுக்கு அதிகமாகப் பிள்ளைகளைப் பெறுவதால் கஷ்டங்கள் உண்டாகி

வரும் பட்சத்தில், எந்தத் தாயும், இந்தப் பிள்ளைகளைப் பெறும் பேற்றை எந்தக் காலத்திலோ விட்டுவிட்டிருப்பார்கள். மக்களைப் பெறும் பாக்கியம் மற்ற தேக நடவடிக்கைகளைப் போல் இயற்கையாகவே கோடான கோடி வருஷங்களாக இருந்து வருகிறது. பசி, தாகம், வினைகளைப் போல் மக்களைப் பெற உண்டாகும் அளவும் ஒன்று; ஆனால் சில தாய்மார்களுக்குப் பிரசவ கஷ்டம் தாய்மார்களுக்குத் தகுதியான சிகிச்சை, உணவு கிடைக்கும் பட்சத்தில் பிரசவம் இயற்கையாகவே கஷ்டமின்றி இருக்கும். கர்ப்பத்தடையோர் கொண்டுள்ள பயங்களுக்கு இல்லாமையை (poverty) உண்டாக்கும் சில மனிதர்களின் திட்டங்கள் காரணங்களே ஒழிய இயற்கையில் யாதொரு ஆதாரமும் கிடையாது."[16]

பெண்கள் குழந்தைகளைப் பெற்றெடுப்பது காலம் காலமாக இருந்து வரும் நடைமுறை. இதில் பெருங் கஷ்டமும் துன்பமும் இருந்தாலும், அது பசி, தாகம் போன்ற வினைகளை ஒத்தது என்கிறார். பிள்ளைப் பேற்றில் துன்பம் இருந்தாலும், சிறந்த சிகிச்சையின் வாயிலாகவும் நல்ல உணவு மூலமும் அதனை வலி குறைந்ததாக ஆக்கலாம் என்கிறார். விஞ்ஞானம் வளர வளர பிரசவ வலியைக் குறைக்கலாம். இதில் ஐயமில்லை. பிரசவக் கொடுந்துன்பம் என்றால், தாய்மார்கள் எப்போதோ பிரசவத்தை விட்டிருப்பார்கள் என்கிறார். இது பெரிதும் உண்மை. பிரசவம் என்பது உயிர் நூல் அடிப்படையிலும், பண்பாட்டுத் தளத்திலும் தவிர்க்க முடியாத ஒன்றேயாகும். எனினும், இதனை நூற்றுக்கு நூறு அப்படியே கடைப்பிடிக்க வேண்டுமெனக் கட்டளையிட முடியாது. ஆணும் பெண்ணும் திருமணம் செய்து கொள்வதும், குழந்தைகளைப் பெற்றெடுப்பதும் அவரவர் விருப்பு வெறுப்புகளைச் சார்ந்தது. எனினும், ஆணும் பெண்ணும் மணம் முடித்து இல்லற வாழ்வில் ஈடுபடுவதே ஏற்றது; சிறந்தது. அதுவே இயற்கைக்கு ஒத்தது. குழந்தைகளைப் பெறுவதில் துன்பம் இருந்தாலும், பெற்றெடுத்தவுடன் அவர்கள் அடைகின்ற மகிழ்ச்சியில் அந்தத் துன்பம் குறைந்து விடுகிறது. மேலும் அதனை ஒரு சமூக கௌரவமாக அவர்கள் கருதுகிறார்கள். தமக்குப் பின் தமக்கு வாரிசுகள் இருக்க வேண்டுமென்று ஒவ்வொருவரும் விரும்புகிறார்கள். கணவன் மனைவியைப் போலவோ, தம் குடும்பத்தினரைப் போலவோ குழந்தைகள் இருப்பதால் அவர்கள் அளப்பரிய மகிழ்ச்சி அடைகின்றனர்.

இந்த மகிழ்ச்சியில் பிரசவ வேதனையை அவர்கள் பொருட் படுத்துவதில்லை. பிள்ளைப் பேற்றில் துன்பம் உள்ளது உண்மையே எனினும், குழந்தைகள் மூலம் அவர்களின் துன்பத்தை மறக்க வைத்து விடுகின்றது. இந்த நிலைப்பாடே பெண்களைக் காலம்காலமாகக் குழந்தைகளைப் பெற்றெடுக்கத் தூண்டுகிறது. இந்த அவாவே அவர்களை மரண வாயிலில் சென்று திரும்பத் துணிவு அளிக்கிறது. இந்தத் துணிவு இருப்பதால்தான், பிள்ளைப் பேறு காட்டுவாழ்க்கைக் காலத்திலிருந்து தொடர்கிறது.

சிங்காரவேலர் அறிவியல் அடிப்படையில் கர்ப்பத் தடையைக் குறித்து விளக்கியிருந்தாலும், ஓரிரு குழந்தைகளுக்குப் பின்னர்ப் பெண்கள் கர்ப்பத்தடை செய்துகொள்வதிலுள்ள நலன்களைப் பற்றியும் சிங்காரவேலர் குறிப்பிட்டிருக்க வேண்டும். எப்படியோ குறிப்பிடாமல் விட்டிருக்கிறார். நாட்டின் பொருளாதார வளர்ச்சிக்குத் தடையாகவும், வறுமைக்குக் காரணமாகவும் கர்ப்பத்தடை இல்லையென்பதை உறுதி செய்வதிலேயே அவரது சிந்தனை இருந்திருப்பதால், அதனை விளக்காமல் விட்டார் போலும்! எனினும் இதுவொரு குறையாகவே உள்ளது. இதனைக் குறித்து இக்கட்டுரையாசிரியர், "கர்ப்பத் தடையும் வறுமையும்" என்னும் கட்டுரையில் விளக்கியுள்ளார். கர்ப்பத் தடை என்னும் கட்டுரையில் பெண் அடையும் துன்பத்தை விளக்காது விட்டிருப்பினும், வேறு பல கட்டுரைகளில் நன்கு விளக்கியுள்ளார். இவை ஒப்பிட்டு நோக்கத்தக்கது. குழந்தை களைப் பெற்றெடுப்பதிலும், மறுப்பதிலும் பெண் இன்று வரை தீர்மானம் செய்ய முடியாதவளாகவே உள்ளாள் என்று மாலதி கூறுகிறார். மாலதி கூறுவதைப் போன்று தீர்மானிப்பதும் மறுப்பதும் எல்லோருக்கும் பொதுச்சட்டமாக விதிக்க முடியாது. இப்படிக் கூறுவதன் மூலம் மாலதி தீவிரப் பெண்ணியவாதியாக அடையாளம் காட்டிக் கொள்கிறார். தீர்மானிப்பதும் மறுப்பதும் அவரவர் சொந்தக் கருத்துக்கு விட்டுவிட வேண்டுமேயன்றி, எல்லோருக்கும் பொதுச் சட்டமாக நாமே விதிக்கக் கூடாது; அந்த உரிமை நமக்கு இல்லை. ஒட்டு மொத்த சமுதாயத்திற்கு அதனைத் திணித்தால் மனித இனம் தழைக்குமா? இல்லறம் சிறப்புறுமா? ஆணும் பெண்ணும் இன்பம் கொண்டு வாழ முடியுமா? கர்ப்பத்திற்குக் காரணம் இன்பம்தான். இந்த இல்லற இன்பத்தைச் சிலர் வெறுக்கலாம்; எல்லோராலும் வெறுக்க முடியாது. ஏனெனில், இயற்கைப் பாலினத்தின் கட்டமைப்பு அவ்வாறு உள்ளது. இதனை ஒரு விரக்தி கண்ணோட்டத்தில்

நோக்கக் கூடாது. அப்படி நோக்கினால் வெறுப்புதான் வெளிப் படும். உண்மை வெளிப்படாது. இது குறித்துத் தத்துவமேதை பெர்ட்ராண்டு ரஸல் எழுதியிருப்பது நம் சிந்தனைக்கு உரியது.

“ஒருவருக்கொருவர் பரஸ்பரம் கொள்ளும் ஆழ்ந்த காதலால் மேற்சொன்ன உணர்ச்சிகள் யாவும் ஒழியும், அகங்கார உணர்ச்சி அழியும்; ஈருடல் ஓர்உயிர் என்ற தன்மை உருவாகும். தனிமையாக இருக்க இயற்கை நம்மை உருவாக்கவில்லை. அவ்வாறு ஆணும் பெண்ணும் தனித்து நில்லாது ஒன்றுபட்டால்தான் உயிரினங் களுக்காக இயற்கை விதித்துள்ள நியதி நடைபெறும். சிற்றின்ப இயல்புணர்ச்சியை நாகரிக மக்கள் காதலுடனன்றி முழுமை யாகத் தணித்துக்கொள்ள முடியாது.

தெரிந்தோ தெரியாமலோ மேற்சொன்ன பேறு இல்லா மையை அவர்கள் உணர நேருகையில் ஏற்படும் ஏமாற்றத்தால், பொறாமை, அடக்குமுறை, கொடுமை ஆகிய தீக்குணங்கள் தோன்றுகின்றன. பரஸ்பரமான ஆழ்ந்த காதலை அனுபவிக்காத வர்கள்- இயற்கையை ஒட்டி முழு வளர்ச்சியுற இயலாது. வாழ்க்கையை மகிழ்ச்சியுடன் கூடிய தாராள மனத்துடன் காண முடியாது.”[17]

ஆண் பெண்ணுக்கு அமைகின்ற இல்லற வாழ்வால் இரு பாலினரும் அடைகின்ற இன்பங்களையும், இல்லற வாழ்வு அமையாவிட்டால் நிகழும் கேடுகளையும் இரத்தினச் சுருக்க மாக ரஸல் குறிப்பிட்டுள்ளார். ஆணும் பெண்ணும் சேர்ந்து வாழுகின்ற வாழ்க்கையில் எத்தனை நன்மைகள் ஏற்படுகின்றன என்பதையும், இல்லற வாழ்வு இல்லாவிட்டால் ஏற்படும் துன்பங் களையும் அறிவியல், உளவியல் அடிப்படையில் அவர் மிக விரிவாக விளக்கியுள்ளார். அந்நூலைப் படித்தால் மானுட வாழ்வில் இல்வாழ்க்கை எத்துணை மாண்பு வாய்ந்தது என்பதை நன்கு உணரலாம். வள்ளுவர் பண்டைய நாளிலேயே இல்லறத் தைச் சிறக்கப் பாடி, காமத்தை விரித்துப் பேசியிருப்பதும் எத்துணைப் பெருமைமிக்கது என்பதைத் தெள்ளிதின் உணரலாம். இல்லறத்தில் குழந்தைப் பேறு, ஆண்- பெண் இருபாலினருக்கு எல்லையில்லா இன்பத்தை - அமைதியை அளிக்கவல்லது. இந்தக் குழந்தைப் பேற்றை வேண்டுமா, வேண்டாமா என்பதனைப் பெண் இன்றுவரை தீர்மானிக்க முடியாதவளாகவே உள்ளாள் என்று கூறுவது நியாயமும் அன்று; உலகியலும் அன்று. ஏற்க முடியாததும் ஆகும்.

பெண், குழந்தையைப் பெற்றெடுக்கும் இயந்திரம் என்ற நிலையிலிருந்த பெண்ணைக் காப்பாற்ற கர்ப்பத் தடைச் சட்டம் பலனளிக்கும் என்று மாலதி கூறுவது சரியானதே யாகும். இதுவும் அவரவர் விருப்பத்தைச் சார்ந்தது; கர்ப்பத் தடையைக் குறித்துப் பெண்கள் நன்கு அறியும் வண்ணம் பரப்புரை செய்யவேண்டும்; சில விதிமுறைகளையும் காண வேண்டும்; ஏழ்மையுள்ள குடும்பத்தில் வருமானம்- செலவு கருதி கர்ப்பத்தடை செய்துகொள்ளலாம்; ஏழ்மையுள்ள குடும்பத்திற்கு அதுவொரு பாதுகாப்புத்தான். ஆனால் நாட்டு வறுமைக்கு அது காரணமாகாது. கலாச்சார அடிமையிலிருந்து விடுபடப் பெண்ணுக்குக் கர்ப்பத்தடை விடுதலை அளிக்கிறது என்கிறார் மாலதி. இது ஓரளவு உண்மை; முழு உண்மை அன்று; ஆணாதிக்கமும், பிற்போக்கும், கல்வியின்மையும் அதற்கு ஊற்றுக் கண்ணாக இருக்கும் முதலாளித்துவமும் உள்ளவரை கர்ப்பத்தடையால் முழுமையான விடுதலை அளிக்க முடியாது. பொருளாதாரத்தில் ஏற்றத் தாழ்வு நீங்கினால்தான் பெண் களுக்குப் பெரிதும் விடுதலை கிட்டும்; அங்கும் சில காலம் போராட வேண்டியதாகத்தான் இருக்கும். சிங்காரவேலர் பெண் விடுதலைக்காகவே ஏற்றத் தாழ்வற்ற சமத்துவ சமுதாயத்தை விரும்புகிறார் எனலாம்.

"இந்தியக் கலாச்சாரத்தில் மதம் பெண் மீது செலுத்தும் ஒடுக்குமுறைகளை விமர்சித்தும், மதம் பெண்ணுக்கு எதிராகச் செயல்படுவதை அம்பலப்படுத்தியும் எழுதியிருக்கிறார். ஆனால், குடும்பம், கர்ப்பத்தடை மற்றும் கற்பு குறித்த சிங்காரவேலரின் கருத்து, மதத்தின் கருத்துடன் ஒத்துப்போய் பழைமைவாதி களின் குரலில் ஒலிப்பதைக் காணலாம்."[18]

குடும்பம், கர்ப்பத்தடை, கற்பு ஆகியன குறித்துச் சிங்கார வேலர் கூறும் கருத்து, மதத்தின் கருத்தோடு ஒத்துப் போகிறது என்கிறார்; அதுவும் பழைமைவாதிகளின் குரலில் ஒலிக்கிறது என்கிறார். இஃது உண்மையற்ற அபாண்டமான குற்றச்சாட்டு. மாலதி இவ்வாறு கூறுவதற்குச் சிங்காரவேலர் எழுத்துகளில் எந்தச் சான்றும் இல்லை; இல்லாத ஒன்றை இருப்பதாகக் கூறுகிறார்; அவரது கருத்து மதக் கருத்தோடு ஒத்துப் போகிறது என்றால், அதனை எடுத்துக்காட்டியிருக்க வேண்டும். அப்படி எடுத்துக் காட்டாமல் பொத்தாம் பொதுவாகக் கூறுவது ஆய்வுக்கு ஏற்றதன்று. மனித வாழ்வில் எல்லா நிலையிலும்

மதம் கொண்டிருக்கிற உறவை அறிவியல் அடிப்படையில் தோலுரித்துக் காட்டியவர் அவர். இதில் அவர்தான் முன்னோடி; மதத்தின் நச்சுவேரைத் தோண்டித் தோண்டிக் காட்டியவர். அதற்குத் தீர்வையும் கூறியவர். அவர் எழுதிய 'மெய்ஞ்ஞான முறையும் மூட நம்பிக்கையும்' என்னும் நூலின் இரு பாகங்களும் மத மூட நம்பிக்கையைத் தோலுரித்துக் காட்டுவன. அந்நூல் அறிவியல் விளக்கங்களோடு அமைந்தவை; இதில் தந்தை பெரியாருக்கும் இவர்தான் முன்னோடி; இந்நூல்கள் தந்தை பெரியாரைப் பெரிதும் கவர்ந்தவை; தந்தை பெரியாரின் திராவிடர் கழகம் இன்று வரை அந்நூல்களைத் தொடர்ந்து வெளியிட்டு வருவதைக் கொண்டே அந் நூல்களின் சிறப்பை உணரலாம். அவர் எழுதியுள்ள கீழுள்ள கட்டுரைகளை நோக்கினால் உண்மையை உணரலாம்.

'பொதுவுடைமையும் மதமும்'

'கடவுளும் மனிதனும்'

'கடவுளும் பிரபஞ்சமும்'

'நாம் செய்ய வேண்டிய வேலை என்ன? (மதமும் அரசியலும்)'

'கடவுள் என்ற பதமும் அதன் பயனும்'

'உலக விடுதலைக்குக் கடவுள் என்ற வார்த்தை ஒழிய வேண்டும்'

'ஆத்திக நாத்திக வாதம்'

'ஆத்திக நாத்திக வாதங்கள்'

'ஜாதியை ஒழிப்பதால் மதம் ஒழிந்து விடுமா?'

'மதம் போய் விடுவதால் கடவுள் ஒழிந்துவிடாது'

'சிருஷ்டி வரலாறு'

'பகுத்தறிவு என்றால் என்ன?'

'மதம் மாறுதலால் பயனுண்டா?'

இக்கட்டுரைகள், மதத்தைப் பல்வேறு கோணங்களில் நோக்குபவை; மதத்தின் நச்சுத் தன்மையை, போதாமையை, பொய்ம்மையை ஆழமாக விளக்குபவை. இக்கட்டுரைகளில் மட்டுமேயன்றி, வேறுசில கட்டுரைகளிலும், 'சுயராஜ்யம்

யாருக்கு?' என்ற நூலிலும் மதத்தைப் பல நிலைகளில் அலசி யுள்ளார். இவ்வாறு மதத்தை நோக்கியவர் பெண்ணியத்தை ஆராயும்போது மதத்தைக் கூறாது விடுவாரா? "மதத்தைப் பற்றிய விமர்சனமே எல்லா விமர்சனத்திற்கும் அடிப்படை யானது" (A criticism of Religion is Primise of all criticism) என்று கூறிய கார்ல் மார்க்சின் வழி வந்தவரான சிங்காரவேலர், மதப் பழைமை நோக்கில் பெண்ணியத்தைப் பற்றிக் கூறுவாரா? பற்பல இடங்களில் மதத்தின் கொடுமையை அவர் அடையாளம் காட்டியிருந்தாலும், சில இடங்களைச் சுருங்க நோக்குவது ஏற்றது. பாலியல் தொழிலைப் பற்றி எழுதும்போது அவர் கீழ்வருமாறு குறிப்பிடுகிறார்:

"இந்தத் தொழிலுக்கு இடங்கொடுக்கும் அரசாங்கம் நாகரிகமானதென்ற பெயருக்கு லாயக்கு அற்றது என்றே கூற வேண்டும்; இந்தக் கேவலத் தொழிலை ஆதரிக்கும் மதத்தை என்னவென்று சொல்ல வேண்டும்? இந்தப் பூர்விகப் பாபத் தொழிலைப் புரியும் பெண்களின் அகோர நிலையைக் கண்டு துக்கிப்பார் உலகில் இல்லையா?"[19]

வேசித்தனத்திற்கு மதம் துணை போயிருப்பதை அவர் இங்கு அடையாளம் காட்டுகிறார். வேசித்தனத்திற்கு மதம் மட்டுமன்று காரணம்; அதிகாரக் குவியலையுடைய அரசும் காரணம் என்கிறார். இதிலிருந்து சிங்காரவேலரின் முழுப் பார்வையை உணரலாம். பெண்களின் அகோர நிலையைக் கண்டு துன்புறுவர் எவரும் இல்லையா? என்று கேட்கும்போது பெண் மக்கள்பால் அவர் கொண்ட அனுதாபத்தை நன்கு உணரலாம்; இந்த அனுதாபம் கொண்ட அவர் கர்ப்பத் தடையில் பெண் அடையும் நலனை அறியாது இருப்பாரா? இக் கட்டுரையில் ஏற்கெனவே பெண் மக்களைக் குறித்து அவர் எழுதியிருப்பவற்றைக் குறிப்பிடப்பட்டுள்ளன. அவற்றை நோக்கினாலே உண்மை விளங்கும். பெண் எத்தனை சுதந்தரம் அடைந்திருந்தாலும், காலையில் எழுந்தவுடன் வாழ்க்கை ஜீவனத்திற்கு ஆணின் பணத்தை எதிர்பார்க்கும்வரை அவளுக்கு முழுச் சுதந்திரம் ஏற்படாது என்கிறார். அதாவது, பெண், ஆணைப் போல் உரிமையில் மட்டுமல்லாமல் பொருளா தாரத்திலும் சமத்துவம் பெற வேண்டும் என்கிறார்; இது மதப் பார்வையா? பழைமைப் பார்வையா? இஃது அறிவியல் பார்வை; பொது அறம் சான்ற பொதுவுடைமைப் பார்வை; சமநீதி நாடும்

சமத்துவப் பார்வை. இந்தப் பார்வையே அவரது அனைத்து எழுத்துகளிலும் வெளிப்படுகிறதேயன்றிப் பழைமைப் பார்வையில் அன்று; பற்பல கட்டுரைகளில் ஆங்காங்கே அவர் குறிப்பிட்டிருப்பதைக் கீழே காணலாம்.

"எந்த நாடுகளில் பெண்களுடைய நிலையும் உயர்த்தப்பட்டு வந்திருக்கின்றதோ அந்த நாடுகளில் நாகரிகம் முன்னேற்ற மடைந்து வருவதைப் பார்க்கலாம். எந்த ஊர்களில் பெண்கள் தாழ்த்தப்பட்டு வருகின்றார்களோ அந்தந்த ஊர்களெல்லாம் அநாகரிகத்திலே மூழ்கி இருப்பதைக் காணலாம்."[20]

"நமது நாட்டில் இப்பழக்கத்திற்கு உட்பட்டவர்களை தாசி என்றும், மேல் நாட்டில் வேசி (Prostitutes) என்றும் சொல்லுவார்கள். இது தனியுடைமையின் சித்தாந்தப்படி ஏற்பட்ட சமூக ஊழலேயாகும். சகலமும் தனிப்பொருளாக மதிக்கப்படுகின்றபடியால் பெண்களும் இந்தச் சித்தாந்தப்படி தனியுடைமையாகின்றார்கள். காசு கொடுத்தவனுக்கு எல்லாம் சொந்தமாகக் கருதப்படுகின்றார்கள். நமது இந்திய நாட்டில் இந்தப் பாழும் பழக்கம் மத ஸ்தாபனமாகவே இருந்து வருகின்றது."[21]

"மதங்களால் உண்டாகும் பொருளாதார கஷ்டங்களுக்கு அளவே கிடையா; கோவில்கள் எத்தனை? விக்கிரங்கள் எத்தனை? தேர்கள் எத்தனை? தெப்பங்கள் எத்தனை? கோயில்களில் உழைப்பின்றி வாழும் சிப்பந்திகள் எத்தனை? தாசி வேசிகள் எத்தனை? தொழிலாளரையும் கிருஷிகளையும் வஞ்சித்து ஏமாற்றி அவர்கள் சுக வாழ்வைக் கெடுத்துவரும் மதங்கள் இருந்து என்ன? இல்லாது போய் என்ன? இதுதான் பொது வுடைமையில் மதத்தின் நிலைமை."[22]

"பெண்கள் சுதந்திரம் பெறுவதற்கு அரசியல் மூலமாகச் சட்ட திட்டங்கள் செய்தால் ஒழிய புராணக் கொடும் பழக்கவொழுக்கங்களில் ஆழ்ந்து கிடக்கும் தமது நாட்டு மக்கள் நமது தேசத்தில் தங்களுக்குச் சமத்துவமாகப் பெண்களைச் சுதந்திரத்துடன் நடத்த மாட்டார்கள்; பெண்களை நமது நாட்டு மக்கள் அடிமைகளைப் போலவே நடத்த வேண்டுமென்ற மனப்பான்மை ஆண்டாண்டுகளாகக் குடிகொண்டு வந்திருக்கிறது. அந்த மனப்பான்மை வெறும் சொற்களாலும் வேண்டுகோளாலும் சாத்திர மேற்கோள்களாலும் நீக்க முடியாது.

ஆதலினால், இனிச் சாதி சமயங்களின் கொடுமைகளை நீக்க வேண்டுமானால் அரசியல் துறையில்தான் இறங்க வேண்டும்."[23]

இங்குக் குறிப்பிட்டுள்ள குறிப்புகளை நோக்கினால் மதத்தைப் பற்றியும், பெண் சமத்துவம் குறித்தும் சிங்காரவேலர் எவ்வாறு நுட்பமாகச் சிந்தித்துள்ளார் என்பதை உணரலாம். இவை போன்ற குறிப்புகள் இன்னும் பற்பல உள்ளன. விரிவஞ்சி விடுக்கிறோம். அக்குறிப்புகளை அந்நூலில் காண வேண்டு கிறோம். பெண் சமத்துவம், மதம் ஆகியன குறித்து முற்போக்குப் பார்வையில் நுட்பமாகச் சித்திரிக்கும் சிங்காரவேலரின் கண்ணோட்டத்தை உள்ளவாறு உணராமல், மதக் கருத்தோடு ஒத்துப் போவதாகவும், பழமைவாதியின் குரல்போல் ஒலிக்கிறது எனவும் மாலதி கூறுவது கொச்சைத்தனமாக உள்ளது. சிங்கார வேலர் குடும்பத்தைப் பற்றியும் கற்பைப் பற்றியும் எழுதி யிருப்பதும் பழமைவாதியின் குரலாக உள்ளது என்கிறார் மாலதி. குடும்ப வாழ்க்கையில் ஆண், பெண் நிலையைப் பற்றிச் சிங்காரவேலர் குறிப்பிட்டுள்ளதை ஏற்கெனவே மேற்கோளாகக் காட்டியுள்ளோம். விளக்கத்திற்கு அவரது மற்றொரு குறிப் பையும் நோக்கலாம்.

"பாரத இராமாயண காலம் முதல் பொருளாதார வித்தி யாசம் ஆணுக்கும் பெண்ணுக்கும் இருந்து வந்தபடியால், ஆண் மக்கள் பெண் மக்களை அடிமைகளாக்கிக் கொண்டனர். இந்த வித்தியாசத்தின் பயனாகப் பெண்களுக்குச் சொத்துரிமை இல்லை; வேலை உரிமை இல்லை; மண உரிமை இல்லை; ஒற்றுமையில்லாத கல்யாணத்தை ரத்து செய்யும் உரிமை இல்லை; அரசியலில் சுதந்திர உரிமை இல்லை; இத்யாதி பலவீனத்தால் உலகிலுள்ள மக்களில் பாதிக்கும் மேற்பட்ட பெண் மக்கள் அடிமைகளுக்கும் கீழாக வாழ்ந்து வருகின்றனர்.

காலை முதல் இரவு வரை அடுப்பங்கரையில் உழைத்து வரும் துர்பாக்கியம் பெற்ற பெண்கள் நிறைந்த குடும்பங்களில் என்ன அன்பு? என்ன இன்பம் கிடைக்கும்?

ஆண் கொடுக்கவும் பெண் வாங்கவும் நேரிட்ட வித்தி யாசமே ஆணுக்குப் பெண் தாழ்த்தப்பட நேரிட்டது. காலம் காலமாகப் பெண்கள் ஆணுக்குத் தாழ்ந்து இருப்பதற்குக் காரணம் இந்தப் பொருளாதார வித்தியாசத்தினால் நேர்ந்துள்ள தென அறிய வேண்டும். இந்தப் பொருளாதார வித்தியாசம் உலகிலோ சமூகத்திலோ இருக்கும் வரை ஆணுக்குப் பெண்

தாள்பணிந்தே நடக்க வேண்டி வரும். இந்தப் பொருளாதார வித்தியாசத்தை நீக்காமல், ஆணும் பெண்ணும் சரி சமத்துவம் பெற வேண்டுமென்பது வெறும் சொல்லாகவே அமையும். இந்தக் கோரிக்கை பிறவிக் குருடன் சூரிய தரிசனம் செய்யக் கோரும் கதையை ஒக்கும்.

இல்லாதவர் வீட்டில் கர்ப்பம் தரிப்பது துக்கம்; கர்ப்பம் தரித்துக் காப்பதில் குழந்தை வளர்ப்பதும் துக்கம்; பெற்ற பிறகும் கல்வி கேள்விகள் கொடுக்க முடியாததும் துக்கம்; இத்யாதி துக்கங்களுக்குத் தாய்மார்கள் இரையாகின்றார்கள்.

ஆனால், பொருளாதார சமத்துவம் பெற்ற சமதர்ம சமுதாயத்தில், எல்லாப் பெண்களும் பிள்ளை பெறுவது பாக்கியமென்றே கருதுவார்கள்."[24]

இம்மேற்கோளை நோக்கினால், பெண்ணின் குடும்ப நிலையைக் குறித்து எத்துணை அனுதாபத்தோடும், தொலை நோக்கோடும் அவர் சிந்தித்துள்ளார் என்பதை உணரலாம். இதனைப் போன்று பெண்ணின் குடும்ப நிலை குறித்துப் பல இடங்களில் அவர் பேசியுள்ளார். ஒரு பானைச் சோற்றுக்கு ஒரு சோறு பதம் என்பது போன்று இங்கு ஒரு குறிப்பு மட்டும் கொடுக்கப்பட்டுள்ளது. ஏனையவற்றைக் களஞ்சியத்தில் காண வேண்டுகிறேன். கற்பைப் பற்றிச் சிங்காரவேலர் கூறுவதும் பழைமையாக இருக்கிறது என்கிறார் மாலதி. கற்பைப் பற்றிச் சிங்காரவேலரின் நோக்கு என்ன என்பதைக் காண்பதற்கு முன் மாலதியின் மற்றொரு விமர்சனத்தை நோக்குவது ஏற்றது.

"இவரின் பல கருத்துகள் பெரியாரின் பெண் நிலை வாதங் களுடன் ஒன்றிணைந்து பயணிக்கிறது என்றாலும், மிகச் சிக்கலான விஷயங்களில் பெரியாரின் சிந்தனைக்கு நேர்மாறான மற்றும் இயற்கைவாதக் கருத்துகளை அடிப்படையாக வைத்துப் பேசுகிறார்.

பொறாமைக் குணத்தால் கற்பு என்ற கருத்தாக்கம் உருவாக்கப்பட்டது என்னும் சிங்காரவேலர், அது பெண்ணுக்கும் ஆணுக்கும் பொது என்றே கூறுகிறார். அதேபோல் இனத் தொடர்ச்சி அறுபடாமல் இருக்கக் குடும்பம் என்ற அமைப்பு அவசியம் என்பதையும் நம்புகிறார். இவரின் இந்த இரு கருத்து களுடனும் பெரியாரும், பெண்ணியவாதிகளும் முரண்பட வேண்டியிருக்கிறது. பெண்ணை மையப்படுத்திய மதிப்பீடுகள்

சார்ந்த கருத்தாக்கங்களில் இயற்கையும் கலாச்சாரமும் மோதிக் கொள்ளும் இடங்களில் சரியாகத் தீர்மானிக்க முடியாமல் சிங்காரவேலர் இருக்கிறார்."[25]

இம் மேற்கோளிலுள்ள கருத்துகளை ஒவ்வொன்றாக நோக்குவோம்; இனத் தொடர்ச்சி அறுபடாமல் - இருக்கக் குடும்பம் என்ற அமைப்பு இருக்க வேண்டுமென்று சிங்காரவேலர் விரும்புவதாகக் குறிப்பிட்டுள்ளார். இஃது உண்மையேயாகும். குடும்பம் இல்லாமல் மனித இனம் வாழ்வது எப்படி? மனித இனம் இயற்கையை ஒட்டி அமைதியாக வாழ வேண்டுமென்றால் திருமணமும் அதனை ஒட்டி வளரும் குடும்பமும் தேவைதான். மனித சமூகத்தில் ஆண்களோ பெண்களோ இவர்களில் சிலர் திருமணத்தையோ குடும்பத்தையோ வெறுக்கலாம்; ஆனால் இந்தச் சிலருக்காகக் குடும்பமே வேண்டாமென்று எல்லோர்க்கும் பொதுச் சட்டமாகக் கூறிவிட முடியாது. அப்படிக் கூறுவது தவறானது. இயற்கைக்கு மாறானது. மனித இயல்புக்கும் வேறானது. ஆண் பெண் பாலுணர்ச்சி இயற்கை வழி பிறப்பது. அவ்வுணர்ச்சி பருவத்தில் கிளர்ச்சியை ஊட்டுவது. இந்தக் கிளர்ச்சிக்கு வடிகாலாக இருப்பதுதான் பால் உறவு. இந்தப் பால் உறவுக்குத் துணையாக இருப்பதுதான் திருமணமும் குடும்பமும். ஆணுக்கும் பெண்ணுக்கும் பாலுறவு ஏற்படாவிட்டால் பல கேடுகள் நிகழும். அக்கேடுகளைப் பற்றிய பெர்ட்ராண்டு ரஸல் திருமண முறைகள் (Marriage and Morals) என்னும் நூலை ஒட்டிப் பல கருத்துகளைக் கூறியுள்ளார். இக்கட்டுரையில் ஏற்கெனவே குறித்துள்ள அவரது மேற்கோளிலும் காணலாம். பாலுறவு நிறைவேறாதவர்களிடத்தில் வஞ்சம், பழி தீர்க்கும் எண்ணம், பகைமை, மற்றவரைத் துன்புறுத்துவதில் இன்பம் காணும் நிலை, சமூக விரோதப் பண்பு போன்றவை எல்லாம் குடிகொள்ளும் என்கிறார். ஆணும் பெண்ணும் சேர்ந்து வாழ்வது தான் வாழ்க்கை; அதுதான் இயற்கையானது, இயல்பானது என்கிறார் அவர். இதனைத்தான் சிங்காரவேலரும் வழிமொழி கிறார்.

குடும்பம், இனத் தொடர்ச்சிக்கு முக்கியம் என்னும் சிங்காரவேலரின் கருத்துக்குப் பெண்ணியவாதிகளும் பெரியாரும் முரண்பட வேண்டியுள்ளது என்கிறார் மாலதி. ஆண் பெண் பாலுறவுக்கு இணைப்பாக, களமாக இருப்பதுதான் குடும்பம். பாலுறவைச் சிலர் துறக்கலாம்; அது அவர்களின் உடற்கூற்றையும்,

விருப்புவெறுப்பையும் சார்ந்தது. ஆனால், எல்லோருக்கும் அதனைக் கட்டாயச் சட்டமாக விதிக்க முடியாது. எவ்வளவு தூரம் எம்பி எம்பிப் பேசினாலும் பாலுணர்ச்சியைத் தடுக்க முடியாது. பால் உணர்ச்சி நமக்குப் பருவத்தில்தான் ஏற்படு வதாக நம்புகிறோம். அது தவறு. பாலுணர்ச்சியானது, குழந்தை, தாயின் மார்பகத்தில் பால் குடிக்கும்போதே ஏற்பட்டு விடுவதாக உளவியல் மேதை சிக்மண்டு ஃப்ராய்டு (Frued) கூறுகிறார். குழந்தை பால் குடிக்கும்போது தன் பசியை நீக்கிக் கொள்வது போன்று காமப் பசியையும் நிறைவேற்றிக் கொள் வதாக அவர் கூறுகிறார். அதாவது, மார்பகத்தில் குழந்தை பால் குடிக்கும்போது இரண்டு ஆசைகளையும் (Two in one) ஒரு வேலையில் நிறைவேற்றிக் கொள்வதாக அவர் கூறுகிறார். குழந்தைப் பருவத்தில் முளைக்கும் அந்தக் காம உணர்வை லிபிடோ (Libido) எனப் பெயரிட்டுள்ளார் ஃப்ராய்டு. இந்த உணர்ச்சியே நாளடைவில் மெய்யுணர்ச்சியாலும், தொடு உணர்வாலும், புறக் காட்சிகளாலும், ஒலிக் குறிப்புகளாலும் வளர்ச்சியடைந்து பருவத்தில் முற்றிய பாலுணர்வாக மாறுகிறது என்கிறார். இந்தப் பாலுணர்வால்தான் ஆண் பெண்ணையும், பெண் ஆணையும் விரும்புகின்றனர்; உறவு கொள்கின்றனர். இவ்வாறு உறவு கொள்வதற்குத் திருமணம் குடும்ப வாழ்க் கையும் களமாக அமைகிறது. ஆண், பெண் பாலுணர்வுக்குச் சமுதாயம் நன்னிலையில் உதவ வேண்டும் என்கின்றனர் பாலியல் வல்லுநர்கள்.

பருவமடைந்த இரு பாலினர்க்கும் பாலுணர்வு நிறைவேறா விட்டால் பல தீய விளைவுகள் ஏற்படும் என்கிறார் ஃப்ராய்டு. குறிப்பாக நரம்புத் தொடர்பான நோய்கள் இதனால்தான் ஏற்படுகின்றன என்கிறார் அவர். பல நோயாளிகளை நேர் ஆய்வு செய்துதான் அவர் இந்த முடிவுக்கு வந்தார். பாலுணர்வில் ஈடுபடாத ஆண் பெண்களுக்கு இசிப்பு நோய் (Hysteria), மனச்சோர்வு (Depression), நனவு இழப்பு (Coma), இழுப்பு நோய் (Convulsion), பேதலிப்பு (Delirium), உருவெளித் தோற்றங்கள் (Hallucinations) போன்ற நோய்கள் ஏற்படுவதாக அவர் ஆய்ந்து கூறியுள்ளார். இவற்றையொத்தே ரஸல் அவர்களும் கூறியுள்ளார். சிங்காரவேலர் உளவியலை நன்கு கற்றவர். உளவியலை முதன் முதலில் பொது மக்களுக்கு அறிமுகம் செய்தவர். அவர் எழுதிய

'நடத்தை' என்ற நவீன ஆராய்ச்சி போன்ற கட்டுரைகளில் உளவியலைப் பற்றிய கருத்துகளைக் காணலாம். ரஸல், ஃப்ராய்டு போன்றவர்கள் நன்கு கற்றதால்தான் அவர், அவர்களின் நோக்கில் திருமணம், குடும்பம் ஆகியவற்றை விளக்குகிறார். குடும்பம் முக்கியமானது என்று மாலதி கருதினால், அது அவரது சொந்தக் கருத்தாக இருக்கட்டும்; ஆனால், அதனைச் சமுதாயத்திற்குப் பொதுக் கருத்தாகக் கூறுவது ஏற்கத்தக்கதன்று. சிங்காரவேலர் அறிவியல், உளவியல் அடிப்படையில்தான் குடும்பத்தைப் பற்றிய சிந்தனையை வலியுறுத்துகிறார்.

கற்பைப் பற்றிச் சிங்காரவேலர் கூறுவது மதத்தோடு ஒத்துப் போவதாகவும், கற்பை அவர் ஆணுக்கும் பெண்ணுக்கும் பொதுவாகக் கூறுவது பெண்ணியத்துக்கும் பெரியாருக்கும் முரணாக உள்ளது என்கிறார்; எப்படி முரணாக உள்ளது என்பதை அவர் சுட்டிக்காட்டவில்லை. இதுகாறும் விளக்கியவற்றை நோக்கினாலேயே சிங்காரவேலரின் கற்பினைப் பற்றிய கருத்தை விளங்கிக் கொள்ளலாம். அதனை மீண்டும் விளக்குவது ஏற்றதன்று. தந்தை பெரியார் பெண்களைப் பற்றி ஆழமாகச் சிந்தித்தவர்; பெண்களின் அனைத்து நிலைகளையும் விரிவாகச் சிந்தித்தவர்; அவர்களின் முன்னேற்றத்திற்காக நாளும் உழைத்தவர். பெண்களைப் பற்றி முழுமையாகப் பல கோணங்களில் அவரைப்போல் எவரும் சிந்திக்கவில்லை; இது உண்மை; வெறும் புகழ்ச்சி அன்று. பெண்ணியம் குறித்து அவர் கூறியன புதுமையும் புரட்சியும் கொண்டவை; சிந்தனை வளம் மிக்கவை; அவை பழைமையை விரட்டுபவை; புதுமையை வரவேற்பவை; இதில் எள்ளளவும் ஐயமில்லை. ஆனால் இங்கு ஒன்றைக் குறிப்பிட்டுத்தான் ஆக வேண்டும். அதாவது, பெண்ணடிமைக்கு ஊற்றுக் கண்ணாக இருப்பதும், அந்த அடிமைத்தனத்தைப் பாதுகாத்து வருவதும் தனியுடைமையே என்றும், அந்தத் தனியுடைமையை முழுமையாக ஒழிக்காமல் பெண் சமத்துவத்தைச் சரியாக நிலைநிறுத்த முடியாது என்பதை அடையாளம் காட்டிச் சிங்காரவேலர் வலியுறுத்தியதைப் போன்று எவரும் வலியுறுத்தவில்லை. தந்தை பெரியாரும் உறுதியாக வலியுறுத்தவில்லை என்பதைக் கருத்தில்கொள்ள வேண்டும். கற்பைப் பற்றிச் சிங்காரவேலர் கூறியதற்கும் பெரியார் கூறியதற்கும் என்ன வேறுபாடு? மாறுபாடு? தந்தை பெரியார் எழுதியிருப்பதைச் சற்று நோக்குவோம்.

"ஒரு பிறப்புக்கொரு நீதி வழங்கும் நிர்ப்பந்த கற்புமுறை ஒழிந்து இரு பிறப்பிற்கும் (ஆண்- பெண் இருவருக்கும்) சமமான சுயேச்சைக் கற்புமுறை ஏற்பட வேண்டும். கற்புக்காகப் பிரியமற்ற இடத்தைக் கட்டி அழுது கொண்டிருக்கும்படியான நிர்ப்பந்த கல்யாணங்கள் ஒழிய வேண்டும். கற்புக்காகப் புருஷனின் மிருகச் செயலைப் பொறுத்துக்கொண்டிருக்க வேண்டும் என்கின்ற கொடுமையான மதங்கள், சட்டங்கள் மாய வேண்டும். கற்புக்காக மனத்துள் தோன்றும் உண்மை அன்பை, காதலை மறைத்துக் கொண்டு, காதலும் அன்பும் இல்லாதவனுடன் இருக்க வேண்டும் என்கின்ற சமூகக் கொடுமை ஒழிய வேண்டும்."[26]

கற்பு என்பது ஆணுக்கும் பெண்ணுக்கும் பொதுவானது என்கிறார் தந்தை பெரியார். பெண்ணுக்கு மட்டுமே கற்பென்பதை அவர் மறுக்கிறார். அதே நேரத்தில் பல குறைகளையுடைய தகாத கணவனிடத்தில் கற்பு என்ற போர்வையில் அவனோடு துன்பம் அனுபவிப்பது ஏற்றதன்று என்கிறார். தகாதவனிடம் அவ்வாறு அனுபவிப்பதைக் கற்பென நிலைநிறுத்துவதை அவர் கண்டிக்கிறார். இதற்கும் கற்புக்கும் தொடர்பு இல்லை என்கிறார். இனி, சிங்காரவேலர் கூறுவது என்ன? என்பதை நோக்குவோம்.

"குடும்ப வாழ்க்கையிலும் பொருளாதார நிலையிலும் கல்வி, கேள்வியிலும் ஆண்களுக்கும், பெண்களுக்கும் உயர்வு - தாழ்வு இருத்தல் கூடாது. பதிவிரதா தன்மை (கற்பு) ஸ்திரி புருஷன் இருவருக்கும் அவசியமே; ஒரு பெண்ணுக்கு மேல் மணம் புரிதல் குற்றமாகக் கொள்ள வேண்டும். ஆணும் பெண்ணும் ஒத்து வாழ முடியாவிட்டால் நல்ல காரணத்திற்காகக் கூட்டுறவை ரத்து செய்துகொள்ள இருவருக்கும் சுதந்திரம் இருத்தல் வேண்டும்."[27]

சிங்காரவேலரின் இக்குறிப்பைப் பெரியாரின் குறிப்போடு ஒப்புநோக்கினால் எந்த வேறுபாடும் இல்லையென்பதை உணரலாம்; உண்மை இவ்வாறு இருக்க, சிங்காரவேலரின் கற்பைப் பற்றிய விளக்கம் பெரியார் சிந்தனைக்கு முரணாக உள்ளதெனக் கூறுவது எப்படிச் சரியாகும்? சிங்காரவேலரின் எழுத்துகளில் கற்பு பற்றி மாறான விளக்கம் எங்கும் இல்லை. அவர் குரல் பழைமைக் குரல் அன்று; மதவாதக் குரல் அன்று; அது பகுத்தறிவின் குரல்; சமூக அறிவியலின் குரல்; சிங்கார வேலரின் கருத்து பெண்ணியவாதிகளுக்கும், பெரியாருக்கும்

முரணாக உள்ளது என்பதை அவர் எதைக் கருதிக் கூறுகிறார் என்பதை அறிய முடியவில்லை. ஒருவேளை பெரியார் ஒரு முறை பிள்ளையைப் பெற்றெடுப்பதை ஒழித்தே ஆக வேண்டு மென்றும், அப்படிப் பிள்ளையைப் பெறாமல் இருப்பதற்குப் பெண்களே உங்கள் கருப்பையை வெட்டி எறியுங்கள் என்றும் கூறினார். இதனைக் கொண்டு தந்தை பெரியாரைப் போற்று கிறார் போலும்! தந்தை பெரியார், பெண் மீது கொண்ட அனுதாபத்தாலும், ஆணாதிக்கத்தின் கொடுமையை எண்ணியும் அவர் கோப ஆவேசம் கொண்டு கூறிய சொற்களே அவை. அச்சொற்கள் விதிவிலக்கானவை; பொது உண்மையாகக் கொள்ளக் கூடாது. எல்லாப் பெண்களும் கருப்பையை வெட்டி எறிய விரும்புவார்களா? அல்லது பிள்ளைப்பேறுதான் வேண்டாமென மறுப்பார்களா? பெண் விடுதலை என்பது கருப்பையை வெட்டி எறிவது அன்று. எல்லா நிலையிலும் உரிமை பெற்றுப் பொருளாதார சுதந்தரத்துடன் வாழும் முறையே பெண் விடுதலையாகும். இதன் அடிப்படையில் பெண்ணியவாதிகள், தந்தை பெரியார் ஆகியோரின் சில கருத்துகள், சிங்காரவேலரின் கருத்துக்கு முரணாக உள்ளன எனக் கூறியிருந்தால் அது பொருத்தமாக இருந்திருக்கும். மாலதி மாற்றிச் சொல்லிவிட்டார். மற்றும், இயற்கையும் கலாச்சாரமும் மோதிக் கொள்ளும் இடங்களில் சரியாகத் தீர்மானிக்க முடியாமல் சிங்காரவேலர் இருக்கிறார் என்கிறார். இப்படி மாலதி கூறுவதற்குச் சிங்காரவேலர் எழுத்துகளில் எவ்வித ஆதாரமும் இல்லை; அவர் எதனையும் மாற்றத்தின் அடிப் படையில் சிந்திக்கும் சிந்தனையாளர். அவர் இயற்கையும் கலாச்சாரமும் மோதும் இடத்தில் எப்படிச் சிந்திக்க வேண்டுமோ அப்படித்தான் சிந்திப்பார். சிங்காரவேலர் தயங்குகிற இடத்தை மாலதி சுட்டிக் காட்டியிருந்தால் நன்றாக இருந்திருக்கும். அப்படி இருந்தால்தானே சுட்டிக்காட்ட முடியும். மாலதியின் மற்றொரு கருத்தையும் நோக்குவோம்.

"குடும்பம் மற்றும் கற்பு குறித்தான அவரது கருத்துகளில் ஒருவிதமான தயக்கத்தை அனுமானிக்க முடிகிறது. அரசியல் போராளியாக நிற்க வேண்டிய நிர்ப்பந்தத்தால் பாட்டாளி வர்க்கத்தால் ஏற்றுக்கொள்ள முடியாத கருத்தியல் தளத்தைத் தான் தொட வேண்டாமென எண்ணியிருப்பாரோ என எண்ணத் தோன்றுகிறது."[28]

இம் மேற்கோளிலுள்ள முதல் இரு அடிகளுக்கு ஏற்கெனவே விளக்கம் அளித்தாயிற்று. மீண்டும் விளக்கத் தேவையில்லை. குடும்பம், கற்பு குறித்த புதுமையான கருத்துகளைப் பாட்டாளி வர்க்கம் ஏற்றுக்கொள்ள முடியாத நிலையில் சிங்காரவேலர் தம் கருத்துகளை வெளிப்படையாக வெளியிடத் தயங்கியிருக்கலாமென மாலதி நினைக்கிறார். சரியான கற்பனை. வெளிப்படையாகக் கூறத் தயங்குபவர் சிங்காரவேலர் அல்லர்; அவர் ஓர் அஞ்சாநெஞ்சன்; மழுப்புவதோ மறைப்பதோ அவர்க்குச் சிறிதும் கிடையாது. யார்க்கும் அஞ்சாது ஒளியாது கூறுபவர் அவர். தந்தை பெரியாரே அவரை "தைரியமான நாத்திகர்" "பிடிவாதக்காரர்" என்று கூறியிருப்பதைக் கொண்டே அவர் யார் என்பதை உணரலாம். ஒரு சமுதாயத்தில் அனைத்துப் பிரிவினரிடமும் பெண்ணடிமைத்தனம் உள்ளதென வெளிப்படையாகவே கூறியுள்ளார். மற்ற நாடுகளிலுள்ள பெண் மக்களைப்போல நம்நாட்டுப் பெண்களுக்குக் கல்வியறிவு இல்லாததால்தான் நம் தொழிலாளர்களும் உரிமையுணர்வு இல்லாது இருக்கிறார்கள் என்கிறார். அவர் ஓரிடத்தில் தொழிலாளர்களைப் பற்றிக் கூறும்போது கீழ்வருமாறு குறிப்பிடுகிறார்:

"இந்தியாவில் தொழிலாளரும் தங்கள் முதலாளிகள் முன்னே பணிவாக நடந்துகொள்வதும், தங்கள் ஸ்திரீகளின் பலவீனத்தால்தான். ஐரோப்பியர், அமெரிக்கர் முதலிய மேனாட்டார் இந்தியர்களைவிடப் பல துறைகளில் மேம்பட்டிருப்பதும் மேல்நாட்டு ஸ்திரீகளின் செல்வாக்கு நமது ஸ்திரீகளைவிட உயர்ந்திருப்பதனாலென அறிக.

நமது தொழிலாளர் முன்னேற்றமடைய வேண்டுமானால் தங்கள் ஸ்திரீகளின் நிலைமையைத் தங்களுக்குச் சமமாகக் கொண்டுவர வேண்டும்."[29]

பெண்ணடிமைத்தனத்தைக் குறித்து இத்துணைத் தெளிவாகத் தொழிலாளர்களுக்கு அறிவுறுத்தியிருக்கும்போது, தொழிலாளர் வர்க்கத்தால் ஏற்றுக்கொள்ள முடியாத கருத்தியல் தளத்தை விளக்க அவர் விரும்பியிருக்க மாட்டார் என்று மாலதி கூறுவது ஏற்றதாக இல்லை; இங்கு மற்றொன்றையும் நோக்க வேண்டும். தொழிலாளர்களிடையே பெண்ணடிமைத்தனம் இருந்தாலும், பெண் மக்கள் மீது மற்றவர்களைக் காட்டிலும் அவர்கள் அன்பு கொண்டவர்கள்; உறுதி கொண்டவர்கள்;

புதிய மாற்றம் ஏற்படுமாயின் அதனை விரும்பி ஏற்பவர்கள்; அவர்கள் உணர்வற்ற ஜடங்கள் அல்ல; நல்ல பாதையில் நடப்பவர்கள்; உண்மையான அன்பு உடையவர்கள்; நடிப்புச் சுதேசிகள் அல்லர். புதிய கருத்துத் தளத்தை அவர்கள் ஏற்க மாட்டாதவர்களென மாலதி கருதுவது அவர்களின் உணர்வை மலினப்படுத்துவதாக உள்ளது. அவர்கள் கல்லாதவர்களாக இருக்கலாம்; ஆனால் கயவர்கள் அல்லர். அவர்கள் நடிகர்களும் அல்லர்; நம்பிக்கைக்கு உரியவர்கள்; அவர்களுள் பலர் கல்லூரியில் கற்காதவர்களாக இருக்கலாம்; ஆனால் அனுபவத்தைக் கற்றவர்கள்; அந்த அனுபவத்தின் வழி நல்லதை, புதியதை, மாற்றத்தை ஏற்பவர்கள்; சுயநலத்தைத் துறந்தவர்கள்; பொது நலத்திற்காக எந்தக் கருத்தியல் தளத்தையும் ஏற்கும் துணிவு கொண்டவர்கள்; இவற்றை மறந்து விடக் கூடாது.

மாலதி, சிங்காரவேலரையும், தந்தை பெரியாரையும் ஒப்பிட்டு இன்னொரு கருத்தையும் கூறுகிறார். அதுவொரு மதிப்பீட்டு முறையில் அமைந்திருப்பதால் அதனைக் குறித்தும் ஆராய வேண்டியுள்ளது.

"சாதி, மதம், கடவுள் மூட நம்பிக்கைகள் பெயரில் பெண்கள் மீது சமூகம் செலுத்தும் வன்கொடுமைகளைச் சிங்காரவேலர் விரிவாகப் பேசவில்லை என்றாலும், ஒட்டுமொத்த சமூக கலாச்சாரம் இவற்றின் ஆளுமையால் பாழ்பட்டுக் கிடப்பதை அவரது கட்டுரைகள் விவாதப் பொருளாக்குகின்றன."[30]

"பெரியாருடன் ஒப்பிடும்போது அவருடைய வாழ்நாளில் மிகக் குறைந்த அளவே (8 கட்டுரைகள்) பெண்களின் இருப்பு குறித்துச் சிந்தித்ததாகக் கொண்டாலும், மனித சமுதாயம் அடிமைப்பட்டுக் கிடப்பதற்கான அடிப்படையான காரணத்தைக் கண்டுபிடித்துக் கொடுத்திருக்கிறார்."[31]

சிங்காரவேலர், சாதி, மதம், மூடநம்பிக்கைகள் பெயரில் பெண்கள் மீது செலுத்தும் வன்கொடுமைகளை விரிவாகப் பேசவில்லை என்கிறார் மாலதி; உண்மைதான். அவர் ஒட்டு மொத்த மனிதச் சமுதாயத்தின் விடுதலைக்காக அரசியல் தளத்திலும், தொழிலாளர்களின் முன்னேற்றத்திற்காகத் தொழிற்சங்கத் தளத்திலும் இடையறாது இயங்கியவர். இவ்வாறு இயங்கியதால் பெண்ணியம் குறித்து அவரால் நிறைய எழுத முடியாமல் போயிற்று. ஆனால் அந்தச் சூழலிலும் அவர்

எல்லாத் துறைகளைப் பற்றியும் எழுதியுள்ளதுதான் வியப்பு. அவர் அரசியல், தொழிற்சங்க இயக்கம் ஆகிய தளங்களில் மிகுதியாக ஈடுபட்டதால், அந்தத் துறைகளைப் பற்றி எழுதுவதோடு நின்றுவிடாமல், அறிவியல், சமூகவியல், வானியல், உளவியல், மெய்யியல், அரசியல், உடற்கூற்றுஇயல், மதம், மூடநம்பிக்கை ஆகியவை குறித்து ஆழமாகக் கட்டுரைகளை வடித்துள்ளார். அக்காலத்தில் அரசியல் தளத்தில் இயங்கிய ஒருவர், இத்தனை துறைகளைப் பற்றி எழுதியதில் வேறொரு வரை அடையாளம் கூடக் காட்ட முடியாது. அவரொரு பல்துறையைக் கற்ற பல்துறை அறிஞர். பல துறைகளையும் பற்றி எழுதியதால், பெண்ணியம் குறித்து நிறைய எழுத முடியாமல் போயிற்று. எனினும் பெண்ணியம் குறித்து அனைத்து நிலையிலும் அறிவியல் அடிப்படையில் சிந்தித்து எழுதியவர். அவர் எழுதியவை எண்ணிக்கையில் குறைவாக இருக்கலாம். ஆனால் சிந்தனையில் கனம் மிகுந்தவை; முரண் அற்றவை; அடிப்படையில் சாரம் மிக்கவை.

அறிவியலிலும், அரசியலிலும் விழிப்புக் கொண்ட நம் நூற்றாண்டில் வாழும் முற்போக்குப் பெண்மணியான மாலதி பெண் வன்கொடுமையைப் பற்றிக் கூறும்போது, சாதி, மதம், கடவுள், மூட நம்பிக்கையைத் தான் குறிப்பிடுகிறாரேயன்றி அரசியலைக் குறிப்பிட்டார் அல்லர்; தந்தை பெரியாரும் அரசியலுக்கு அத்துணை முக்கியத்துவம் அளித்தவர் அல்லர்; அதே பார்வையைத்தான் சகோதரி மாலதியிடம் பார்க்க முடிகிறது. சாதி, மதம், கடவுள், மூட நம்பிக்கை ஆகியவற்றைப் பாதுகாத்து வருவது அரசியல் அதிகாரம்தான். இந்த அரசியல் அதிகாரத்தில் மாற்றம் கொண்டு வராமல், மதம், கடவுள் ஒழிப்புப் பிரச்சாரத்தால் பெரும் மாற்றத்தைக் கொண்டு வந்துவிட முடியாது. மூட நம்பிக்கையையும், மதத்தையும் பரப்பிக் காத்து வருவது மதப் பீடங்களேயாகும். அந்த மதப் பீடங்களைக் காத்து வருவது அரசியலின் ஆட்சிப் பீடங்களே; இந்த ஆட்சி பீடங்களை ஒழிக்க வழி கண்டவரே சிங்காரவேலர்.

நாட்டில் மத மூடநம்பிக்கைகளை ஒழித்துப் பொருளாதாரத்தில் ஏற்றத்தாழ்வற்ற சமுதாயத்தை அமைக்கவும், பெண்ணடிமைத்தனத்தை ஒழித்து, அவர்களுக்கு எல்லா நிலைகளில் உரிமை வழங்கிப் பொருளாதாரத்திலும் சமத்துவத்தை நிலை நாட்ட ஆட்சியதிகாரத்தைக் கைப்பற்ற வேண்டுமென்று வழி

கூறியவர் சிங்காரவேலர். சுயமரியாதை இயக்கத்தினருக்கு அவ்வப்போது அதனைப் போதித்தவர்; வலியுறுத்தியவர்; சுயமரியாதை இயக்கம் வெறும் கலாச்சார இயக்கமாக இல்லாமல், அரசியல் இயக்கமாக மாற வேண்டுமென்று அடிக்கடி வலியுறுத்தியவர் அவர். இதன் காரணமாகச் சுயமரியாதை இயக்கம் சமதர்ம இயக்கமாக மாற ஈரோட்டுத் திட்டத்தை 1933இல் உருவாக்கினார். தந்தை பெரியாருக்கு இதில் முழு ஈடுபாடு இருந்திருந்தாலும் மற்றவர்களின் வலியுறுத்தல் காரணமாகவும், வேறு சில காரணங்களாலும் அத் திட்டத்தைத் தவிர்த்தார். சுயமரியாதை இயக்கம் பெரும்பாலோரின் விருப்பப்படி கலாச்சார இயக்கமாகவே இருக்கும் என்றார். இதனால், சிங்காரவேலரும் ப.ஜீவானந்தமும் அவ்வியக்கத்தை விட்டு வெளியேறினர். இது வரலாறு.

சிங்காரவேலர் இறுதிவரை அரசியல் இயக்கத்திற்காகவே சிந்தித்தவர்; செயல்பட்டவர். தந்தை பெரியார் புரட்சிகரச் சிந்தனைகளைக் கூறிய சிறந்த சிந்தனையாளராக இருந்தாலும், அரசியலைக் கைப்பற்ற விரும்பாமல், தம் இயக்கத்தை வெறும் கலாச்சார இயக்கமாக மட்டும் சுருக்கிக் கொண்டார். சிங்கார வேலருக்கும், தந்தை பெரியாருக்கும் உள்ள இந்த நுண்ணிய வேறுபாட்டைப் புரிந்துகொள்ள வேண்டும். சிங்காரவேலர் மார்க்சியவாதியாக இருந்ததால், பொதுவுடைமை சார்ந்த ஆட்சியதிகாரத்தை அமைப்பதில் குறியாக இருந்தார். பொது வுடைமையே பெண் சமத்துவத்தை முழுமையாக நிலைநாட்ட வல்லது என்பதில் அசையா நம்பிக்கை கொண்டிருந்தார். தந்தை பெரியாரோ கலாச்சாரப் பிரச்சாரத்தால் எதனையும் மாற்றலாம் என்னும் நம்பிக்கை கொண்டிருந்தார். கலாச்சாரப் பிரச்சாரத்தைச் சிங்காரவேலர் விரும்பினாலும் அரசியலுக்கே முன்னுரிமை அளித்தார். தந்தை பெரியாரோ கலாச்சாரப் பிரச்சாரத்திற்கே முன்னுரிமை அளித்தார். கலாச்சாரப் பிரச்சாரத்தால் ஓரளவு மாற்றத்தை ஏற்படுத்தலாம். முழுமையாக ஏற்படுத்திவிட முடியாது. சில வேளைகளில் மாறான அடக்குமுறையால் கலாச்சாரப் பிரச்சாரத்தை நிறுத்திவிடவும் முடியும். இவற்றை அடிப்படையாகக் கொண்டுதான் இருவரையும் ஆராய வேண்டும்; இல்லையேல் பாதையில் மருள் தோன்றும்; இருள் தோன்றும். சரியான முடிவுக்கு வர முடியாது.

பெண்ணியம் குறித்து இருவரின் சிந்தனைகளும் பார்வை களும் இந்தக் கொள்கையின் அடிப்படையில் எழும்பியவை: இந்த அடிப்படையைக் கொண்டுதான் இருவரின் சிந்தனை களையும் சீர்தூக்கிப் பார்க்க வேண்டும்; இது மிக இன்றியமை யாதவை; தவிர்க்க முடியாதவை. சகோதரி மாலதி பொது வுடைமைச் சமுதாயத்தில் பெண்கள் என்னுந் தலைப்பைத் தம் கட்டுரைக்குத் தலைப்பிட்டுவிட்டு, அரசியலின் முக்கியத்து வத்தை, பொதுவுடைமையின் முக்கியத்துவத்தை எப்படிக் கவனிக்காமல் போனார்? எப்படி மறந்து போனார்? மேலும் மாலதி, தம் கட்டுரையில் பெண்ணியம் குறித்துச் சிங்காரவேலர் எட்டுக் கட்டுரைகளை மட்டும் எழுதியிருப்பதாகக் குறிப் பிட்டுள்ளார்; இதுவும் ஆய்வுக்குரியது. அவர் குறிப்பிட்டிருக்கும் எண்ணிக்கையில் உள்ள கட்டுரைகள் யாவை? அவற்றைக் கீழே நோக்கலாம்.

1. பொதுவுடைமையும் பெண்களும்
2. பொதுவுடைமையும் குழந்தைகளும்
3. சமதர்மத்தில் பெண்கள்
4. காதல் உற்பவம்
5. கர்ப்பத் தடைப் பித்தம்
6. கல்யாணம் என்றால் என்ன? I
7. கல்யாணம் என்றால் என்ன? II
8. வேசித்தனமும் அதனைப் போக்கும் மார்க்கமும்.

இந்தத் தலைப்புகளைக் கொண்டுதான் அவர் எட்டுத் தலைப்புகள் என்று வரையறுக்கிறார். சிங்காரவேலரின் சிந்தனைக் களஞ்சியம் என்னும் மூன்று தொகுதிகளில் தனித் தலைப்புகளாக இவை இடம் பெற்றுள்ளன. இந்தத் தனித் தலைப்புகளைக் கொண்டு மட்டும் அவர் எட்டுத் தலைப்புகள் என்கிறார். ஆனால் சிங்காரவேலர் சில தனி நூல்களுள் பெண் களைப் பற்றிக் கட்டுரை எழுதியுள்ளார். அந்தக் கட்டுரைகளை அவர் கணக்கில் எடுத்துக் கொள்ளவில்லை; மேலும் அக்கட்டுரை களைப் படிக்காததனால் அவர் பெண்ணியம் குறித்த சிங்கார வேலரின் கருத்துகளைச் சரியாக அறிய முடியாமலும் போயிருக் கலாம். அக் கட்டுரைகளையும் சகோதரி மாலதி படித்தறிதல் வேண்டும். அக்கட்டுரைகளை இங்கு அடையாளம் காட்டுவது

நம் கடனாகும். வருங்கால ஆராய்ச்சிக்கும் அவை பயன்படும். அவர் எழுதிய *சுயராஜ்யம் யாருக்கு?* (1931) என்ற நூலில் பெண் மக்களைக் குறித்துச் சில கட்டுரைகள் உள்ளன; அவை கீழே குறிக்கப்பட்டுள்ளன:

1. சமூக வாழ்க்கையில் கொடுமை
2. மக்களின் அற்ப வயது.
3. பெண்களின் நிலைமை
4. சமதர்மத்தில் குடும்ப நிலைமை
5. பெண்கள் சுதந்திரம் பெறும் வழி
6. மூட நம்பிக்கைகள் ஒழியும் வழி

இங்குக் குறிப்பிட்டுள்ள ஆறு தலைப்புகளில் முதல் இரண்டும் கட்டுரைகள் அல்ல; சிறு குறிப்புகளாக இருபது வரிக்குள் அடங்கியவை; ஆனால் அரிய குறிப்புகள்; மற்ற நான்கும் கட்டுரைப் போக்கில் நூலுள் அமைந்தவை; இவற்றில் பெண்ணியம் குறித்துப் பலவற்றை ஆராய்ந்துள்ளார். இவற்றில் மதத்தைக் கடுமையாகச் சாடியுள்ளார். இவற்றைப் படித்திருந்தால் சிங்காரவேலரின் பெண்ணியம் குறித்த கருத்துகள் மதத்தோடு ஒத்துப் போகிறது என்னும் தவறான, ஆதாரமற்ற முடிவுக்கு மாலதி வந்திருக்க மாட்டார். சுயராஜ்யம் யாருக்கு என்ற நூலைப் படித்தாலே மாந்த விடுதலையை, மனித சமத்துவத்தை அவர் எத்தனை கோணங்களில் அலசியுள்ளார் என்பதை நன்கு உணரலாம். அவரது தொலைநோக்குப் பார்வைக்குக் கட்டியம் கூறும் அந் நூல்தான் அவர் எழுதிய முதல் நூல். அம் முதல் நூலிலேயே உலகப் பார்வையை, பொதுமைப் பார்வையை அவர் வெளிக்காட்டியுள்ளார்.

அவர் காலமான முப்பது ஆண்டுகளுக்குப் பின்னர் அவரது கட்டுரைகளைத் தொகுத்த நாகை கே. முருகேசன் 1974ஆம் ஆண்டில் *பொதுவுடைமை விளக்கம்* என்ற நூலை வெளியிட்டார். அந்நூலும் மிக முக்கியத்துவம் வாய்ந்தது. பொதுவுடைமைக் கொள்கையைப் பல கோணங்களில் விளக்கும் முறையில் அமைந்த நூலாகும் அந்நூல். பொதுவுடைமையும் வேலையில்லாமையும், பொதுவுடைமையும் யுத்தங்களும், பொதுவுடைமையும் நீதியும், நீதி ஸ்தலங்களும், பொதுவுடைமையும் கல்வியும், பொதுவுடைமையும் போகப் பொருள்களும்,

போன்ற 16 தலைப்புகளில் பொதுவுடைமையை அவர் விளக்கி யுள்ளார். அவற்றில் இரண்டு தலைப்புகள் பெண்களைப் பற்றியன.

7. பொதுவுடைமையும் பெண்களும்
8. பொதுவுடைமையும் பிள்ளைகளும்

இவற்றில் பொதுவுடைமையும் பிள்ளைகளும் என்னும் கட்டுரை ஏற்கெனவே கண்ட பொதுவுடைமையும் குழந்தை களும் என்னும் கட்டுரையின் விரிவேயாகும். இதுகாறும் குறிப்பிட்ட 8 கட்டுரைகளில் இரண்டைக் கட்டுரையாக ஏற்க முடியாமற் போயினும் 6 கட்டுரைகள் உள்ளன. எல்லாவற் றையும் கூட்டினால் மொத்தம் (8 + 6 = 14) பதினான்கு கட்டுரைகள் உள்ளன. இவை எண்ணிக்கையில் குறைவுதான். அரசியல், தொழிலாளர் இயக்கம் ஆகியவற்றில் தொடர்ந்து அவர் ஈடுபட்டிருந்ததால் அவரால் குறைவாக எழுத முடிந்தது எனலாம். எண்ணிக்கையில் குறைவு இருந்தாலும் உள்ளடக் கத்தில் உன்னதம் வாய்ந்தது; அவற்றில் பெண்ணியம் குறித்து அனைத்தையும் பேசியுள்ளார்; பொருள் முதல்வாத அடிப் படையில் பேசியுள்ளார். அவை சாரமும் காரமும் உடையவை; பெண்ணியம் குறித்து அத்துணைச் சிந்தனை வளர்ந்திராத காலத்தில் அவர் சிந்தித்து எழுதியுள்ளார்; பெண் விடுதலையை மனித விடுதலையின் ஒரு கூறாக மட்டுமின்றி, அதனை மிக முக்கிய விடுதலையாகவும் கொண்டுள்ளார்.

தந்தை பெரியார் எழுதிய பெண்ணியம் பற்றிய கட்டுரைகள், சிங்காரவேலர் எழுதியவற்றைக் காட்டிலும் எண்ணிக்கையில் மிகுதியானவை. அப்படி மிகுதியாக இருப்பதற்குச் சில காரணங்கள் உண்டு; அந்தக் காரணங்களை அறியாமல் ஒப்பிடுவது சரியன்று.

சிங்காரவேலர் அரசியல், தொழிற்சங்க இயக்கம் ஆகிய தளங்களில் இயங்கியதால் கலாச்சாரத் தளத்தில் குறிப்பிட்ட அளவே இயங்க முடிந்தது; இதனால் கட்டுரை எண்ணிக்கை குறைந்தது. தந்தை பெரியார் கலாச்சாரத் தளத்தில் இயங்கியதால் நேர மிகுதியால் அவரது கட்டுரைகளின் எண்ணிக்கை மிகுந்தது.

சிங்காரவேலரின் எழுத்துகள் திரட்டப்பட வேண்டியன இன்னும் உள்ளன; அவை இதுகாறும் கிடைத்தில; அவரைச்

சார்ந்த பொதுவுடைமை இயக்கமும் அவற்றைத் திரட்டத் தவறிவிட்டது. தந்தை பெரியாரின் அனைத்து எழுத்துகளையும், பேச்சுகளையும் ஒன்றுவிடாமல் திராவிடர் கழகமும் திரு. ஆனைமுத்துவும் திரட்டித் தந்துள்ளதால் அவை கூடுதலாக உள்ளன.

சிங்காரவேலர் 1918 முதல் பல்வேறு தலைப்புகளில் ஆங்கிலத்திலும், தமிழிலும் எழுதியிருந்தாலும் 1936 முதல் 1946 வரை அவரது கட்டுரைகள் கிடைக்கவில்லை. மேலும் இக்காலகட்டத்தில் அடிக்கடி நோய்க்கு ஆட்பட்டதாலும், கண் பார்வை கெட்டதாலும் அவரால் எழுத முடியாமல் போயிருக்கலாம். அவர் தொடங்கிய 'புது உலகம்' இதழ் 1936-க்குப் பின்னர் நின்றுவிட்டதால் கட்டுரை எழுதும் வாய்ப்பும் குறைந்துவிட்டது. ஆனால் தந்தை பெரியாரின் இறுதிக் காலம் வரை 'விடுதலை' இதழ் வெளிவந்து கொண்டிருந்ததால் அவருக்கு இறுதி வரை எழுதும் வாய்ப்பு இருந்தது. அவரது பேச்சும் இதழில் வெளி வந்துகொண்டிருந்தது. அதனால் அவரது எழுத்துகளின் எண்ணிக்கை மிகுந்தது.

சிங்காரவேலர் தம் 86ஆம் வயதில் 11.12.1946இல் காலமானார். தந்தை பெரியார் 24.12.1973இல் 94ஆம் வயதில் காலமானார். சிங்காரவேலருக்குப் பின் 27 ஆண்டுக் காலம் பெரியார் கூடுதலாக வாழ்ந்தவர். இந்தக் கூடுதல் காலமே கட்டுரை எண்ணிக்கைக்குக் காரணமாகும். மேலும் பெண்ணியம் குறித்துப் பெரும் விழிப்பு ஏற்பட்ட காலத்தில் (1960-க்குப் பின்னர்) வாழ்ந்தவர் தந்தை பெரியார். இந்தச் சமூகத் தேவையும் கட்டுரையின் எண்ணிக்கையை மிகுவித்தது எனலாம். இவை போன்ற சூழல்களை அறியாமல் இருவரின் கட்டுரைகளின் எண்ணிக்கையை ஒப்பிட்டுப் பேசுவது நன்றன்று; சரியன்று. மற்றொரு வேறு பாட்டையும் கூர்ந்து நோக்க வேண்டும். சிங்காரவேலரின் எழுத்துப் பணி பல்வேறு காரணங்களால் 1936இல் இருந்து தடைப்பட்டுவிட்டது. இருவரின் கட்டுரைகளின் எண்ணிக்கையை ஏதோ ஒரு தேவைக்காக ஒப்பிட வேண்டுமாயின், அவர்கள் எழுதிய காலத்திலிருந்து 1936 வரை கணக்கிடுவதே ஏற்றது; சிறந்தது. அதனைக் கருதித் தந்தை பெரியாரின் பெண்ணியம் குறித்த கட்டுரைகளை நோக்கலாம்.

1.	கற்பு	01. 08. 1918
2.	வன்முறையும் கற்பும்	02. 12. 1928
3.	பெண் விடுதலை	12. 08. 1928
4.	இளம் வயது விவாக விலக்கு மசோதா	23. 09. 1928
5.	விவாகரத்து	29. 09. 1928
6.	தேவதாசி ஒழிப்புச் சட்டம்	23. 12. 1929
7.	கர்ப்பத்தடை	06. 01. 1930
8.	கர்ப்பத்தடை	01. 03. 1931
9.	கல்யாண விடுதலை	17. 08. 1930
10.	இனியாவது புத்தி வருமா?	05. 10. 1930
11.	மறுமணம் தவறல்ல	12. 10. 1930
12.	விபசாரம்	26. 10. 1930
13.	காதல்	18. 06. 1930
14.	இந்தியாவின் பெண்கள் நிலை (பேச்சு தீர்மானம்)	05. 02. 1933
15.	திருமண ஒப்பந்தம்	08. 06. 1934
16.	சுயமரியாதைத் திருமணமும் புராண மரியாதைத் திருமணமும்	07. 10. 1934
17.	திருமணம் உலக சித்தாந்தம்	10. 06. 1935
18.	விவாக விவாத விளக்கம்	22. 08. 1936

மேலுள்ள 18 தலைப்புகளில் இரு தலைப்புகள் பேச்சுகளாக இருப்பதால், அந்த இரண்டை நீக்கினால் ஏனைய 16 தலைப்பு களும் கட்டுரைகளாக அமைந்தவை; அறிஞர் வே. ஆனைமுத்து அவர்கள் தொகுத்த பெரியார் ஈ.வெ.ரா. சிந்தனைகள் என்னும் இரண்டாம் பதிப்பின் முதல் தொகுதியில் உள்ள கட்டுரைகள் இங்குக் குறிக்கப்பட்டுள்ளன. இத்தொகுதியில் மொத்தம் 40 கட்டுரைகள் உள்ளன. அவற்றில் சில பேச்சுகள். 1936 வரை இருவரின் கட்டுரைகளின் எண்ணிக்கையை ஒப்பிட்டுப் பார்த்தால் சிங்காரவேலரின் கட்டுரைகள் 14. தந்தை பெரியாரின் கட்டுரைகள்

16. இரண்டு கட்டுரைகள்தான் அதிகம். இதனைப் பெரும் வித்தியாசமாகக் கருத முடியாது. சகோதரி மாலதி இங்குக் குறிப்பிட்டுள்ள காலச் சூழலைக் கருத்தில் கொள்ளாமல், கட்டுரைகளின் எண்ணிக்கையைக் குறிப்பிட்டிருப்பதால் இந்த அளவிற்கு விளக்க வேண்டியதாயிற்று. பெண்ணியம் குறித்து அவர் எழுதியிருப்பன பழைமையானது அன்று; முக்கியத்துவமும் முற்போக்கும் கொண்டவை, அறிவியல் சார்ந்தவை; சிந்தனை மிக்கவை.

தந்தை பெரியார் எழுதிய நாற்பது கட்டுரைகளில் மிகுதி யான இருபத்து நான்கு கட்டுரைகள் 1936-க்குப் பின்னர் எழுதப் பெற்றவை என்பதை இங்குக் கவனத்தில் கொள்வது ஏற்றது. அக்காலத்திய சூழலே அதற்குப் பெருங் காரணமாகும். இந்தச் சூழலுக்கு முன்னால் சிங்காரவேலர் நோய்வாய்ப்பட்டும், இவ்வுலகை விட்டும் மறைந்துவிட்டார் என்பதையும் உணர வேண்டும்.

இதுகாறும் விளக்கியவற்றான் இருவரின் கட்டுரை எண்ணிக்கை வேறுபட்டதற்கான உண்மைக் காரணத்தை நன்கு அறியலாம். எண்ணிக்கையை வைத்தோ, கட்டுரையின் சாரத்தை வைத்தோ அவர்களுக்கு உயர்வு தாழ்வு கற்பிப்பதோ கருதுவதோ உண்மை ஆராய்ச்சி ஆகாது; இருவரும் மாமேதைகள்; அவர்கள் இருவரும் அவரவர் கண்ணோட்டத்தில் சிந்தித்துள்ளார்கள்; சமுதாய வளர்ச்சிக்காகவும், மாற்றத்திற்காகவும் சிந்தித்தார்கள். அவர்கள் சிந்தனைகளில் வேறுபாடு இருந்தாலும், வேறுபாட்டை அகற்றி, ஒற்றுமையுள்ள சிந்தனைகளை நாம் அடையாளம் கண்டு அவற்றைப் போற்றுவதும் செயல்படுத்துவதுமே ஏற்றன; இது காலத்தின் கட்டாயம். மாமேதை இலெனின் இதற்கு வழிகாட்டிச் சென்றுள்ளார். அவர் சோவியத்துப் புரட்சிக்குப் பின்னர், சோவியத்து மக்களிடையே மண்டிக் கிடந்த மத மூட நம்பிக்கைகளையும், மௌடிகத்தையும் ஒழிக்க, நாத்திக இலக்கியங் களைப் பரப்ப முயன்றபோது, பொருள்முதல்வாதிகளின் நாத்திக இலக்கியங்களோடு பிறநாட்டுக் கருத்துமுதல்வாதி களின் நாத்திகச் சிந்தனைகளையும் இணைத்துப் பரப்புரை செய்தார். போதிய அளவு வெற்றியும் பெற்றார்.

பொதுவுடைமையர்க்குத் தந்தை பெரியாரின் வளமான சிந்தனைகளை மேலும் பரப்புரை செய்யவேண்டிய கட்டாயம்

உள்ளது. மதம், மூட நம்பிக்கை, பெண்ணியம் ஆகிய சிந்தனை களில் அவர் தலைசிறந்த சிந்தனையாளர்; குறிப்பாகப் பெண்ணி யத்தில் அனைத்துக் கூறுகளையும் சிந்தித்தவர்; அதில் சிகரத்தைத் தொட்டவர். எந்தக் கைம்மாறும் கருதாது, நடமாட முடியாத தொண்ணூறு வயதிலும் மக்களுக்காகவே உழைத்தார். அவரது தொண்டுகள் - அளப்பரியவை; வரலாற்று முக்கியத்துவம் வாய்ந்தவை; ஏன்? தந்தை பெரியார் இல்லையெனில், சிங்கார வேலர் இந்த அளவுக்குப் புகழ் பெற்றிருப்பாரா என்பதுகூட ஐயம்தான்.

ஈரோட்டுத் திட்டத்திற்குப் பின், சிங்காரவேலர் தந்தை பெரியாரைக் கடுமையாக விமர்சனம் செய்தபோதும், அவரைப் பற்றி ஒரு வார்த்தையும் கூறாதவர் பெரியார். இக்காலகட்டத்தில், சிங்காரவேலரின் எழுத்துகளில் ஒன்றிரண்டில் அவருக்கு வேறுபாடு இருந்தும், அந்த எழுத்துகளை அப்படியே பதிப்பித் தவர், தந்தை பெரியார்; இதிலும் அவர் பெரியாராகத்தான் இருந்தார். தமிழகம் இதனை மறந்து வருவதுதான் சோகமானது; தமிழகத்தில் சில மேடைகளில் சிலர் சிங்காரவேலரையும் தந்தை பெரியாரையும் ஒப்பிட்டுச் சில செய்திகளை மறைப்பதும், திரித்துக் கூறுவதும், சில நேரங்களில் உயர்வு தாழ்வு கற்பிப்பதும் தவிர்க்க வேண்டிய ஒன்றாகும். ஆராய்ச்சிக்கும், சமூக மாற்றத் திற்கும் இது சிறிதும் பயனளிக்காது; இருவரையும் உள்ளவாறு உணர்ந்தவர்கள் இந்தத் தவறை, குற்றத்தை ஒருபோதும் செய்ய மாட்டார்கள். அந்த வழிகாட்டிகளை நாம் வழிகாட்டிகளாக ஏற்று நாம் வழிகாட்ட வேண்டும். அவர்களிடையே சில வேற்றுமைகள் இருக்கலாம். அவை தவிர்க்க முடியாதவை. ஆனால், அவற்றையே பிடித்துக் கொண்டிருக்கக் கூடாது. இல்லையெனில் 'முரடனும் முதலையும் கொண்டது விடா' என்ற பழிச் சொல்லுக்கு நாம் ஆளாகி விடுவோம். இனியேனும் இரு தரப்பினரும் ஒருங்கிணைந்து சிந்தித்து அவ்விரு மேதைகளின், பெயர்களின் சிந்தனைகளில் உறவு கொண்டு சமுதாயக் கடனாற்றுவதே ஏற்றது; சிறந்தது. காலத்துக்கு உகந்தது; அதுவே வரலாற்றைப் புரிந்துகொள்ளவும், வரலாற்றைப் படைப்பதற்கும் ஏற்றது. இங்கு மற்றொன்றை நினைத்துப் பார்க்க வேண்டும். அது இக்கட்டுரையின் சாரத்துக்குத் தொடர்பு உடையது. தந்தை பெரியார், திருச்சியிலுள்ள பொன்மலையில் இரயில்வே தொழிலாளர்களின் பணிமனையில் 28.9.1952 அன்று

சிந்தனைச் சிற்பி சிங்காரவேலரின் திருவுருவப் படத்தைத் திறந்து வைத்து உரையாற்றியது உளங்கொளத்தக்கது. அவ்வுரை மிக முக்கியத்துவம் வாய்ந்தது; தந்தை பெரியாரின் நினைவுரைகளைத் தொகுத்த பெரியவர் வே. ஆனைமுத்து கூட, அத் தொகுப்பில் இதனைச் சேர்க்காது விட்டிருக்கிறார். பெரியார், பலரைப் பற்றி ஆற்றிய இரங்கல் உரைகளைக் கவனமாகத் தொகுத்த அவர், சிங்காரவேலர் பற்றிய உரையை விட்டிருக் கிறார். இத் தவறு எப்படி நிகழ்ந்தது என்பது புலப்படவில்லை; தந்தை பெரியாரின் நினைவுரையில் ஒரு பகுதியைக் கீழே காணலாம்.

"தோழர் என்று கொடுக்கப்படும் அடைமொழி அவருக்குத் தான் இருந்தது. தோழர் சிங்காரவேலர் அவர்கள் பிடிவாதக் காரர்; பொது வாழ்விலேயே தனிப்பட்ட சிறப்பு அவரிடம் இருந்தது; தொழிலாளர்களுக்காகவே பாடுபட்டு வந்தவர்; அந்த முயற்சியில் கஷ்ட நஷ்டம் பல அடைந்தவர்.

தொழிலாளர்களுக்கு மட்டும் உழைத்துக் கொண்டு இராமல், சமுதாயச் சம்பந்தமான மற்ற காரியங்களிலும் தீவிரமாக ஈடுபட்டு வந்தார். நிறைய எழுதுவார்; அவர் எழுதுகின்ற கட்டுரை ஆதாரபூர்வமானதாக இருக்கும். அறிஞர்களின் மேற்கோள்களை ஆணித்தரமாக எடுத்துக் காட்டுவார்.

பொதுவுடைமை, பகுத்தறிவு சம்பந்தமாக அவரைப் போன்று அறிந்தவர்கள் அப்போது இல்லையென்றே கூறலாம். அவர் எப்போதும் படித்துக் கொண்டே இருப்பார். அவர் வீடே புத்தகச் சாலையாகக் காட்சியளித்தது. கடினமான பிரச்சினை களைக் குறித்து எல்லாம் எழுதுவார். அவர் நல்ல தைரியமான நாத்திகர்.

எதையும் ஆராய்ச்சி செய்யும் பண்பும், துணிச்சலும், தைரியமும் உடைய அவரைப் போன்ற ஆராய்ச்சியாளர்கள் நிறைய விஷயம் அறிந்து வாதிப்பவர்கள், அவருக்குப் பிறகு தோன்றவே இல்லை. தோழர் சிங்காரவேலு அவர்கள் சமுதாயக் கோளாறுகள் ஒழிவதற்காகவே பாடுபட்டவர்.

உண்மையான உழைப்பாளர்களாக, தொண்டர்களாக ஒரு சிலர்தான் தோன்ற முடியும். அந்த அளவில் தோழர் சிங்காரவேலு அவர்களைப் பாராட்டுகிறோம்.

தோழர் சிங்காரவேலுவின் கருத்துகள் நமக்கு வழிகாட்டி யாக இருக்க வேண்டும். அவரது ஆராய்ச்சி மிகுந்த புத்தகங்களை நீங்கள் படிக்க வேண்டும். அதன்படி நீங்கள் வாழ்க்கையைத் திருத்திக்கொள்ள வேண்டும் என்று கூறி அவரது படத்தைத் திறந்து வைக்கிறேன்."[33]

இவ்வுரையை நோக்கினால் தந்தை பெரியார் சிங்காரவேலரை எப்படி மதித்துள்ளார் என்பதை உணரலாம். இக்கட்டுரையின் சாரத்தையும் தந்தை பெரியாரின் இந்த நினைவுரையையும் ஒப்பிட்டு நோக்கின் சிங்காரவேலரின் மாண்பை இனிது உணரலாம் அன்றோ!

சான்று நூல்கள்

1. விளக்கத்திற்குப் பார்க்க - வள்ளுவரும் வரைவின் மகளிரும் ஒரு வரலாற்றுப் பார்வை - பா. வீரமணி கழக வெளியீடு, சென்னை - 600 018.
2. பொதுவுடைமை விளக்கம் - ம. சிங்காரவேலர் - பக். 102 - 1974. நியூ செஞ்சுரி புக் ஹவுஸ் (பி) லிட்., சென்னை - 600 098.
3. மேற்படி நூல் - பக். 109 - 123.
4. மேற்படி நூல் - பக். 105.
5. பார்க்க - தினத்தந்தி 3. 2. 2000.
6. பார்க்க - வள்ளுவரும் வரைவின் மகளிரும் - ஒரு வரலாற்றுப் பார்வை - பா. வீரமணி - பக். 99 - 181.
7. சிங்காரவேலரின் சிந்தனைக் களஞ்சியம் - ம. சிங்காரவேலர். பக். 1669-70 - மூன்றாம் தொகுதி - தென்னக ஆய்வு மையம், இராயப்பேட்டை, சென்னை - 600 014.
8. R.C. Majumdar- The History of Culture of Indian People- Vol. 10- Page 22.
9. பொதுவுடைமை விளக்கம் - பதிப்புரை - பக். IV.
10. மேற்படி நூல் - பக். 104.
11. மேற்படி நூல் - பக். 103.
12. சிங்காரவேலரின் சமூகச் சிந்தனையும் பன்முக ஆளுமையும் - பொதுவுடைமைச் சமுதாயத்தில் பெண்கள் - மாலதி மைத்ரி - பக். 165 - 166 - 2010 - சிங்காரவேலர் சிந்தனைக் கழக அறக்கட்டளை, சென்னை - 600 019.
13. மேற்படி நூல் - பக். 166.

14. குடியரசு - தந்தை பெரியாரின் தலையங்கம் 5. 11. 33.
15. பார்க்க - சிங்காரவேலரின் சிந்தனைகள் - பா. வீரமணி - வெளிவர இருக்கும் நூல்.
16. சிங்காரவேலரின் சிந்தனைக் களஞ்சியம் - பக். 971.
17. திருமண முறைகள் - Marriage and Morals பெர்ட்ராண்டு ரசல் - பக். 135 - தமிழாக்கம்: கோ. மாதவன் - 1965 - பழநியப்பா பிரதர்ஸ் - சென்னை - 600 014.
18. சிங்காரவேலரின் சமூகச் சிந்தனையும் பன்முக ஆளுமையும். பக். 167.
19. பொதுவுடைமை விளக்கம். பக். 104.
20. மேற்படி நூல் - பக். 102.
21. பொதுவுடைமையும் பெண்களும் - சிங்காரவேலரின் சிந்தனைக் களஞ்சியம் - முதல் தொகுதி. பக். 225.
22. பொதுவுடைமையும் மதமும் - மு.கு. நூல். பக். 171- 174.
23. பெண்கள் சுதந்திரம் பெறும் வழி - மு.கு. நூல். பக். 85.
24. சமதர்மத்தின் பெண்கள் - மு.கு. நூல். பக். 76, 77, 78.
25. சிங்காரவேலரின் சமூகச் சிந்தனையும் பன்முக ஆளுமையும் - பக். 167.
26. பெண் ஏன் அடிமையானாள் - பக். 16 - 1997 - தந்தை பெரியார் - சுயமரியாதைப் பிரச்சார வெளியீடு.
27. பொதுவுடைமைச் சமுதாயத்தில் பெண்கள் - பக். 167.
28. சிங்காரவேலரின் சமூகச் சிந்தனையும் பன்முக ஆளுமையும் - பக். 168.
29. பொதுவுடைமை விளக்கம் - ம. சிங்காரவேலர் - பக். 104.
30. பெரியார் ஈ.வெ.ரா. சிந்தனைகள் - வே. ஆனைமுத்து - இரண்டாம் பதிப்பு - முதல் தொகுதி - சமுதாயம். பக். CCXVIII - CCXIX - 15.2.2009 - பெரியார் ஈ.வெ.ரா. - நாகம்மை கல்வி ஆராய்ச்சி அறக்கட்டளை.
31. சிந்தனைச் சிற்பி சிங்காரவேலரின் சமூகச் சிந்தனையும் பன்முக ஆளுமையும். பக். 2.
32. சிங்காரவேலரின் சமூகச் சிந்தனையும் பன்முக ஆளுமையும் - பக். 166.
33. மேற்படி நூல் - பக். 165.

5. சிங்காரவேலரும் சுப்பிரமணிய சிவாவும்

பொதுவுடைமை இயக்கத்தின் தந்தையாகவும், தொழிலாளர் இயக்கத்தின் முன்னோடியாகவும் விளங்கியவர் சிந்தனைச் சிற்பி சிங்காரவேலர்; பல்துறைகளில் முன்னோடியாக விளங்கிய அவர், பல தலைவர்களுக்கும் அறிஞர்களுக்கும் முன்னோடியாகவும் வழிகாட்டியாகவும் இருந்துள்ளார்; இது மிகமிகக் குறிப்பிடவேண்டிய ஒன்றாகும். தமிழ்த் தென்றல் திரு.வி.க, பல்கலைச் செல்வர் தெ.பொ.மீ, விடுதலைப் போராட்ட வீரர் நீலகண்ட பிரமச்சாரி, பன்மொழி அறிஞர் ஜெமதக்னி போன்றோர் சிங்காரவேலரின் சிந்தனையால் கவரப்பட்டவர்கள்; சமயத்தில் ஆழ்ந்த ஈடுபாடு கொண்ட திரு.வி.க, மார்க்சியத்தைக் கற்கவும், அதில் ஈடுபாடு கொள்ளவும் பெருங்காரணமாக இருந்தவர் சிங்காரவேலர்; இதனைத் திரு.வி.க, தம் வாழ்க்கை வரலாற்றில் கீழுள்ளவாறு குறித்துள்ளார். அது நம் கவனத்திற்கு உரியது.

"எனது வாழ்க்கை, தொடக்கத்தில் சமயப் பணியில் ஈடுபட்டது. அதனால், பல சமய ஆராய்ச்சிப் பேறு எனக்குக் கிடைத்தது. அவ்வாராய்ச்சி, பொதுமை உணர்ச்சியை உண்டாக்கியது. சமயங்களின் அடிப்படையாயுள்ள பொதுமை, சமரசம்- ஏன் உலகில் பரவவில்லை என்று யான் எண்ணுவேன்; சிற்சில போழ்து ஆழ எண்ணுவேன். எனக்கு ஒன்றும் விளங்குவதில்லை; சிங்காரவேல் செட்டியார் கூட்டுறவு சிறிது விளக்கம் செய்தது. அவ்விளக்கம் பொதுமையை உலகில் பரப்பி நிலைநிறுத்த வல்லது. கார்ல்மார்க்ஸ் கொள்கை என்ற விளக்கத்தை என் உள்ளத்தில் இடம் பெறச் செய்தது."[1]

இக்குறிப்பைப் போன்று பல குறிப்புகள் அவரைப் பற்றித் திரு.வி.க.வின் வாழ்க்கை வரலாற்றில் ஆங்காங்கே உள்ளன. மேற்கண்ட ஒரு குறிப்பை நோக்கினாலேயே சிங்காரவேலரின் சிந்தனை திரு.வி.க.விடத்தில் ஏற்படுத்திய தாக்குறவை உணரலாம்.

திரு.வி.க. தொழிற்சங்கத்தில் இடையறாது ஈடுபடுவதற்கும், மார்க்சியத்தில் முனைப்பு கொள்வதற்கும் அவரே காரணமாவார். திரு.வி.க, தம் நூலில் மற்றோரிடத்தில், டார்வினிசத்தைத் தனக்குப் போதித்த ஆசிரியர் சிங்காரவேலர் என்றும் குறித் துள்ளார். திரு.வி.க. வைப் போலவே பன்மொழி அறிஞர் ஜெமதக்னியும் அவரது சிந்தனைக்கு ஆட்பட்டவர்.

தமிழகத்தில் 1930-ஆம் ஆண்டில் நடந்த உப்புச் சத்தியா கிரகப் போராட்டத்தின்போது தலைவர்கள் பலர் சிறையில் அடைக்கப்பட்டனர்; அவர்களில் ஜெமதக்னியும் ஒருவர்; அவரொரு காந்தியவாதி; பழுத்த ஆத்திகவாதியும்கூட; அவர் சிறையிலிருந்தபோது பக்கத்து அறையில் சிங்காரவேலர் இருந்துள்ளார். அப்போது அவர் நாகையில் நடந்த தென்னிந்திய இரயில்வே வேலை நிறுத்தப் போராட்டத்திற்காகச் சிறையில் அடைக்கப்பட்டிருந்தார். அப்போது இராஜாஜியும் சிறையில் இருந்தார். ஒருமுறை இராஜாஜி, ஜெமதக்னியை நோக்கி, "எந்தக் காரணத்தை முன்னிட்டும் பக்கத்து அறையில் இருக்கும் கிழவனைப் பார்க்கச் செல்லாதே! அந்தக் கிழவனைச் சந்தித்தால் உனக்கு நச்சு ஊசியை (கம்யூனிசத்தை) ஏற்றிவிடுவார்; ஜாக்கிரதை" என்றாராம்.[2]

ஜெமதக்னி, இராஜாஜி கூறியதைப் பொருட்படுத்தாமல், சந்தித்துதான் பார்ப்போமே என்று ஒருநாள் சிங்காரவேலரைச் சந்தித்துள்ளார். சிங்காரவேலர் அவரை அன்போடு வரவேற்று உரையாடியுள்ளார். சிங்காரவேலரின் பேரன்பும் தோழமை யுணர்வும் அவரை வெகுவாகக் கவர்ந்துவிடவே, நாள்தோறும் சந்திப்பதைக் கடமையாகக் கொண்டிருந்திருக்கிறார். அதன் காரணமாக நாளடைவில் சிங்காரவேலரிடம் மார்க்சியத்தைப் பாடம் கேட்டுள்ளார். இதன் விளைவாக மார்க்சியவாதியாக மாறியுள்ளார். அன்றுதொட்டு இறுதி நாள்வரை அவர் சிங்கார வேலரின் நேயராகவும், பின்னர் பொதுவுடைமைவாதியாகவும் இருந்துள்ளார். சிங்காரவேலரிடம் மார்க்சியத்தைக் கற்றதால் பின்னாளில் நான்கு ஆண்டுகள் கடுமையாக உழைத்து (1978-1981) மார்க்சின் மூலதனத்தைத் தம் 79-ஆம் வயதில் தமிழாக்கம் செய்துள்ளார். அந்நூல் ஆறு தொகுதிகளாக வெளிவந்துள்ளன. அந்நூலின் முன்னுரையில் அவர் சிங்காரவேலருக்கு நன்றி கூறியுள்ளார்; சிங்காரவேலர் ஜெமதக்னிக்குச் சிறையில் மார்க்சி யத்தைப் போதித்ததைப் போன்று, பின்னாளில், சிறையில்

ஜெமதக்னி காங்கிரசு தலைவர்களுக்கு மார்க்சியத்தைப் போதித்துள்ளார். அந்தப் போதனையைக் கேட்டவர்களுள் பெருந்தலைவர் காமராசரும் ஒருவர் என்பது இங்குக் குறிப்பிடத்தக்கது.

தலைவர்கள் பலர், சிங்காரவேலரின் நட்பால் பொதுவுடைமைவாதியாகவும், மார்க்சிய அன்பராகவும் மாறியதைப் போல வேறொருவரும் மாறியுள்ளார். அவர்தான் வீரமுரசு சுப்பிரமணிய சிவா. இவர் (4.10.1884- 23.7.1925) வ.உ.சி, பாரதியார் ஆகியோரோடு இணைந்து திலகரின் தளபதியாக விளங்கியவர். தம் தாய் நாட்டைத் தெய்வமாகப் போற்றியவர்; அதனால்தான் பின்னாளில் பாரத மாதா திருக்கோயில் அமைக்கப் பாடுபட்டார்; நாட்டுக்காக வீட்டைத்துறந்தவர்; ஆங்கிலேயரை வெளியேற்றுவதை உயிர் மூச்சாகக் கொண்டவர். இதனால் பலமுறை சிறை ஏகியவர்; சிறையில் தொழுநோய்க்கு ஆட்பட்டவர்; வெள்ளையரின் கொடுந்தண்டனையும், கொடுநோயும் அவரைத் துன்புறுத்திய போதும், சிறிதும் துவளாதவர்; துன்பங்கள் அடுக்கடுக்காக வந்தபோதும், “சுடச்சுட ஒளிரும் பொன்போல்” ஒளிர்ந்தவர், அவர் தியாகத்தின் திருவுரு; அறிவுச்சுடர்; ஆற்றலில் ஏறு; வீரத்திலோ மேரு. சிவத்தின் பேச்சு வீரஞ்செறிந்த பேச்சு என்பர் அறிஞர், “சிவம் பேசினால் சவமும் எழுந்து நடக்கும்” என்பார் சிலம்புச் செல்வர் ம.பொ.சி. அவர் சிறந்த பேச்சாளர் மட்டுமல்லர்; நல்ல எழுத்தாளர்; மறைமலையடிகளுக்கு முன்னரே தனித்தமிழை ஊக்குவித்தவர்; நூலாசிரியர், பன்மொழி அறிஞர், இதழாளர், தொழிலாளர் தலைவர்; ஏழைப் பங்காளர்; இவ்வாறு பன்முக ஆளுமை கொண்ட பேரறிஞர்தான் அவர்; தொழுநோய் தனக்குத் தீராத் தொல்லை அளித்த போதும் துவளாது மேலும் பன்னிரண்டு ஆண்டுகள் தொண்டாற்றிய செம்மல்தான் அவர். ஆம்; செம்மை சான்ற செம்மல். சுருங்கக் கூற வேண்டுமாயின் “என் கடன் பணிசெய்து கிடப்பதே” என்ற ஆன்றோர் மொழிக்கு இலக்கணமானவர்; அதில் அவரொரு தனிப்பிறவி.

சிவம், முதலில் திலகரையும், பின்னர் காந்தியடிகளையும் பின்பற்றியவர். அவருடைய வாழ்க்கையைக் கூர்ந்து நோக்கின் அதில் மாற்றங்கள் நிகழ்ந்துள்ளவற்றைக் காணலாம்; பிற தலைவர்களைப்போல் கண்டதே காட்சி; கொண்டதே கொள்கை என்று இராமல், மாற்றத்தை அறிந்தவர், புரிந்தவர் அவர்; சிந்தனையிலும் சமுதாயத்திலும் ஏற்படும் மாற்றங்களைக் காண முயலாமல், பத்தாம் பசலியாக இருக்கும் போக்கு

அவரிடத்தில் இருந்ததில்லை. சமுதாயத்தில் ஏற்படும் மாற்றங் களையும், தேவைகளையும் அவர் நன்குணர்ந்து செயல்பட்டுள்ளார். இங்கு ஒன்றை நோக்கினால் உண்மை விளங்கும். ஒரு மொழியில் வெளிவரும் இதழ்களோ நூல்களோ முழுக்க முழுக்க மக்கள் மொழியில்தான் வெளிவர வேண்டுமென்பதில் அவர் உறுதியாக இருந்தார். தாம் நடத்திய **ஞான பானு** இதழில் ஆங்கில மோகம் கொண்டோரைக் கண்டனம் செய்துள்ளார். இதனைப் போன்றே தமிழில், சமஸ்கிருதம், இந்துஸ்தானி, ஆங்கிலம், தெலுங்கு, கன்னடம் போன்ற மொழிச் சொற்களைக் கலந்து எழுதுவதை அவர் பெரிதும் சாடினார். தாய்மொழியின் தூய்மையைக் காப்பதில் அவர் உறுதியாக இருந்துள்ளார். இதனைப் போன்றே சட்டத்துறைச் சொற்களை மொழிபெயர்க்கப் பலவாறு கட்டுரை எழுதித் தெளிவுறுத்தி உள்ளார். இவற்றிற்கெல்லாம் காரணம் என்ன? மக்கள்பால் அவர் கொண்ட அக்கறையும், தொலை நோக்குமே காரணமாகும்.

சுதந்திரப் போராட்ட வீரராக விளங்கிய அவர் தொழி லாளர் போராட்டத்திலும் பெரும் பங்கு கொண்டுள்ளார். தூத்துக்குடியில் கோரல் மில் தொழிலாளர் வேலை நிறுத்தத்தை வ.உ.சி. தொடங்கியபோது அவருக்குத் துணையாக இருந்தவர் சிவா. 28.2.1908 அன்று அரசாங்கத்தின் தடையை மீறித் தொழிலாளர்கள் கூட்டத்தில் உரையாற்றியுள்ளார். 1919-ஆம் ஆண்டில் சென்னையில் நடந்த டிராம்வே தொழிலாளர் சங்கத் திலும் பங்கேற்று உழைத்துள்ளார். 27. 1. 1919-இல் டிராம்வே தொழிலாளர் சங்கத்தில் தேசபக்தர் ஹரிசர்வோத்தமராவ் தலைமையில் தொழிலாளர்களுக்காக நீண்ட உரையாற்றி யுள்ளார். இதே ஆண்டில் இச்சங்கத்தில் வ.உ.சி.யை அழைத்தும் பேச வைத்துள்ளார். 1920-ஆம் ஆண்டில் டிராம்வே வேலை நிறுத்தம் தொடங்கியபோது சிவா இரவு பகல் பாராமல் உழைத்துள்ளார். பிற சங்கங்களின் போராட்டங்களிலும் அவர் பங்கேற்றுள்ளார். 1921-ஆம் ஆண்டில் பி அண்டு சி மில் தொழி லாளரின் வேலைநிறுத்தம் ஆறு மாதங்களாகத் தொடர்ந்த போது தொழிலாளர்கள் வறுமையிலும் இல்லாமையிலும் வாடினர்; அவர்கள் கைகளில் பணம் இல்லாததால் வீட்டில் சமையல் செய்யமுடியாத நிலை இருந்தது. இந்நிலையில் தலைவர்கள் பலரோடு சிவாவும் இணைந்து வீடுவீடாக (மைலாப்பூர், திருவல்லிக்கேணி) கையரிசி பெற்றுக் குவித்து

அதனைத் தொழிலாளர்களுக்குத் தந்துள்ளனர். இவ்வாறு ஏழை எளிய மக்களின் தொண்டராக இருந்தவர்தான் அவர்.

இவ்வாறு மக்களின் தேவை உணர்ந்து மாற்றத்தை அறிந்து செயல்பட்டவர் அவர்; நாட்டு விடுதலைக்காக அரசியல் போராட்டத்தில் மட்டுமின்றி, ஏழை-எளிய மக்களுக்காகத் தொழிற்சங்கப் போராட்டத்திலும் ஈடுபட்டவர் அவர். தேவையை, மாற்றத்தை மனங்கொள்ளும் நிலை அவரிடத்தில் இருந்ததால் தான் அது சாத்தியமாயிற்று; அரசியலிலும் அவரது மாற்றம் காணும் மனப்பான்மை எப்படியிருந்தது என்பதை இனிக் காண்போம். அன்னிபெசண்ட் அம்மையார் ஹோம் ரூல் இயக்கம் கண்டபோது அவரது அரசியல் நிலைப்பாட்டைப் பலர் ஆதரித்தனர்; சிலர் எதிர்த்தனர்; அப்படி எதிர்த்ததில் முக்கியமானவர்களில் சிவம் ஒருவர். திரு.வி.க, முதலில் பெசண்ட்டை ஆதரித்தார்; பின்னர் எதிர்த்தார். ஆதரிக்கும் போது அவர் தேசபக்தனில் பெசண்ட்டை "அன்னை பெசண்ட்" என்று எழுதினார். ஆனால், சிவாவோ திரு.வி.கவைக் கடிந்து கொண்டு அவரை "அந்நிய பெசண்ட்" என்றுதான் குறிப்பிட வேண்டும் என்றார். அந்நாளிலேயே தாய்மொழிவழிக் கல்வி யையும், விதவை மறுமணத்தையும் வலியுறுத்தியுள்ளார்; இவை அவரது புதுமைச் சிந்தனைக்கும் மாற்றம் காணும் மனப்பான் மைக்கும் எடுத்துக்காட்டாகும்.

இந்தப் புதுமைச் சிந்தனையே அவரை மார்க்சியத்தை நோக்கி அழைத்துச் சென்றுள்ளது. கால வளர்ச்சிக்கேற்ப அவர் சிந்திப்பவராக இருந்ததால்தான் அம்மாற்றம் அவர் மனத்தில் ஏற்பட்டுள்ளது எனலாம். அக்காலத்தில் சுதந்திரம் பெறுவதற்கு அமைதி வழியே மிக முக்கியமானது என்று பெரும்பாலோர் கூறிக் கொண்டிருந்தபோது, இவர்தான் மிகத் துணிவாகத் தேவையிருந்தால் ஆயுத வழியிலும் இறங்கலாம் என்றார். அகிம்சை மட்டுமே பயன்தரத்தக்கது என்பதை அவர் ஏற்கவில்லை; ஏதோ ஒரு திட்டத்தை எடுத்துக் கொண்டு அதற்கு ஒருவழிதான் உள்ளது என்பதைத் தன்னால் ஏற்க முடியாது என்றார். சுதந்திரம் எந்த வழியில் வந்தாலும் ஏற்பேன் என்றார். இரத்தப் புரட்சியை அவர் ஆதரித்துள்ளார். இதுபற்றி அவர் கூறும்போது,

"வரலாற்றில் ஒரு நாடு ரத்தம் சிந்தாமல் யுத்தம் இல்லாமல் சுதந்திரம் பெற்றதுண்டா? இந்நாள்வரை வரலாற்றுச் சான்று ஏதும் நமக்கில்லை" என்று கூறியுள்ளார்.[3]

மேலும் "திரிசூலம் ஏந்த வேண்டிய காலம் வரும்" என்னும் புரட்சிக் குறிப்பையும் அளித்துள்ளார். திரிசூலம் என்னும் குறியீடு ஆயுதம் ஏந்துவதைக் குறிப்பதாகும். ஆன்மீகத்தில் மூழ்கிய ஒருவர், காந்தியத்தில் அழுந்திய ஒருவர் இவ்வாறு கூறுவது சாதாரணமானது அன்று; மாற்றத்தை மனங்கொள்ளும் புதுமை எண்ணம் அவரிடத்தில் இருந்ததால்தான் அவர் சிங்காரவேலரை நோக்கிப் பயணித்துள்ளார்; இச் செய்தி மிக முக்கியமானது. இது அவரது வாழ்க்கையில் ஏற்பட்ட மிகப் பெரும் மாற்றம். இதனை மையப் புள்ளியாக அடையாளம் காட்டுவதே இக்கட்டுரை.

1905-இல் ரஷ்யாவில் புரட்சி ஏற்பட்டபோது அதனை முழுமையாக ஏற்று வரவேற்றவர்களில் சிவாவும் ஒருவர். அப்புரட்சி தோல்வியுற்றபோது போல்ஸ்விக்குகளைக் குறித்து பிரித்தானிய இந்தியாவில் செய்தி நிறுவனங்களால் தவறான செய்திகள் பரப்பப்பட்டன. அச் செய்திகளின் உண்மையை அறியாமல் இந்தியாவிலுள்ள தலைவர்கள் தவறான குறிப்பு களைத் தருபவர்களாக மாறிவிட்டனர். இதில் திரு.வி.கவும் பாரதியாரும் அடங்குவர். எதிர்பாராத விதமாக இராஜாஜி போல்ஸ்விக்குகளை ஆதரிப்பவராக இருந்துள்ளார். இவர் களுள் டாக்டர் வரதராஜுலு நாயுடு குறிப்பிடத்தக்கவர். செய்தி ஊடகங்கள், எவ்வளவு பொய்ச் செய்திகளைப் பரப்பினாலும், அவற்றை ஏற்காது, நன்கு சிந்தித்துப் போல்ஸ்விக்குகளை ஆதரிப்பவராக இருந்துள்ளார். அவர் எப்படி ஆதரித்துள்ளார் என்பதைக் கீழே காணலாம்.

"அடிப்படையான நியாய கோட்பாடுகளின் அடித்தளத்தின் மீதான ஒரு சர்வதேச தார்மீக ஒழுக்கத்தைப் போல்ஸ்விக்குகள் தான் நிலைநாட்ட முயன்றுள்ளனர். ஏகாதிபத்திய இங்கிலாந்தோ போல்ஸ்விக்குகள் நடைமுறையில் செயல்படுத்துகிற ஒரு கொள்கையை மதிக்க முடியாது. ஏனெனில் அவ்வாறு மதித்தால் அது அதனுடைய நன்மையைப் பாதிக்கக் கூடியது."[4]

இக்குறிப்பின் மூலம் டாக்டர் வரதராஜுலு நாயுடு எத்துணைத் தெளிவாக இருந்துள்ளார் என்பதை உணரலாம். அக்காலத்தில் (1020- 24) சோவியத் ஒன்றியத்தைப் பற்றிய தவறான பிரச்சாரங் களை எல்லாம் கடுமையாக மறுத்துத் தள்ளியவர் அவர். மேலும் மேயோ எழுதிய இந்தியத் தாய் (MOTHER INDIA) நூல் மீது

பெரும்பாலோர் சேற்றை வாரி இறைத்தபோது, அந்நூலில் பெரும்பாலும் உண்மைச் செய்திகள் உள்ளன என்று துணிவாகக் கூறியவர் நாயுடு; அவரொரு நியாயமான சிந்தனையாளர். பிரித்தானிய இந்தியாவில் பரப்பப்பட்ட தவறான செய்திகளுக்குச் சிவாவும் ஆட்பட்டுவிட்டார். இதனால் போல்ஸ்விக்குகளை எதிர்ப்பவராக இருந்துள்ளார். ஆனால் பிற்காலத்தில் உண்மையை உணர்ந்ததால் போல்ஸ்விக்குகளைப் பற்றியும், பொதுவுடைமைக் கொள்கை பற்றியும், லெனினைப் பற்றியும் நிரம்பப் படிப்பதை விரும்பியுள்ளார். இதற்குக் கல்கத்தாவிலிருந்து வெளிவந்த ஃபார்வேர்டு இதழ் (FORWARD) பெரும் தூண்டுதலாகவும் வழிகாட்டியாகவும் இருந்துள்ளது. இந்த இதழின் ஆசிரியராக இருந்தவர் தேசபந்து சித்தரஞ்சன் தாஸ் அவர்கள் ஆவர்.

காங்கிரசில் மாற்றம் வேண்டுவோரும் வேண்டாதவருமாக இருவகையாகப் பிரிந்தனர்; மாற்றம் வேண்டுவோர் சுயராஜிய கட்சியினராக இருந்தனர்; இதன் தலைவர் தேசபந்து சித்தரஞ்சன் தாஸ்; மோதிலால் நேருவும் வேறு சில தலைவர்களும் இக்கட்சியை ஆதரித்தனர்; சிங்காரவேலரும் சுப்பிரமணிய சிவாவும் இக்கட்சியைத்தான் ஆதரித்தனர். பாப்பாரப் பட்டியில் சிவா 22. 6. 1923-இல் சித்தரஞ்சன் தாஸைக் கொண்டு பாரதமாதா ஆசிரமத்திற்கு அடிக்கல் நாட்டினார். இதுபோன்ற நிகழ்வுகள் மூலம் தேசபந்துடன் சிவா நல்ல உறவுகொண்டிருந்தார். தேசபந்து வங்கத்தில் ஃபார்வேர்டு இதழைத் தொடங்கினார். அந்த இதழில் சோவியத் புரட்சி பற்றியும், பொதுவுடைமை பற்றியும், லெனின் குறித்தும், இந்தியத் தொழிலாளர் குறித்தும், போல்ஸ்விஸம் குறித்தும் கட்டுரைகள் வெளியாகி உள்ளன; அக்கட்டுரைகள் அவரது சிந்தனையில் பெரும் மாற்றத்தை ஏற்படுத்தி உள்ளன. இதனால் கம்யூனிசம் குறித்தும் போல்ஸ்விக்குகள் குறித்தும் அவர் கருத்தில் மாற்றம் ஏற்பட்டுள்ளது.

ஃபார்வேர்டு இதழில் வந்த கட்டுரைகளை ஆழ்ந்த ஈடுபாட்டோடு அவர் கத்தரித்து ஒரு நோட்டுப் புத்தகத்தில் ஒட்டிவைத்துப் பாதுகாத்துள்ளார். அக்கட்டுரைகளின் தலைப்புகளை ஆய்வாளர் பெ.சு.மணி தம் நூலில் எடுத்துக் காட்டியுள்ளார். அதனை நோக்கினால் உண்மையை உணரலாம்.[5]

1. M.N. Roy's appeal to Labour.
2. Indian working Class Rights 16-4.27 "Hindu"
3. Memories of Nicholas II - By Leo Tolstoi- Forward.
4. Lenin- The Hero of a Legend - Maxim Gorky- Forward.
5. Alexis Ivanvcih Rykoff- Swarajya.
6. Reds would make Lenin immortal- Forward.
7. Lenin's Last illness- Forward.
8. Evolution of the Revolution in Russia- Forward.
9. Communist Design on British Empire- Forward.
10. Terrorism in Russian Politics- Maxim Gorky.
11. Lenin's Glowing Faith in Life- Swarajya.
12. Anti- British Plots in Moscow-3rd International's Programme- Hindu- 16-7-1924.
13. Communist Leaflet- 'Red' challenge to Government- Forward.
14. Christianity and Bolshevism; Hugh. B. Chapman. Forward.
15. The Soviet Russia- Leading Men of Time- Forward.
16. Government and the Communist Party- A Challenge- S. Satya Bhakta- Forward.

இக்கட்டுரைகளைப் படித்து நன்கு பாதுகாத்து வைத்திருக் கிறார் எனில் அவரது சிந்தனையில் எத்துணை மாற்றம் ஏற்பட்டுள்ளது என்பதை நன்கு உணரலாம். தொழிலாளர் இயக்க ஈடுபாடும், சிங்காரவேலர் போன்ற தொழிலாளர் தலைவர்களோடு இணைந்து செயல்பட்டதாலும் அவரது சிந்தனையில் மாற்றம் ஏற்பட்டுள்ளது எனலாம். தியாகி சிதம்பர பாரதி நேர்முகப் பேட்டியில் சிவம், சிங்காரவேலருக்குச் சிறந்த நண்பராக இருந்துள்ளார் என்பதைக் குறிப்பிட்டுள்ளார். இதனைப் பெ.சு.மணி மேற்குறித்த நூலில் குறித்துள்ளார். இது குறித்து வேறு சிலர் எழுதியிருப்பதும் நம் கவனத்திற்குரியது.

"தொழிலாளர் தலைவர்களான சிங்காரவேலர், சக்கரைச் செட்டியார், திரு.வி.க ஆகியோருடன் நெருங்கிய தொடர்பு

கொண்டிருந்தார். தொழிலாளர் பிரச்சினைகளில் ஆழ்ந்த அக்கறையுடன் செயல்பட்டார். ஆக்கபூர்வமான செயற்பாடு களை மேற்கொண்டார் இயல்பாகத் தனக்கிருக்கும் ஞானத் தேடலாலும், **தொழிற்சங்க ஈடுபாட்டாலும், சிங்காரவேலர் போன்ற தலைவர்களுடன் கொண்ட உறவாலும் பொது வுடைமைக் கொள்கை மீது நாட்டம் கொண்டார்."**[6]

"சிவா வாழ்க்கையில் தம் இறுதிக்காலத்தில் கம்யூனிஸ்ட் இயக்கத்தை நெருங்கிப் பார்த்து அறிந்திட விழைந்தார்; **சிவாவின் சென்னை நண்பர்களில் ஒருவர்தான் தோழர் எம்.சிங்காரவேலு. சிவா பொதுவுடைமை இயக்கத்தினிடம் ஆர்வம் காட்டினார்."**[7]

இக்குறிப்புகளை நோக்கினால் சிங்காரவேலரோடு அவருக் கிருந்த நட்பை உணரலாம். இங்கு நட்பைக் காட்டிலும் அவரது சிந்தனையில் ஏற்பட்ட மாற்றமே மிக முக்கியமானது. **சிவத்தின் தொழிற்சங்க ஈடுபாடும், புதியதைக் காணும் தேடலும் சிங்காரவேலரோடு கொண்ட நட்பும் அவரை வேகமாகப் பொதுவுடைமைக் கொள்கையை நோக்கி நகர்த்தியுள்ளது.** மேலும், சிங்காரவேலரின் இல்லம் (2, சௌத் பீச் சாலை மயிலை) சிவத்தின் இல்லத்தின் (பார்பர் பிரிட்ஜ், மயிலை மற்றும் 12, பிச்சுப் பிள்ளைத் தெரு, மயிலை) அருகில்தான் இருந்துள்ளது. அதாவது ஒரு கிலோமீட்டர் தூரத்தில்தான் இருந்துள்ளது. பி அண்டு சி மில் போராட்ட காலத்திலிருந்து இவர்களது நட்பு மேலும் கெட்டிப்பட்டிருக்கும். இக்காலம் முதற்கொண்டு பொதுவுடைமைக் கொள்கை பற்றியும், சோவியத் ஒன்றியம் குறித்தும் விவாதங்கள் நடந்திருக்கலாம்; இந்த விவாதங்களின் வளர்ச்சியாகத்தான் அவர் ஃபார்வேர்டு இதழின் கட்டுரை களைக் கூர்ந்து படித்துச் சேகரித்து வைத்திருப்பார்.

இங்கு மற்றொன்றையும் எண்ணிப்பார்க்க வேண்டும். 1. 5. 1923-இல் சிங்காரவேலர் மே தினத்தை இரு இடங்களில் நடத்தியுள்ளார். ஒன்று உயர்நீதிமன்றக் கடற்கரையிலும் (இப்போது துறைமுகம் உள்ள இடம்) மற்றொன்று திருவல்லிக் கேணிக் கடற்கரையிலும் நிகழ்த்தப்பட்டுள்ளன. முதல் இடத்தில் சிங்காரவேலரும் இரண்டாம் இடத்தில் சுப்பிரமணிய சிவாவும், கிருஷ்ணசாமி சர்மாவும் உரையாற்றியுள்ளனர். மேதினக் கொண்டாட்டங்களைக் கொண்டே அவர்களுக்கிடையே இருந்த நட்பையும், கொள்கையுறவையும் உணரலாம். இது

போன்ற செயல்பாடுகள்தான் அவரைப் பொதுவுடைமையை நோக்கி நகர்த்தியுள்ளது. திருவிக, மற்றும் ஜெமதக்னி போன்றோர் சிங்காரவேலரால் தாக்குறவு பெற்றது போல் சுப்பிரமணிய சிவாவும் பெற்றிருப்பதற்கு வாய்ப்புகள் பல உண்டு. சிங்கார வேலரின் வரலாற்றை முதன் முதலில் எழுதிய சி.எஸ்.சுப்பிரமணியம் ஒரு குறிப்பைத் தெரிவித்திருப்பது நோக்கற்பாலது.

"ஏப்ரல் 6 முதல் 13 வரை கடைப்பிடிக்கப்பட்ட தேசிய வாரத்தின் போது சுப்பிரமணிய சிவாவோடு சிங்காரவேலர் சென்னைத் திருவல்லிக்கேணிக் கடற்கரையில் பலமுறை பொதுக் கூட்டங்களில் பேசியிருக்கிறார்.[8]

இக்குறிப்பினாலும் அவர்களுக்கிடையே இருந்த நட்புறவை அறியலாம். மேலும் மதுரை சிதம்பர பாரதி மதுரைத் தியாகிகள் மலர் ஒன்றை வெளியிட்டுள்ளார். அதில் இதுவரை யாருக்கும் தெரிந்திராத ஓர் அரிய செய்தியை வெளிப்படுத்தியுள்ளார். கீழ்வருமாறு அம்மலரில் குறிப்பிட்டுள்ளார்.

"**தமிழ்நாட்டில் பொதுவுடைமைத் தத்துவத்தைச் சிங்காரவேலு செட்டியாருடன் சேர்ந்து பரப்புவதற்காக ஓர் அச்சாபீஸ் மிஷின் கொண்டு வந்தார் சிவம்.**"[9]

இக் குறிப்பின் மூலம் சிவா, பொதுவுடைமைக் கொள்கையின் பால் கொண்டுள்ள பற்றுறுதியை உணரலாம். இத்துணை மாற்றம் ஏற்படுவதற்குச் சிங்காரவேலர் பெருங்காரணமாக இருந்திருப்பார் என்பதை இதுகாறும் கண்ட குறிப்புகளால் நன்கு உணரலாம் அன்றோ! சிதம்பர பாரதி அம்மலரில் மேலும் ஒரு குறிப்பைத் தந்துள்ளார். அதாவது, "மேல் விவரங்களை அடுத்து வெளிவரும் 'தமிழகத்தில் புரட்சி' என்பதில் எதிர் பாருங்கள்" என்று எழுதியுள்ளார். ஆனால் அந்நூல் வெளி வரவில்லை எனக் கூறப்படுகிறது. அந்நூல் வெளி வந்திருந்தால் அவ்விருவரைப் பற்றி மேலும் பல அரிய தகவல்கள் கிடைத் திருக்கும். ஆனால் அதற்கு வாய்ப்பு இல்லாமல் போய்விட்டது. இது மிகச் சோகமானது. தமிழகத்தில் இதுபோன்று கிடைக் காமல் போன செய்திகள் பற்பல உண்டு; இதுதான் தமிழகம். சிவாவின் சிந்தனையில் கலந்த பொதுவுடைமைத் தத்துவம் அவருடைய சீடர்களான சிதம்பர பாரதி, சீனிவாசவரதன், நெல்லை எஸ்.என். சோமயாஜுலு ஆகியோரிடத்திலும் கலந் துள்ளது. அவர்கள் பொதுவுடைமையைப் பரப்புவதிலும்,

கார்ல் மார்க்சை அறிமுகப்படுத்துவதிலும் ஆர்வம் காட்டி யுள்ளனர். அவர்கள் சில கட்டுரைகளையும் நூல்களையும் மொழிபெயர்த்துள்ளனர். குறிப்பாக, சீனிவாச வரதன் கார்ல் மார்க்சைப் பற்றிக் "கார்ல்மார்க்ஸ் அல்லது மேற்றிசை மாதவன்" என்ற கட்டுரையையும் எழுதியுள்ளார். இக்கட்டுரை பல ஆண்டுகளின் பின்னர் தாமரையில் வெளியிடப்பட்டுள்ளது. ஆனால் கட்டுரையின் ஒருபகுதிதான் கிடைத்துள்ளது. சிவாவின் சீடர்களுக்கே இத்துணை உணர்வு உள்ளதென்றால், சிவாவுக்கு எத்துணை உணர்வு இருந்திருக்கும் என்பதை ஒருவாறு உணரலாம்.

25.12.1925இல் கான்பூரில் இந்தியாவில் முதன்முதலாக அகில இந்தியப் பொதுவுடைமை மாநாடு நடந்தபோது அம்மாநாட்டில் சிவாவும் கலந்துகொள்ள விரும்பியுள்ளார். ஆனால் அதற்கு அவரது உடல்நலம் இடம் தராததால் அவருக்கு மாநாட்டில் பங்கேற்க இயலாநிலை ஏற்பட்டுவிட்டது. இது குறித்து இரவீந்திர பாரதி கீழுள்ளவாறு குறித்துள்ளார்.

"1925-ஆம் வருடம் ஏப்ரல் மாதம் 9-ஆம் தேதி மதுரை சேர்ந்தனர்; உடம்பு சிறிது சௌக்கியமானதும் திருநெல்வேலி ஜில்லா மார்க்கமாக **மேற்குக் கடற்கரையோரமாய் பம்பாய் சென்று, கான்பூரில் நடைபெறும் பொதுவுடைமைக் கட்சி மாநாட்டிற்குச் சென்றுவிட்டு, கல்கத்தா சென்று ஸ்ரீதேசபந்து தாஸரைப் பார்க்க வேண்டுமென்று எண்ணிக் கொண்டிருந் தார்**. ஆனால் பராசக்தி சுவாமி சிவத்திற்கு "நீ இந்த உடலுடன் இவ்வளவு பாடுபட்டது போதும் என்னிடம் வந்துவிடு" என்று ஆக்ஞையிட்டு விட்டாள் போல் தோன்றுகிறது."[10]

சிவா இறுதிநாள்களில் பொதுவுடைமைத் தத்துவத்தில் எத்துணை ஆழ்ந்த ஈடுபாடு கொண்டுள்ளார் என்பதற்கு மேற்கண்ட குறிப்பு நல்ல சான்றாகும்; ஆன்மீகத்திலும், சமய நம்பிக்கையிலும் ஆழ்ந்த நம்பிக்கையுடைய ஒருவர், வழி வழிச் சடங்கைப் பேணும் மரபில் வந்த ஒருவர் மிக வேகமாகவும், விவேகமாகவும் மாற்றமடைந்திருப்பது சாதாரணமானதன்று; மிக அசாதாரணமானது. சிவாவின் புதுமைத் தேடலும், தொழிற்சங்க இயக்க அனுபவமும், சிங்காரவேலரின் நட்பும் அவரை வெகுவாக மாற்றியுள்ளன. சிவா உடல் நலத்தோடு பல்லாண்டுகள் வாழ்ந்திருப்பாராயின் அவரது அரசியல் நிலைப் பாடு மேலும் துலக்கம் பெற்றிருக்கும்; சிங்காரவேலரோடு

கொண்டிருந்த நட்பின் ஆழமும் வெளிப்பட்டிருக்கும். ஆனால் சிவாவைப் பற்றிய கொடும் நோய் அதற்கு முற்றுப்புள்ளி வைத்துவிட்டது. சிவாவின் சீடரின் இரண்டாம் நூல் வெளி வந்திருந்தாலும், சிதம்பர பாரதி மேலும் கூடுதலாக வாழ்ந் திருந்தாலும் பல உண்மைகள் வெளிப்பட்டிருக்கும். அவற்றிற்கும் வாய்ப்பு இல்லாமற் போய்விட்டது; எது எப்படியிருப்பினும் சிங்காரவேலரின் நட்பு, அவரது கொள்கை மாற்றத்திற்குத் திருப்புமுனையாக இருந்துள்ளது என்பதை ஒருவாறு தெளியலாம்.

சான்று நூல்கள்

1. திரு.வி.க, - திரு.வி.க. வாழ்க்கைக் குறிப்புகள்-பக்- 606- 1967- சைவ சித்தாந்த நூற்பதிப்புக் கழகம், சென்னை- 600 001

2. விளக்கத்திற்கு மேற்குறிப்பிட்ட நூலைப் (பக்- 288) பார்க்கவும்.

3. கு. கணேசன்- சுப்பிரமணிய சிவா- பக் 23- 2009- சாகித்ய அகாதெமி - குணா பில்டிங்ஸ், 443, அண்ணாசாலை தேனாம்பேட்டை, சென்னை- 600 018.

4. பெ.சு.மணி- வீரமுரசு சிவா - பக்-141, (2004- பூங்கொடி பதிப்பகம்- 14, சித்திரைக்குளம் மேற்கு வீதி- மயிலை சென்னை- 600 004.

5. முன்குறிப்பிட்ட நூல்- பக்- 148- 2004.

6. இரவீந்திர பாரதி- விடுதலை வேள்வியில் தமிழகம்- தொகுப்பு- ஸ்டாலின் குணசேகரன்- பக்- 218- 2000- பாகம் 1- நிவேதிதா பதிப்பகம்- 78, தெற்குவீதி, மாணிக்கம் பாளையம், வீரப்பன் சத்திரம், ஈரோடு- 638 004.

7. கு. கணேசன்- சுப்பிரமணிய சிவா- பக்- 24- 2009.

8. சி.எஸ். சுப்பிரமணியம்- சிங்காரவேலர்- விடுதலை வேள்வியில் தமிழகம்- பக்- 388- 2000- பாகம் I.

9. சிதம்பர பாரதி-மதுரைத் தியாகிகள் மலர்- பக் -95 - எடுத்துக் காட்டியவர் பெ.சு. மணி- வீரமுரசு சுப்பிரமணிய சிவா- பக் 149- 2004.

10. சீனிவாசவரதன்- சுப்பிரமணியசிவம் வாழ்க்கை வரலாறு- எடுத்துக் காட்டியவர்- இரவீந்திர பாரதி- சுப்பிரமணிய சிவா- விடுதலை வேள்வியில் தமிழகம்- பக்- 219 பாகம் I- 2000.

6. அயோத்திதாசரும் சிங்காரவேலரும்

அயோத்திதாசரும் சிங்காரவேலரும் நம் நாட்டுப் பேரறிஞர்களுள் குறிப்பிடத் தக்கவர்கள்; இருவரும் தத்தம் துறைகளில் முன்னோடியாக விளங்கியவர்கள்; தனித்த அரிய ஆளுமை மிக்கவர்கள்; பரந்து விரிந்த ஞானமிக்கவர்கள் உலகத்தைப் புரட்டிப் போடும் நெம்புகோல் சிந்தனையாளர்கள்; நாளும் கீழ்த்தட்டு மக்களுக்காக உழைத்தவர்கள்; போராட்ட குணம் கொண்டவர்கள்; எந்நிலையிலும் சமரசம் செய்து கொள்ளாதவர்கள். இருவரும் பன்மொழியறிவும், பல்துறை ஞானமும் உடையவர்கள்; இருவரும் பௌத்தத்தில் ஆழங்கால் பட்டவர்கள்; இருவரும் இணைந்து குறிப்பிட்ட காலம் வரை பௌத்த சிந்தனைகளைப் பரப்பியவர்கள்; ஒருவர் இந்து தர்மத்திலிருந்து பௌத்தத்திற்கு வந்து இறுதிவரை பௌத்தராகவே வாழ்ந்த மறைந்தவர்; மற்றொருவர் பௌத்தராக இருந்து பின்பு மார்க்சியராக மாறி இறுதிவரை மார்க்சியராக வாழ்ந்து மறைந்தவர். பௌத்தத்தைப் பரப்பிக் கொண்டிருந்தபோது ஒரு குறிப்பிட்ட காலத்தில் இருவருக்கும் கருத்து வேறுபாடு ஏற்பட்டுள்ளது. இந்தக் கருத்து வேறுபாட்டால், பௌத்தத்தைக் குறித்து இருவருக்குமிடையே கடுமையான விவாதம் ஏற்பட்டுள்ளது. இந்த விவாதத்தில் இருவரும் வெவ்வேறு முறையில் பௌத்தத்தை ஆராய்ச்சிக்கு உட்படுத்தியிருப்பது மிக முக்கியமானது. அவ்விவாதம் இன்றைக்கும் சிந்தனைக்கு விருந்தாக அமைவது.

அயோத்திதாசருக்கும், சிங்காரவேலருக்கும் பௌத்தத்தைக் குறித்து எழுந்த விவாதம் பெரும்பாலோரால் அறியப்படாதது; ஏன்? ஆராய்ச்சியாளர்களால் கூட அறியப்படாததாகவே இருந்துள்ளது. இவ்விவாதத்தில் அயோத்திதாசர் எழுதிய கட்டுரைகள், ஞான அலோசியஸ் தொகுத்த அயோத்திதாசர்

கட்டுரைத் தொகுதியிலும் சேர்க்கப்படவில்லை. அயோத்திதாசரை மறுத்துச் சிங்காரவேலர் எழுதிய கட்டுரைகள், அவரது கட்டுரைகள் அடங்கிய சிந்தனைக் களஞ்சியத் தொகுதியிலும் இணைக்கப் படவில்லை; இவ்வாறு அக்கட்டுரைகள் அவரவர் தொகுதியில் இடம்பெறாததால் ஆராய்ச்சியாளர்களாலேயே அறியமுடியாமற் போயிற்று; இது மிக வருத்தத்திற்குரியது என்றாலும், அந்த அரிய வாய்ப்பைத் தமிழகத்திற்கு ஏற்படுத்தித் தந்த பெருமை ஸ்டாலின் இராஜாங்கத்திற்கு உரியது; அவருக்கு நம் நன்றி உரியது. அவர் எழுதிய அயோத்திதாசரும் சிங்காரவேலரும் என்னும் நூல் (2010) வெளிவராவிடில் அச்செய்திகளை நம்மால் அறிந்திருக்கமுடியாது அல்லது அதனை அறிவதற்கு நமக்கு நெடுங்காலம் ஆகியிருக்கலாம். எது எப்படியோ? இப்போது வெளிவந்திருப்பதற்கு நண்பர் இராஜாங்கத்திற்குப் பெரிதும் கடமைப்பட்டுள்ளோம்.

வேஉ மாணிக்கம் என்பவர் ஒருபோது அயோத்திதாசருக்குக் கடிதம் எழுதியுள்ளார். அக் கடிதத்தில், புதுப்பேட்டையிலுள்ள மகாபோதி சங்கத்தில் அறிஞர் சிலர் பௌத்தத்தைக் குறித்து உரையாற்றுகிறார்கள் என்றும், தென்னிந்திய சாக்கைய சங்கத் தலைவராகிய தாங்கள் ஏன் உரையாற்ற வருவதில்லையென்றும் கடித மூலம் வினவியுள்ளார். அதற்குப் பண்டிதர், விடை யளிக்கும்போது மகாபோதி சங்கத்தைக் குறித்தும் அதன் பொறுப்பாளர்களைக் குறித்தும், கொள்கை குறித்தும் எழுதி யுள்ளார். அதனைக் கண்ட சிங்காரவேலர், பண்டிதர் கருத்தை மறுத்துக் கட்டுரை எழுதியுள்ளார். அக்கட்டுரையைப் பண்டிதர் தாம் நடத்திய தமிழன் இதழில் அப்படியே வெளியிட்டுள்ளார். அதனைக் கண்ட சிங்கார வேலர் மீண்டும் அதனை மறுத்து எழுதியுள்ளார். பண்டிதர் சிங்காரவேலரின் மறுப்பை மறுத்து அடுத்த இதழில் தம் கட்டுரையை வெளியிட்டுள்ளார். சிங்கார வேலர் தம் இரண்டாம் கட்டுரையில் இவ்விவாதத்தை இத்துடன் நிறுத்திக் கொள்வதே ஏற்றதெனக் குறிப்பிட்டுள்ளதால், பண்டிதரும் தம் மறுப்பை மூன்றாம் கட்டுரையோடு நிறுத்திக் கொண்டார். இக்கட்டுரைகள் எண்ணிக்கையில் ஐந்து கட்டுரை களேயாகும். அளவிலும் சிறியனவேயாகும். ஆனால், உள்ளடக் கத்தில் ஆழமும் அகலமும் கொண்டவை; அவை பற்பல சிந்தனைக் கீற்றுகளையும், வாதத்திறன்களையும் உடையவை. அவை படிக்கும்தோறும் நம்மைச் சிந்திக்க வைப்பவை. அவை

மொத்தத்தில் மிக நுட்பமானவை; அந்நுட்பத்தை ஒருவாறு வெளிப்படுத்துவதே இக்கட்டுரையின் நோக்கமாகும்.

அக்கட்டுரைகளை நோக்கினால் அவர்கள் எத்துணை ஆழமாகக் கற்றிருக்கிறார்கள் என்பதையும், எத்தகு வாதத் திறமை கொண்டவர்களாக இருந்திருக்கிறார்கள் என்பதையும் அறியலாம். அவற்றில் கடுமையான விமர்சனங்கள் இருப்பினும், வெயிலினிடையே நிழலைக் காண்பது போன்று நனி நாகரிகத் தையும் காணமுடிகிறது. அக்கட்டுரைகளில் தத்துவ உரையாடல் களோடு கிடைத்தற்கரிய கனமான வரலாற்றுக் குறிப்புகளும் உள்ளன; மற்றும், இதுவரை வெளிவராத சில முக்கிய செய்தி களும் உள்ளன. இவையெல்லாம் மிக்க பயனுள்ளவை. கிடைத்தற்கரிய இக்கட்டுரைகளைத் தொகுத்தளித்த இராஜாங் கத்தை எவ்வளவு பாராட்டினாலும் தகும்.

இனி அவ்வாசிரியர்களின் கட்டுரைகளை நோக்குவோம். மாணிக்கம் என்பவர் அயோத்திதாசரை நோக்கி, கோமளீ சுவரன் பேட்டையிலுள்ள மகாபோதி சங்கத்திற்குத் தாங்கள் ஏன் வருவதில்லையெனக் கடிதம் வாயிலாக வினா எழுப்பி இருந்தார். அதற்குப் பண்டிதர் தமிழன் இதழில் விடையளித் திருந்தார். அதனைக் கீழே காணலாம்.

"அவர்களது சங்கத்தின் கருத்தோவென்னில் புத்த தன் மத்தில் சாதிபேதமென்னும் செயலேயில்லாதிருக்கத் தாங்கள் புத்த தன்மம் போதிக்க வந்தோமென்று கூறி, அவற்றைத் தாழ்ந்த வகுப்பார்களுக்குப் போதிக்க வந்தோமென்று தங்களைத் தாங்களே உயர்த்திக் கொண்டு புத்த தன்மமே என்று கூறுகின்றார்கள்.

நம்முடைய சங்கத்தின் சத்திய தன்ம போதமோவென்னில் ஒவ்வொரு மனிதனும் நீதிநெறி வாய்மையில் நிலைத்து மெய்ப் பொருளுணர்ந்து தீவினையொழிந்து பிறவியின் துக்கத்தை ஜெயிக்க வேண்டுமென்பது கருத்தும் சத்திய சாதனமுமாகும்.

சென்னை மகாபோதி சங்கத்தார் கருத்தோவென்னில் **மெய்ப்பொருளென்பது ஒன்று கிடையாது. மறுபிறவியென்பது கிடையாது. மனிதன் சாகவேண்டியதே முடிவென்றுங் கூறுவார்கள்.**

இத்தகைய சாதி சம்மந்தத்திலும், தன்ம சம்மந்தத்திலும் நேர் விரோதமாயுள்ளபடியால் அச்சங்கத்திற்கு வருவதிலும்

வந்துயேதேனும் போதிப்பதிலும் யாதொரு பயனுமில்லாத படியால் வராமல் நின்றுவிட்டோம்”.[1]

பண்டிதர் தொடக்கக் காலத்தில் மகாபோதி சங்கத்திற்குச் சென்று உரையாற்றுவதைக் கடமையாகக் கொண்டிருந்திருக் கிறார். இதனை அவரே பின்வரும் கட்டுரையில் தெளிவுபடுத்தி யுள்ளார். திரு.வி.கவும், தம் வாழ்க்கை வரலாற்றில் பண்டிதர் மகாபோதி சங்கத்தில் சிலமுறை உரையாற்றியிருப்பதை எழுதிக் காட்டியுள்ளார்.[2] மேற்கண்ட குறிப்பில்கூட அவர் “வாராம லேயே இருந்துவிட்டோம்” என்று குறிப்பிடாமல் “வராமல் நின்றுவிட்டோம்” என்று குறித்திருப்பதால் அவர் தொடக்கக் காலத்தில் சென்றிருக்கிறார் என்பதை ஒருவாறு உணரலாம். மற்றும் மகாபோதி சங்கத்தார் தாழ்ந்த வகுப்பார்க்குத் தன்மம் போதிக்கப் போகிறோம் என்று கூறி வருவது சரியன்று என்று பண்டிதர் கருதுகிறார். அவர் அப்படிக் கருதுவது மிகச் சரியானதேயாகும். பௌத்தர் சாதி ஏற்றத்தாழ்வை விரும்பாது சமத்துவ நோக்குக் கொண்டவர்கள்; அந்தச் சமத்துவ நோக்குக் கொண்டோர், தன்மத்தை அறியாத மக்களுக்குத் தன்மத்தைப் போதிக்கப் போகிறோம் என்றோ கீழ்த்தட்டு மக்களுக்குத் தன்மத்தைப் போதிக்கப் போகிறோம் என்றோ கூறியிருக்க வேண்டும். ஆனால் அவர்கள் அவ்வாறு கூறாமல், தாழ்ந்த மக்கள் என்று அவர்களே முத்திரை குத்துவது சரியாகுமா? என்பதே பண்டிதரின் வினா. இது சரியான கேள்வியேயாகும். அவர்கள் தாழ்ந்த மக்களென்று குறிப்பிட்டிருப்பது தவறானதே யாகும். மற்றும், தங்களை உயர்ந்தவர்களென எண்ணிக் கொண்டு மற்றவர்களைத் தாழ்ந்தவர்களெனக் குறிப்பிடுவது பௌத்தர்களுக்கு அழகாகுமோ? என்பதுதான் பண்டிதரின் எண்ணம். இந்த எண்ணம் சரியானதேயாகும். இது குறித்துச் சிங்காரவேலர் பண்டிதருக்கு விடையளித்துள்ளார், அதுவும் பண்டிதரால் தமிழன் இதழில் வெளியிடப்பட்டுள்ளது.

“தாழ்ந்த வகுப்பார்க்குப் போதிக்க வந்தார்களென்று மகாபோதி சங்கத்தவர் சொல்லிக்கொள்கின்றார்களென்று வரைந்திருக்கின்றீர். கனம் தர்மபாலா அவர்கள் சொல்லிய விஷயத்தை அதற்கு அத்தாட்சியாகக் கூறுகின்றீர். ஆனால் அது தங்களுக்கு உத்தமமாகத் தோன்றாவிட்டால் அந்த வசனத்தை அவர் உபயோகிக்க வேண்டாமென்று தாங்கள் அவருக்குத் தெரிவித்திருக்கலாம். புத்தத் தருமத்தைத் தழுவிய தாங்கள்

பிசகிய சகோதரரைத் திருத்தத் தங்களுக்கு அவ்வளவு காருண்யம் இல்லாமல் போனது யாதுக்கோ?"3

பண்டிதர், தர்மபாலாவிடம் நெருங்கிப் பழகியவர்; அவரோடு இணைந்து பௌத்தத்தைப் பரப்பியவர். சிங்காரவேலர் குறிப்பிட்டிருப்பதைப்போன்று அவர் தர்மபாலாவை அணுகித் தடுத்திருக்கவேண்டும். அப்படித் தடுத்திருந்தால், அவர் மட்டுமன்றி, பிறரும் அவ்வாறு கூறுவதை நிறுத்தியிருப்பர். பண்டிதர் அதனைத் தடுக்காதது வருத்தமானது. பள்ளர், பறையர் போன்றோரை அட்டவணை வகுப்பார் என்றே பிறர் கூறவேண்டும். அதுவே ஏற்றது. அதனை விட்டுவிட்டு ஏளனமாகப் பழைய பெயர்களைக் கூறுவதை ஏற்றுக் கொள்ளமுடியாது. இந்நிலையைக் கருதித்தான் பண்டிதர் அந்நாளிலேயே தொலை நோக்கோடு மறுத்துள்ளார். இது அவரின் சமத்துவ நோக்கையும் சிந்தனை ஆழத்தையும் காட்டுகிறது. இங்கு இன்னொன்றையும் நோக்கவேண்டும். தர்மபாலா இலங்கையிலிருந்து வந்த சிங்கள பௌத்தர். அவருக்குத் தமிழ்நாட்டின் இயல்புநிலை தெரியாது. அப்படித் தெரியாததனால்தான் அந்தத் தவறு ஏற்பட்டுள்ளது. இந்தத் தவற்றைப் பண்டிதர், அவரை நேரில் அணுகித் தடுத்திருக்க வேண்டும். சிங்காரவேலர் மற்றொரு குறிப்பையும் தருகிறார். அதாவது ஆங்கிலத்தில் DEPRESSED CLASS என்பதைத்தான் அவர் தாழ்ந்த வகுப்பார் என்று குறிப்பிட்டுள்ளாரேயன்றி மற்ற அர்த்தத்திலன்று என்கிறார்.

மேலும் பண்டிதரே தம் பேச்சுகளில் பள்ளர், பறையர் என்று அடிக்கடி குறிப்பிட்டிருப்பதையும், மற்றும் அவர்களுக்காகவே வழங்கப்படும் பஞ்சம நிதியை, அதன் பெயரை இதுவரை மாற்ற நினையாமல், அந்த நிதியை அப்படியே பெற்று வருவதும் சரியாகுமா? என வினவுகிறார். இது குறித்துச் சிங்காரவேலர் எழுதியிருப்பது வருமாறு,

"தாங்கள் செய்யும் ஒவ்வொரு பிரசங்கத்திலும் இடைவிடாது பறையர், பறையர் என்ற ஜாதிமொழியைத் தாங்கள் உபயோகித்தும் தியாசிபிகல் சபையாருடைய "பஞ்சமநிதி"யிலிருந்து தாங்கள் அந்த நிதியின் பெயரைக் கண்டிக்காமலேயே மாதந்தோறும் உதவி பெற்றும் இருக்க, பிறர் தங்களைப் போல் அம்மொழிகளை உபயோகித்தால் அவர்களை அபர்த்தர்களெனத் தாங்கள் பெயரிட்டு அழைக்கும் வார்த்தை தங்களுக்கும்

பொருந்துமன்றோ! இதனைக் கவனிக்கவில்லை போலும்!"⁴ என்கிறார்.

இருவருக்குமான விவாதம் சற்றுச் சூடாக மாறி விட்டிருப்பதை மேற்கண்ட குறிப்பினால் உணரலாம். பண்டிதர் மகாபோதி சங்கத்திற்குப் போகாமல் நின்றதற்குத் "தாழ்ந்த வகுப்பார் என்று குறிப்பிட்டது மட்டும் காரணமன்று, இதுவொரு சிறு காரணம் தான். வேறு காரணங்களும் உள்ளன. அவற்றைப் போகப் போகப் பார்க்கலாம். சிங்காரவேலர் எழுப்பிய தடைக்குப் பண்டிதர் விடையளித்திருப்பதைக் கீழே காணலாம்.

"யாம் செய்துவரும் பிரசங்கங்களிலும், எழுதிவரும் பத்திரிகைகளிலும் மிலேச்சர்களால் பூர்வபௌத்தர்களாகிய மேன்மக்களைப் பறையரென்றும், வலங்கையரென்றும் பழித்துப் பாழ்படச் செய்துவந்தார்களென்றே பிரசங்கித்தும் எழுதியும் வருகின்றோம். அதனைக் கேட்போர் தங்களைத் தாழ்ந்தவர்களென்றெண்ணி நிலைகுலையாது முன்னேறுவார்களென்பது திண்ணம். ஆதலின் யாம் கூறும் மொழியாலும் பௌத்த வுபாசகர் கர்னல் ஆல்காட் துரையவர்களால் பெற்றுவரும் தொகையாலும் அழிவு பெறமாட்டார்கள்."⁵

பண்டிதர் பௌத்தத்தைத் தமிழ்மரபில் சிந்தித்தவர். தம் மக்களைப் பூர்வ பௌத்தவராகப் பார்த்தவர். பார்ப்பனர்களை அவர் அந்தணராக ஏற்றுக்கொள்ளாதவர்; அவர்களை அவர் வேஷ பிராமணரென அழைத்தவர். இவர்கள்தான் ஆதியில் சாதிபேதத்தை உருவாக்கிப் பரப்பி, பூர்வ பௌத்தரைக் கீழ்ச்சாதியினராக மாற்றிவிட்டனர் என்கிறார். பூர்வ பௌத்தர்க்கும் வேஷ பிராமணர்களுக்கும் இதனால்தான் பகையிருந்து வந்ததாக அவர் கருதுகிறார். அதற்காக அவரொரு உதாரணத்தையும் கூறுகிறார். பூர்வ பௌத்தர்களின் கிராமத்திற்குப் பிராமணர்கள் நுழைந்துவிட்டால் சாணச் சட்டி உடைத்துத் துரத்தும் பழக்கத்தை நினைவு கூர்கிறார். அவர்தம் மக்களைப் பூர்வ பௌத்தராகக் கருதுவதால் அவர்களைக் கீழ்ச்சாதி என்றோ தாழ்ந்தசாதி என்றோ அழைக்கக்கூடாது என்கிறார். மீண்டும் விவாதத்தை நோக்குவோம் சிங்காரவேலர், பண்டிதரே பலமுறை தம்மக்களையும் பறையரெனக் குறிப்பிட்டிருக்கிறார் என்கிறார். இதற்குப் பண்டிதர் விடையளிக்கவில்லை, அவரும் மீண்டும் மீண்டும் பள்ளர், பறையரெனக் குறிப்பிட்டிருப்பது தவறுதான். எனினும் அதனைத் தவறாகக் கருதமுடியாது. தம் மக்களை

அடையாளப்படுத்துவதற்காக அவர் அப்படிப் பறையரெனக் கூறியிருக்கிறார் எனலாம். ஆனால், அவர் அவர்களைத் தாழ்ந்த சாதியெனக் கூறவில்லை. கூறமுடியாது. கூறவும் மாட்டார் ஆனால், மற்றவர்கள் பறையரென அழைக்கும்போது அங்கு இழிவு தோற்றமளித்தே தீரும் அதனைத்தான் பண்டிதர் மறுக்கிறார். ஆதலின், சிங்காரவேலர், பண்டிதரை நோக்கித் "தாங்கள் மட்டும் பறையரெனப் பேசலாமா?" என்று கூறுவது அத்துணைச் சரியாக இல்லை ஏற்றுக்கொள்ள முடியாதுமாகும்.

இங்கு மற்றொன்றையும் நோக்க வேண்டும். பௌத்தம் பரப்பவந்த நந்த பாலாவும், தாழ்ந்த வகுப்பார்" என்று கூறியிருப் பதும் அடையாளப்படுத்துவதற்கேயன்றி அவர்களை இழிவு படுத்துவதற்காக அன்று என்பதையும் புரிந்துகொள்ள வேண்டும் மற்றவர்களைத் தாழ்ந்தவர்களெனக் கூறித் தங்களை உயர்ந்தவர் களென எண்ணிக் கொள்ளும் போக்கு (அயோத்திதாசர் கூறுவது போன்று) அவர்களிடத்தில் இருந்ததாகக் கருதமுடியாது. இதில் பண்டிதர் கருத்து சரியன்று. பண்டிதர் மறுத்ததற்கு அடுத்து அவர் மீண்டும் அந்தச் சொல்லைப் பயன்படுத்தியிருந்தால் அது பெருந்தவறு; ஆனால் அதற்குக் குறிப்பில்லை. எது எப்படியோ? அக்காலத்திலேயே பண்டிதர் இவ்வாறு கண்டனம் செய்தி ருப்பது மிகச் சரியானதேயாகும். மற்றும், சிங்காரவேலர் தம்வாதத்தில், "பஞ்சமநிதி"யை மட்டும் அதன் பெயரை மாற்றாமல் அதனை மாதந்தோறும் பெற்றுக் கொள்ளலாமா? என்கிறார். இது மிகச் சிக்கலான கேள்வி; பண்டிதரும் நேரடியாக விடை யளிக்கவில்லை. விடையளிப்பதும் மிகச் சிக்கலானது. பொருளா தாரத்தில் மிகவும் நலிந்த பிரிவினருக்கு நிதி ஒதுக்க வேண்டு மானால், அவர்களின் சாதியை அடையாளப்படுத்திதான் நிதி ஒதுக்கமுடியும். அதனைப் பெறுபவர் அந்தப் பெயரை மாற்றித் தான் நிதி ஒதுக்க வேண்டுமென்று தடாலடியாகக் கேட்க முடியாது. அப்படிக் கேட்பதும் அத்துணைச் சரியன்று. சிங்கார வேலர் குறித்திருப்பது சரியாகத் தோன்றவில்லை. அவரும் வாதத் திற்காகவே கேட்கிறார். அதனைப் புரிந்துகொள்ள வேண்டும்.

பண்டிதர்க்கும் சிங்காரவேலர்க்கும் இரு பௌத்த சங்கங் களில் எந்தச் சங்கம் முதலில் தோன்றியது என்பது பற்றியும் விவாதம் நிகழ்ந்துள்ளது. இந்தியாவெங்கும் 1891-இல் மகாபோதி சங்கம் தொடங்கப் பெற்றதெனச் சிங்காரவேலர் தம் கட்டுரையில் குறிப்பிட்டுள்ளார். ஆனால் எந்தெந்த இடங்களென அவர்

குறிப்பிடவில்லை. ஆனால் அச்சங்கம் 1891-இல் கல்கத்தாவில் தொடங்கப் பெற்றதென்பது உண்மை. அதற்குக் குறிப்புள்ளது. இதுதான் இந்தியாவில் தோன்றிய முதல் பௌத்த சங்கம். இதற்குப் பின்னர் 1898-இல் பண்டிதர் இராயப்பேட்டையில் தென்னிந்திய சாக்கைய பௌத்த சங்கத்தைத் தோற்றுவித்தார். இரண்டு சங்கங்களும் இலங்கை பௌத்த சங்கத்திடமிருந்து ஆதரவு பெற்றுள்ளன. முதலில் தோன்றிய பௌத்த சங்கத்தைக் குறித்துப் பண்டிதர் கூறுவது அத்துணைத் தெளிவாக இல்லை; இது குறித்து அவர்" 1891- முதல் இந்தியாவெங்கும் புத்த சங்கங்கள் ஸ்தாபித்தார்களென்பது முதல் மாறுதலேயாம்"[6] என்று குறிப்பிடுவது முழுமையற்ற ஒரு பொதுக் குறிப்பாகவே உள்ளது. மற்றும் மகாபோதி சங்கத்தவரின் கொள்கையைப் பற்றிப் பண்டிதர் கூறுவது ஈங்குச் சித்திக்கத்தக்கது.

"புத்த தன்மத்தில் சாதிபேதமென்னும் செயலேயில்லா திருக்கத் தாங்கள், புத்த தன்மம் போதிக்க வந்தோமென்று கூறி, அவற்றைத் தாழ்ந்த வகுப்போர்களுக்குப் போதிக்கப் போகின்றோ மென்று தங்களைத் தாங்களே உயர்த்திக் கொண்டு புத்த தன்மமென்று கூறுகின்றார்கள்"[7]

பண்டிதர் இப்படிக் கூறுவது ஒருசார்புடையதாக உள்ளது. புத்தகத்தில் சாதி - பேதம் இல்லை; ஆனால் நம் சமுதாயத்தில் சாதி - பேதம் உள்ளதை எண்ணி அதனையொழிக்கவே மகாபோதி சங்கத்தினர் பௌத்தத்தைப் பரப்பியுள்ளனர். "தாழ்ந்த வகுப்பார்க்குத் தன்மத்தைப் பரப்ப வந்தோம்" என்று அவர்கள் கூறியிருப்பது அவர்களுக்குத் தன்னம்பிக்கையை ஏற்படுத்துவதற்காகவேயன்றி இழிவுபடுத்துவதற்காக அன்று; தாழ்ந்த வகுப்பார் என்பது வெறும் அடையாளம் மட்டுமே. தன்மத்தைத் தாழ்ந்த வகுப்பார்க்கு மட்டுமே அவர்கள் போதிக்க வந்தார்களா? என்ற ஐயம் எழலாம். பெரும்பான்மை நோக்கி அவ்வாறு கூறப்பட்டுள்ளதே எனினும், அப்போதனை எல்லோர்க்குமே உரியது; முதலில் ஒடுக்கப்பட்டவர்களுக்கு முன்னுரிமை அளிக்கவும், அவர்களுக்குத் தன்னம்பிக்கையளிக் கவுமே அப்படிக் கூறப்பட்டுள்ளது. அவர்களுக்கு விழிப்பையும், தெளிவையும் ஏற்படுத்துவதோடு, மற்றவர்கள் அதனையுணர்ந்து அவர்களைச் சமமாக மதிக்க வேண்டுமென்பதே அவர்களது உட்கோள்; அடையாளத்திற்காகத் "தாழ்ந்த வகுப்பார்" என்று கூறப்பட்டிருப்பதைக் கொண்டு, அவர்கள் தங்களை உயர்ந்த

வகுப்பினரென உயர்த்திக் கொண்டார்களெனப் பண்டிதர் கூறுவது ஏற்றதன்று. இதுகுறித்துச் சிங்காரவேலர் குறிப்பிட்டிருப்பது நம் கவனத்திற்குரியது.

"1899-ஆம் வருஷம் முதல் சென்ற மே 15- வரையில் 12 வருட காலமாக நானும், மிஸ்டர் லட்சுமிநரசு, தர்ம பாலா அவர்களும் மகாபோதி சங்கத்திலும், சாக்கிய புத்த சங்கத்திலும் பல தடவை பிரசங்க மூலமாகவும், சஞ்சிகை மூலமாகவும் புத்த தன்ம போதனையைத் தங்கள் முன்னிலையில் செய்திருந்தும் மகாபோதி சங்கத்தவர்க்கு ஜாதிபேதம் உண்டு; கண்டதே காட்சி, கொண்டதே கோலமென்று போதிக்கின்றார்கள் என்று தாங்கள் சொல்வது எமக்கு விளங்கவில்லை. தங்கள் பூரண அனுபவத்தில் மகாபோதி சங்கத்தவர் ஜாதிபேதம் அற்றவர்களென்று அறிந்திருந்தும், இத்தியாதி விஷயத்தில் நாளது மே 17-இல் கற்பனை விரோதத்தைக் காட்டிய விஷயத்தின் காரணம் தெரியவில்லை."[8]

இவ் விளக்கத்திற்குப் பண்டிதர் அடுத்த கடிதத்தில் மறுப்பளித்துள்ளார். அம் மறுப்பு வருமாறு,

"தற்காலம் கோமளீசுவரன் பேட்டையில் தோன்றிய மகாபோதி சங்கம் டிப்ரஸ் கிளாசை சீர்திருத்தப் போகிறோமென்று மகாபோதி ஜர்னலிலும், வந்துள்ள பிரீஸ்டின் கையிலும், இந்து பத்திரிகையிலும் தெளிவாக வரைந்திருக்க, நாங்கள் சாதி வித்தியாசம் பாராட்டுவதில்லையென்று வெளிவந்தது முழுப் பூசணிக் காயைப் பிடி சாதத்தால் மறைப்பதற் கொக்கும்."[9]

டிப்ரஸ்க்ளாசை மகாபோதி சங்கத்தார் சீர்திருத்தப் போகிறோமென்று கூறியது, இரண்டாம் முறையா? முதல்முறையா? என்பதைத் துணிய முடியவில்லை. காரணம், இரண்டாம் முறை அவர்கள் கூறியிருப்பின், பண்டிதர் தம் விளக்கத்தில் அடுத்தடுத்து அல்லது மீண்டும் மீண்டும் இப்படிக் கூறுவது சரியாகுமா? எனக் கேட்டிருந்தால், மேற்கண்ட கூற்று இரண்டாம் முறையோ அதற்கடுத்த முறையோ கூறியதாக இருக்கலாம். ஆனால் பண்டிதர் இப்படிக் கூறாததால், அது முதல் முறையாகத்தான் இருக்கலாம் எனலாம். அன்றியும் இதில் எந்த நாள் எந்த ஆண்டு என்பவைகூடக் குறிக்கப்படவில்லை. இதனால் ஒரு தலையாகத் துணிய முடியவில்லை. மற்றும் டிப்ரஸ் க்ளாசை சீர்திருத்தப் போகிறோம் என்பதில் எந்தச் சாதிபேதமுமில்லை; இதுவொரு அடையாளத்துக்குக் கூறப்பட்டதேயாகும், இதில் எந்தத்

தவறுமில்லை; டிப்ரஸ் க்ளாஸ் என்று குறிப்பிடுவதில் எந்தச் சாதிபேதமும் இல்லை. ஆனால் பண்டிதர் இவ்வாறு கூறுவதற்கு வேறொரு காரணம் உள்ளது. அதனையும் அறிய வேண்டும். ஒருமுறை மகாபோதி சங்கத்தில் பயிற்சி வகுப்பு நடந்தபோது காப்பி குடிக்கும் வேளை வந்தபோது, சிலர் பறையன் கையால் தயாரிக்கப்பட்ட காப்பியை எப்படிக் குடிப்பது என்று கூறிச் சிலர் வெளிநடப்புச் செய்துள்ளதைப் பண்டிதர் சுட்டிக் காட்டியுள்ளார். இது சாதி வித்தியாசத்தைக் காட்டுகிறது என்கிறார் பண்டிதர்.

பண்டிதரின் கூற்றைச் சிங்காரவேலர் மறுக்கிறார் அதாவது நடந்ததை உள்ளபடி அறியாமல் தவறாகக் குறிப்பிடலாமா? என்கிறார் சிங்காரவேலர். நிகழ்ந்த செய்தியை பண்டிதர் தவறாகக் கேள்விப்பட்டுள்ளார். இதற்குச் சிங்காரவேலர் அளித்த விடை என்ன? கீழே பார்க்கலாம்.

“வைசாக பௌர்ணமி கொண்டாடிய தினம் தேத்தண்ணியும் பிஸ்கட்டும் கொடுத்துக் கொண்டு வரும் போது அவ்விடம் வந்திருந்த பல சிறுவர் தேத்தண்ணி பறையரால் செய்யப்பட்ட தென்று தங்களுக்குள் சொல்லிக் கொண்டு அதை வேண்டா மென்று பிஸ்கட்டை மாத்திரம் முதலில் பெற்றுக் கொண்டு போய்விட்டார்கள். அதைக்கேட்ட யாம் மாலையில் செய்த பிரசங்கத்தில் ஜாதியால் விளைந்த தீமைகளைப்பேசி வருங்கால், ஜாதி கட்டுப்பாடானது தருமாகக் கொடுத்த சுத்தமான கூடையைக்கூடத் தள்ளிவிடும்படி சிறு குழந்தைகளுக்கும் தீவினையை விளைவித்ததேயென்று பரிதபித்தோம். அந்த **மெய்ப்பொருள் இவ்வாறிருக்க, தாங்கள் அவசர கோலம் கொண்டு எழுதியது அதனினும் பரிதபிக்கத்தக்கதென்று தோன்றுகிறது.**”[10]

இவ்விளக்கத்தை நோக்கினால் பண்டிதர் குறிப்பிட்டது ஒரு மாதிரியாக உள்ளது; சிங்காரவேலர் குறிப்பிடுவது வேறு மாதிரியாக உள்ளது. ஆனால், உண்மை என்னவென்பதை நம்மால் உணர முடிகிறது. பண்டிதர் இவ்வாறு தவறாகக் கேள்விப்பட்டதும் கூட மகாபோதி சங்கத்தாரிடமிருந்து வேறுபட்டதற்குக் காரணமாகலாம். 1898-இல் பண்டிதர், மகாபோதி சங்கத்தினர்க்கு வேறாகச் சாக்கைய சங்கத்தை நிறுவி நடத்தி வந்தபோதிலும், அவ்வப்போது மகாபோதி சங்கத் தாருடன் இணைந்தும் பணியாற்றியுள்ளார். அதனை அவரது

கட்டுரையிலேயே குறிப்பிட்டுள்ளார். நாளடைவில் இரு சங்கத்தாருக்கும் சிறு கருத்து வேறுபாடு ஏற்பட்டுள்ளது. இதனை முன்னிட்டுப் பண்டிதருக்கும், சிங்காரவேலருக்கும் நிகழ்ந்த கருத்துப் போரின் போது, சிங்காரவேலர் தம் கட்டுரையில் பன்னிரண்டு ஆண்டுகளாகத் தொடர்ந்து நாம் பணியாற்றியபோது அப்போது எழுப்பாத வினாவை இப்போது எழுப்பலாமா? எனக் கேட்டுள்ளார். இதுவொரு சரியான கேள்வியேயாகும்.

அதற்குப் பண்டிதர் விளக்கம் அளித்துள்ளார். அந்த விளக்கத்தில் அவரொரு முக்கிய செய்தியைக் குறிப்பிட்டுள்ளார். அச்செய்தி மிக முக்கியமானது. அது யாரும் அறிந்திராத ஒரு கமுக்கச் செய்தியாகும். அதிலொரு உண்மை புலப்படுகிறது. பண்டிதர் கூற்றை நோக்குவோம்.

“தாங்கள் மகாபோதி சங்கத்தின் ஓர் அங்கத்தவராயிருந்து வேறாகப் பிரிக்கலாமோ வென்கிறீர். அவை தங்கள் மனச் சாட்சிக்கே விளங்கும். அதாவது யான் இரண்டாவது முறை கொழும்புக்குப் போய் வருவதற்கு முன்பு, பர்மாவிலிருந்து வந்திருந்த தேக்கு மரங்கள் யாவையும் தங்களிஸ்டம் போல் விற்று விட்டீர். யான் வந்த பின்பு கூட்டத்தார் யாவரையும் தருவித்து மரங்கள் யாவையும் யாருடைய ஆலோசனையின் பேரில் விற்று விட்டீரென்று யான் கேட்டபோது, தங்களைச் சார்ந்த அன்பரொருவர் எம்மெய் நோக்கித் தாங்கள் சாக்கைய புத்த சங்கத்தார்; மகாபோதி சங்கத்தோருக்கு வந்த மரத்தைப் பற்றிக் கேட்க வேண்டிய அவசியந் தங்களுக்கில்லையெனப் பெருங் கூட்டத்தோர் முன் கூறினார். அவர் கூறியவற்றைக் கேட்டிருந்த தாங்கள், உடனே அவரை மறுத்து அவர் மகாபோதி சங்கத் திலும் ஓர் அங்கத்தவராதலின், அவர் கேட்பதற்கு ஆதார முண்டென்று தடுத்திருப்பீராயின், இப்போது தாம் கூறிய மொழி ஆனந்தத்தைத் தரும். அக்கால் அவருடைய கேள்விக்கு யாதுமொரு மறுமொழியும் கூறாது, மவுனஞ்சாதித்த தாங்கள் தற்கால மெய்மையோர் மெம்பராகக் கூறவந்தது மிக்க வியப்பேயாம்.”[11]

இவ்விளக்கத்தை நோக்குமிடத்து தேக்குமரப் பிரச்சினை யால்தான் இவ்விரு சங்கங்களுக்கும் வேறுபாடும் மாறுபாடும் வளர்ந்துள்ளதாகத் தெரிகிறது. பன்னிரண்டு ஆண்டுகளாகப் பண்டிதருடன் இணைந்து பணியாற்றியதாகச் சிங்காரவேலர்

கூறியுள்ளார். தொடக்கத்தில் இருவரும் இணைந்துதான் பணி யாற்றியுள்ளனர். நாளடைவில் வேறுபாடு தோன்றியதால், இரு சங்கங்களும் தனியாகப் பணியாற்றியுள்ளன. எனினும் ஒரு சங்கத்தினர் அடுத்த சங்கத்தில் பங்கேற்பதும், அடுத்த சங்கத் தினர் மற்ற சங்கத்தில் பங்கேற்பதும் வழக்கமாக இருந்துள்ளது மகாபோதி சங்கத்தினர் ஒருபோதும் தாழ்ந்த வகுப்பினருக்குப் போதிக்கப் போகிறோமெனக் குறிப்பிட்டது அவர்களின் வேறுபாட்டுக்கு முதல் விதை போட்டுள்ளது. அடுத்து அதே சங்கத்தில் காப்பியைத் தயாரித்தவர் பறையர் என்பதால் சிலர் (சிறுவர்கள்) காப்பியைக் குடிக்க மறுத்ததும், பின்னர் எழுந்த தேக்குமரப் பிரச்சினையும் கருத்து வேறுபாட்டை மேலும் பெரிதாக்கியுள்ளது.

அமெரிக்காவிலுள்ள ஃபோர்டு நிறுவனம், ராக்பெல்லர் அறக்கட்டளை, கிறித்துவ தொண்டு நிறுவனங்கள் அயல்நாடு களுக்குச் சில காரணங்களுக்காக (தன்னலம் சார்ந்து) நிதி வழங்குவதைப் போன்று, அக்காலத்தில் (1900-10) பர்மாவிலுள்ள பௌத்தர் இந்தியாவில் பௌத்தத்தை வளர்க்க தேக்கு மரங் களை (நிதிக்காக) அனுப்பியுள்ளதாகத் தெரிகிறது. இந்தத் தேக்கு மரப்பிரச்சினைதான் இரு சங்கங்களுக்கும் வேறுபாட்டை வளர்த்துள்ளது எனலாம். ஒரு சங்கத்தினர் மற்றொரு சங்கத்தில் நட்பு முறையில் பங்கேற்றிருந்தாலும், இரு சங்கங்களும் தம்தம் வரவு - செலவு கணக்கைத் தனியாகத்தான் வைத்திருந்துள்ளன. இங்குச் சங்கங்களைக் குறித்துப் பண்டிதர் தம் இதழில் குறிப் பிட்டிருப்பது நமது கவனத்திற்கு உரியது.

"தாங்கள் மகாபோதி சங்கத்தை ஸ்தாபித்தபோது தர்ம பாலா சாக்கைய புத்த சங்கமென்னும் பெயரை யெடுத்துவிட்டு மகாபோதி சங்கமென்றே ஒன்றாக நடத்த வேண்டுமென்றார். நான் அவர் வார்த்தைக்கு ஒப்புக் கொள்ளாது இரு சங்கமாகவே இருக்க வேண்டுமென்று முடிவு செய்துகொண்டது அங்கு வந்திருந்த சகலரும் அறிந்த விஷயமே. பின்னர் தமது சங்கம் அவ்விடம் சரிவர நிலைபெறாது இராயப்பேட்டையிலேயே இரு சங்கத்தையும் ஒன்றாக வைத்து நடத்தலாமெனத் தாம் கேட்டுக் கொண்டபடி சிலகாலம் நடத்தியும் ஒத்துவராதபடியால் நாம் வேறாகப் பிரித்துக் கொண்டு சாக்கைய பௌத்த சங்க மட்டிலும் வேறாக நடத்தி வந்ததும், நாளதுவரையில் நடந்து வருவதும் சகலரும் அறிந்த விஷயமே."[12]

பண்டிதரின் இந்த விளக்கத்திலிருந்து இரு சங்கங்கள் நட்பு முறையில் இயங்கினாலும் இரண்டும் வெவ்வேறாகவே செயல்பட்டுள்ளன. இங்கு மற்றொரு எடுத்துக்காட்டையும் நோக்கலாம். ஒருமுறை இலங்கை பௌத்த சங்கத்திலிருந்து நந்தாராமன் என்ற பிரீச்சரும் அவரோடு ஒரு சிறுவனும் சென்னை மகாபோதி சங்கத்திற்கு (இலங்கையின் கடிதத்துடன்) வந்தபோது பண்டிதரே அவர்களுக்குச் செலவு செய்து விருந்தளித்துள்ளார். பின்னர் இதனைச் சிங்காரவேலர் அறிந்ததும், மொத்த செலவாக ரூ 130/- ஆகக் கணக்கிட்டு அதில் ரூ 30-ஐ- கழித்துவிட்டு ரூ 100/- ஆகக் கணக்கிட்டு ரூபாய் ஐம்பதை மகாபோதி சங்கச் செலவாகவும், மற்ற ரூபாய் ஐம்பதை சாக்கைய சங்கச் செலவாகவும் கணக்கிட்டு ரூபாய் ஐம்பதுக்கான காசோலையைச் சாக்கைய சங்கத்திற்கு அனுப்பியுள்ளார். ஆனால், அதனைப் பண்டிதர் ஏற்காமல் திருப்பி அனுப்பி விட்டிருக்கிறார். சிங்காரவேலர் ரூ 130-இல், ரூபாய் முப்பதை ஏன் கழித்தார் என்பதை அவர் குறிப்பிடவே இல்லை. காரணத்தை நம்மாலும் புரிந்துகொள்ள முடியவில்லை. பணத்தைப் பொறுத்தவரை சிங்காரவேலர் தந்தை பெரியாரைப் போன்று பெரும் சிக்கனமானவர். ஆனால், பண்டிதர் அதில் தாராள மானவர், தேக்குமரப் பிரச்சினையை மீண்டும் நோக்குவோம்.

தர்ம பாலாவாக இருந்தாலும், ராமன் நந்தாராமனாக இருந் தாலும், இலங்கையிலிருந்து வருபவர் எவரானாலும், அவர்கள் மகாபோதி சங்கத்தாருடன்தான் நெருங்கிய தொடர்பு வைத்திருந் துள்ளார்கள். இந்தியா முழுவதற்கும் தர்மபாலாவே தலைவராக இருந்துள்ளார். வெளிநாட்டிலிருந்து தொடர்பு கொள்பவர்கள், அவர் வாயிலாகவே தொடர்பு கொண்டிருப்பார்கள். பர்மியர் களும் அவரைத்தான் தொடர்பு கொண்டிருப்பார்கள் இதன் காரணமாகத் தேக்குமரம் மகாபோதி சங்கத்திற்கு வந்திருக்கிறது. இக் காலகட்டத்தில் மகாபோதி சங்கத்திற்கும் சாக்கைய சங்கத் திற்கும் சிறுவேறுபாடு இருந்ததால், மகாபோதி சங்கத்தைச் சேர்ந்த ஒருவர், தம் சங்கத்திற்கு வந்த மரங்களைச் சாக்கைய சங்கத்தினர் எப்படிக் கேட்கலாமெனக் கேட்டிருக்கலாம். பண்டிதர் முதலில் கூறும்போது தாம் சாக்கைய சங்கத்தினர் என்கிறார். தமக்கும் மகாபோதி சங்கத்தாருக்கும் நேர் விரோதம் (தமிழன் 16. 5. 1911) என்கிறார். ஆனால் மூன்றாம் இதழில் (தமிழன் 31. 5. 1911) தம்மை மகாபோதி உறுப்பினர் என்கிறார். ஆனால், இங்கொன்று சிந்திக்கத்தக்கது. தேக்கு மரம் வந்த ஆண்டைப்

பண்டிதர் குறித்திருந்தால் தெளிவாக இருந்திருக்கும். ஒரு வேளை அக்குறிப்பிட்ட காலத்தில் அவர் மகாபோதி சங்கத் தோடு நல்ல நட்பாக இருந்திருக்கலாம். நாம் ஆய்கின்ற கட்டுரைகளில் குறிப்பிடப்படும் நிகழ்வுகளைக் காலக் குறிப்போடு குறிப்பிட்டிருந்தால் உண்மையை எளிதில் உணர வாய்ப்பு ஏற்பட்டிருக்கும். ஆனால், அதற்கு வாய்ப்பு இல்லாமல் போய் விட்டது. ஆனால் எது உண்மை என்பதை அறிய அரிதாக உள்ளது. இந்நிகழ்வுகள் வாயிலாகப் பல உண்மைகளை நம்மால் அறிய முடிகிறது. தேக்குமரப் பிரச்சினையினால்தான் இரு சங்கங்களுக்கும், பகைமையும் வெறுப்பும் ஏற்பட்டுள்ளன. மகாபோதி சங்கத்திடமிருந்து பண்டிதர் மாறுபடுவதற்கு அதுவே அடிப்படைக் காரணமாக இருக்கலாம்.

இதுகாறும் இருசங்கங்களுக்கிடையே இருந்த ஒற்றுமை வேற்றுமையையும், சில வரலாற்று நிகழ்வுகளையும் அறிந்தோம். பண்டிதரும், சிங்காரவேலரும் தத்துவ உரையாடல்களையும் நிகழ்த்தியுள்ளனர். அவை மிக முக்கியமானவை. அவை இன்றளவில் எத்தகு பொருத்தப்பாடு மிக்கது என்பதை ஒருவாறு நோக்குவது நம் கடமையாகும். இருவருக்கிடையே உயர்வு தாழ்வு கற்பிப்பது நம் நோக்கமன்று; அவர்கள் எப்படிச் சிந்தித்துள்ளார்கள் என்பதை அடையாளம் காட்டுவதே நோக்கமாகும். இப்படி நோக்குவது நமக்குச் சில புரிதல்களை ஏற்படுத்தும். நமது காலத்தில் இருப்பதுபோன்ற தகவல்-தொழில்நுட்பம் அக்காலத்தில் இருந்ததில்லை. பல்வகை ஆராய்ச்சியும் இன்றுபோல் பல்கிப் பெருகியிருக்கவில்லை. இப்போது எந்த அறிவார்ந்த செய்திகளும் முயன்றால் எளிதில் கிடைத்துவிடும்; அவர்கள் காலத்தில் அவ்வாறு இருந்ததில்லை. இவற்றைக் கருத்தில் கொண்டு அவ்விருவர்களின் சிந்தனையை நோக்க வேண்டும். அறிவுச் சூழலில் உள்ளவர்களுக்கு இது பெரிதும் பயன்படும். பலவகைகளில் முன்னோடிகளாக விளங்கிய அவ்விருவர்களின் சிந்தனைகளும் முன்னோட்டம் கொண்டதாகும். இவற்றை நாம் மறக்கக்கூடாது.

தலித் மக்களைப் பௌத்தரோ பிறரோ தாழ்த்தப்பட்டவர்கள் என்றோ, டிப்ரஸ்கிளாஸ் என்றோ அழைக்கவோ அறிவிக்கவோ கூடாது என்கிறார் பண்டிதர்; பௌத்தர்கள் ஓர் அடையாளத்திற்காக அப்படிக் கூறினார்களே அல்லாமல் இழிவுபடுத்துவதற்காக அன்று. ஆனால் மற்றவர்கள் அப்படிக் கூறுவதில்

உள்நோக்கம் இருக்கலாம். எது எப்படியோ! ஆனால், அவர்களை அட்டவணை வகுப்பார் என்று கூறுவதே சரியானது. உயர்சாதியினர் அட்டவணை வகுப்பாரைத் தாழ்த்தப்பட்டவர்கள் என்று அழைப்பதால் அவர்கள். தங்களை உயர்சாதியினராகக் கருதிக் கொள்வதைச் சிறிதும் ஏற்க முடியாது என்கிறார் பண்டிதர்; இது மிகச் சரியான முடிவேயாகும். அக்காலத்திலேயே பண்டிதர் தம் சமூகத்தின் சுய மரியாதையை எண்ணி வினா எழுப்பியிருப்பது அவரது தொலைநோக்குச் சிந்தனையைக் காட்டுகிறது. தலித் மக்களின் சுயமரியாதையையும், பெருமையையும் கருதியே அவர்களைப் பூர்வ பௌத்தர் என்று பண்டிதர் பெயர் சூட்டினார். பண்டிதரின் சமத்துவ நோக்கு வரவேற்கத்தக்கது. ஆனால், இந்தச் சமத்துவ நோக்கை எல்லாச் சமுதாயத்தினரிடமும் செலுத்துவதே உண்மைச் சமத்துவ நோக்காகும். ஆனால், பண்டிதர் அப்படிச் செலுத்தினாரா என்றால் இல்லையென்றே கூற வேண்டியுள்ளது. அதற்கு என்ன ஆதாரம் என வினவலாம். ஆனால் அதற்கு ஆதாரம் உள்ளது. அதனை இங்கு நோக்குவது பொருத்தமானது. அட்டவணை வகுப்பாரில் ஒரு பிரிவினரான பஞ்சமரைப் பற்றிப் பண்டிதர் தம் 'தமிழன்' இதழில் எழுதியிருப்பது கவனிக்கத்தக்கது.

"இவற்றுள் கூளங் குப்பைகளுடன் குணப்பெரும் பொருட்களையுஞ் சேர்க்குவித்துக் குப்பைக்குழியென்பதுபோல், கல்வியிலும் நாகரிகத்திலும் விவேகத்திலும், ஒற்றுமையிலும் மிகுந்து, வேஷபிராமணர்கள் கற்பனாகதைகளுக்கிணங்காமல் விரோதிகளாய் நின்ற **திராவிட பௌத்தர்கள் யாவரையும் பறையர், சாம்பர், வலங்கையரென்று தாழ்த்திக்கொண்டதுமன்றி, சக்கிலி, தோட்டி, குறவர், வில்லியர் இவர்கள் யாவரையும் ஐந்தாவது சாதியென்னும் பஞ்சம சாதியென நூதனப் பெயரிட்டு, மேன் மக்களாம் பௌத்தர்களையும் அக்குப்பையில் சேர்த்துப் பஞ்சம சாதியென்று வகுத்திருக்கிறார்கள்."** தமிழன் - 6-1.1909.

இக் கூற்றிலிருந்து பண்டிதரின் உள்மனத்தை நன்கு அறிந்து கொள்ளலாம். பறையரை, சக்கிலி, தோட்டி, குறவர், வில்லியர் ஆகியவரோடு சேர்த்துப் பஞ்சமர் என்று கூறுவதில் பண்டிதருக்குச் சிறிதும் உடன்பாடு இல்லை. அக்காலத்திய வெள்ளையர் அரசு, பொருளாதாரத்திலும், சமூக அளவிலும் மிகத் தாழ்ந்திருந்தவர்களை ஒருங்கு நோக்கி அடையாளம் காட்டவும்,

அவர்களின் வளர்ச்சிக்காகவும், சமுதாய வழக்கை நோக்கியும் அவர்களைப் பஞ்சமர் என்று அறிவித்தது. பிறர், தங்களைத் தாழ்த்தப்பட்டவர் என்று அழைப்பதில் இழிவு இருப்பதாகக் கருதும் பண்டிதர், சக்கிலி, தோட்டி, குறவர், வில்லியர் ஆகியோரைச் சிறிதும் தயங்காது அவர்களைக் குப்பை, கூளங்கள் என்று இழிவு படுத்துவது எப்படிச் சரியாகும்? அது சமூகநீதியாகுமா? மனிதாபிமானமாகுமா? பிற சாதியினர், தங்களைத் தாழ்த்தப்பட்டவர்கள் எனக் கூறுவதில் சாதி அகங்காரம், ஆணவம் இருப்பதாகக் கருதும் அவர், தம் சகப் பிரிவினரைக் குப்பை, கூளம் என்று கூறுவதிலும் அந்தத் தன்மைதானே வெளிப்படுகிறது. பௌத்தர் ஓர் அடையாளத்திற் காகக் கூறியதைக் கடுமையாகச் சாடும் அவர், சகப் பிரிவினரை மனிதராகக் கூடக் கருதாது, இழிந்த பொருள்களோடு இணைத்துக் கூறுவது சரியாகுமா? மனித நெறியாகுமா? இல்லை, பௌத்த நெறிதான் ஆகுமா? சிறந்த கல்விமானாகவும், பௌத்தராகவும் விளங்கிய பண்டிதரிடமிருந்து இப்படி வெளிவருவது நமக்குத் திகைப்பாக உள்ளது. இஃது எதனைக் காட்டுகிறது? பௌத்தராக இருந்தும் அவரிடத்திலும் உயர்சாதி மனப்பான்மை இருந் துள்ளதைத்தான் காட்டுகிறது. இவரே தம் மக்களை மேன் மக்கள் என்று வெளிப்படுத்துவது மூலம், மற்றவர்களைக் கீழ் மக்கள் என்கிறார். மற்றவர்களிடமிருந்தும் உயர்சாதி மனப் பான்மையை வெறுக்கும் இவரும், அதே மனப்பான்மைக்குத் தான் சென்றுவிடுகிறார். இது பெரும் முரண் அன்றோ! இது தான் தமிழ்நாட்டின் அவலம் போலும்!

நமக்குள் பல்வேறு பிரிவுகளும், வேற்றுமைகளும், இழிவு களும் இருந்தாலும், நமது நோக்கு, எல்லோர்க்கும் சமத்துவத்தை நிலைநிறுத்துவதாகத்தான் இருக்க வேண்டும். அதனால்தான் பாரதியார்,

"எங்கும் சுதந்திரம் என்பதே பேச்சு - நாம்
எல்லோரும் சமமென்பது உறுதியாச்சு"

என்றார். இந்த நோக்குதான் அனைவர்க்கும் வேண்டும். இந்த நோக்கைக் கொண்டவர்தான் சிங்காரவேலர். அவர் எந்தப் பிரிவினரையும் இழிந்தவராகவோ தாழ்ந்தவராகவோ கருதியவர் அல்லர். அவர் அனைவரையும் சமமாகவே கருதினார். அவர் உலகமாந்த நேயத்தை விரும்பியவர். எந்நிலையிலும் சமுதாய ஏற்றத்தாழ்வை அனுமதிக்காதவர்; இங்கு மற்றொன்றையும் நோக்க வேண்டும். அயோத்திதாசருக்கும் சிங்காரவேலருக்கும்

நிகழ்ந்த இவ்விவாதம் 7. 6. 1911- அன்று தமிழன் இதழில் நிறைவுற்றது. தலித் மக்களைத் தாழ்த்தப்பட்டவரென்றோ டிப்ரஸ் கிளாஸ் என்றோ பிறரால் கூறப்படக்கூடாதென்றும், அது கண்டனத்திற்குரியதென்றும் கூறும் பண்டிதர், அதே தமிழன் இதழில் 6. 1. 1909 அன்றே தோட்டி, சக்கிலி போன்றோரைக் குப்பைக் கூளமென்று இழித்துக் கூறியுள்ளார். பண்டிதர் இவ்வாறு எழுதியுள்ளதை எப்படியோ சிங்காரவேலர் அறியாது போயுள்ளார். அவர் இதனை அறிந்திருந்தால், பஞ்சமர் நிதியைக் குறித்துக் கேட்டதுபோல் இதனைப் பற்றியும் கேட்டிருப்பார். கேட்டிருந்தால் விவாதம் மேலும் சூடு பிடித் திருக்கும். அவ்வினாவுக்குப் பண்டிதரால் விடையளித்திருக்க முடியாது. தங்கள் சமூகத்தவரை மட்டும் பூர்வ பௌத்தவர் என்று அழைத்துக்கொள்வதில் பெருமைப்படும் அவர், தம் சகப் பிரிவினரை மிகத் தாழ்த்தி இழித்துக் கூறுவது வருந்தத்தக்கதாக உள்ளது. அதுவும் பூர்வ பௌத்தராக இருந்துகொண்டு உழைப்பதுதான் பெரும் விந்தை! அவலம்.

டிப்ரஸ் க்ளாஸ் என்று பிறர் தங்களை அழைக்கக் கூடா தென்று கூறிய பண்டிதர், அந்த டிப்ரஸ் க்ளாஸுக்கு அரசாங்கத் தால் வழங்கப்படும் பஞ்சமர் நிதியை மட்டும் வாங்கலாமா வெனச் சிங்காரவேலர் வினா எழுப்பியிருந்ததை முன்னரே கண்டோம். சிங்காரவேலர் அந்த வினாவை எழுப்பியதற்குப் பின்னர், பண்டிதர் ஆங்கிலேயர் அரசுக்கு, கடிதம் எழுதிப் "பஞ்சமர் நிதி" என்பதை மாற்றி வேறொரு பெயர் வைத்து அந்நிதியை வழங்கலாம் எனக் கேட்டிருக்கலாம்; அதனைக் குறித்து மீண்டும் மீண்டும் அந்த அரசுக்கு விண்ணப்பித்திருக் கலாம். பண்டிதர் அதனை ஏன் செய்யவில்லை என்பது புரியவில்லை. தாழ்த்தப்பட்டவர், டிப்ரஸ் க்ளாஸ் போன்ற வார்த்தைகள் மக்களிடத்தில் புழங்குவதைப் பண்டிதர் எப்படி வெறுத்தாரோ, அப்படியே அரசிடம் முறையிட்டு மாற்ற முயன்றிருக்க வேண்டும். ஏனெனில் அரசு "பஞ்சமர் நிதி" என்று வழங்கிவரும் வரை மக்களிடத்தில் நிலவும் எண்ணத்தை முழுமையாகவோ போதுமானவரையிலோ ஒழிக்க முடியா தென்பதே உண்மை; இதில் இப்படியொரு நிலையிருப்பதை அவர் எப்படியோ காணத் தவறி இருக்கிறார். இதனையும் நாம் எண்ணிப் பார்க்க வேண்டும்.

இரு அறிஞர்களும் பௌத்த தத்துவத்தில் சிறந்து விளங்கி யவர்கள். பண்டிதர் பௌத்தத்தைத் தமிழ் மரபோடு இணைத்து

நோக்கியவர். தமிழ் சார்ந்த தத்துவ நோக்கினர். தமிழ் ஏட்டிலக்கியங்களிலும், பண்பாட்டுத் தொடர்ச்சியிலும் ஆழங்கால் பட்டவர். பௌத்தத்தைக் கொண்டு தம் மக்களை மீட்டெடுக்க முயன்றவர். இறுதிவரை பௌத்த ராகவே வாழ்ந்து மறைந்தவர். சிங்காரவேலர் அனைத்தையும் ஆங்கில வழிக் கற்று நவீன அரசியல் சிந்தனையும் விஞ்ஞானம் சார்ந்த புத்தொளி அறிவும் கொண்டவர். தொடக்கக் காலத்தில் ஆழ்ந்த பௌத்த ஈடுபாடு உடையவரேனும் அதனூடே உலகாயத நோக்கும் கொண்டவர். இந்த நோக்கே இவரைப் பௌத்தத்தை விமர்சிக்கவும், மார்க்சியராக மாறுவதற்கும் காரணமாக இருந்துள்ளது. இதனால் பின்னர் பௌத்தத்தை விடுத்து இறுதிவரை மார்க்சியராக வாழ்ந்து மறைந்தார். இவ்விருவர்களையும் இந்த அடிப்படையில் புரிந்துகொண்டு அவர்களின் சிந்தனைகளை நோக்குவதே ஏற்றது.

இவ்விருவரும் தத்தம் நிலைக்கேற்பப் பௌத்தத்தைக் குறித்து, விவாதம் நிகழ்த்தியுள்ளனர். அந்த விவாதத்தை ஏற்கனவே நாம் பார்த்த கட்டுரைகளிலேயே நிகழ்த்தியுள்ளனர். அந்த விவாதம் நாம் அறியவேண்டிய ஒன்றாகும். அதனைச் சற்றுக் காண்போம். பௌத்தத்தைக் குறித்து மகாபோதி சங்கத்தார் என்ன நிலைப்பாடு கொண்டிருந்தனர் என்பதைப் பண்டிதர் குறிப்பிட்டுள்ளதை நோக்குவோம்.

“சென்னை மகாபோதி சங்கத்தார் கருத்தோவென்னில் மெய்ப்பொருளென்பது ஒன்று கிடையாது; மறுபிறவி யென்பதும் கிடையாது. மனிதன் சாகவேண்டியதே முடிவென்றுங் கூறுவார்கள்.”[13]

பௌத்தத்தைக் குறித்து வாதத்தைத் தொடங்கும்போதே பண்டிதர் மகாபோதி சங்கத்தினர்க்கு மெய்ப்பொருள் என்பதும் மறுபிறவி என்பதும் கிடையாது என்பதை எடுத்த எடுப்பிலேயே கூறிவிடுகிறார். அவர்களோடு பலகாலும் பழகி உரையாடியுள்ளதால் அவ்வாறு கூறமுடிந்தது போலும்! மெய்ப்பொருளைக் குறித்துச் சிங்காரவேலர் கூறுவதைக் காண்போம்.

“சைவ - வைணவ வேதாந்திகளும் மெய்ப்பொருள் ஒன்று உண்டென்று கூறுவர். அவர்களைப் போல் தாங்கள் மெய்ப் பொருள் ஒன்று உண்டென்றால் அவர்கள் போதத்திற்கும் தங்கள் போதத்திற்கும் யாது வித்தியாசம்?

நிர்வாணத்தன்மையைத் தாங்கள் மெய்ப்பொருள் என்று கூறுவீராகில் அதுவும் புத்த மதத்திற்கு ஒவ்வாது. ஏனெனில் **நிர்வாணம் மனிதனுடைய நிலைமையே ஒழிய ஒரு தனிப் பொருள் காட்டாது.** மேலும் **பௌத்தர்களை அனாத்மவாதி களென்று தங்கள் முக்கிய சித்தாந்தப்படி அழைக்கப்பட்டிருக் கின்றபடியால், மெய்ப்பொருள் ஒன்று இல்லையென்று சொல்லுவோர்தான் பௌத்தர்களாவர்.**"[14]

சிங்காரவேலர் இவ்வாறு குறிப்பிட்டிருப்பதைப் பண்டிதர் தம் கட்டுரையில் மறுத்துள்ளார். சிங்காரவேலர் மெய்ப் பொருளைப் பற்றிக் கூறுவது வேறானது. ஆனால் பண்டிதர் அதனை உள்ளபடி அறியாமல், தம் நிலையிலிருந்து விடையளித் துள்ளார். மேலும், பண்டிதர் மெய்ப்பொருளைப் பற்றி முதற் கட்டுரையில் குறிப்பிட்டிருப்பதற்கும் இரண்டாம் கட்டுரையில் விளக்கியிருப்பதற்கும் ஒரு முரண் உள்ளது. அந்த முரணை நோக்குவதற்குமுன் பண்டிதர் சிங்காரவேலரின் கருத்தை எப்படி மறுத்துள்ளார் என்பதை முதலில் நோக்குவது இன்றியமை யாதது.

"இத்தேசத்தில் பிறந்து வளர்ந்து போதித்த ஞானத்தையும் அதன் செயலையும், இத் தேசத்து நூற்களால் கண்டித்திருந் திருப்பீராயின் மெய்ப்பொருளில்லையென்று கூறயிடமிராது. அவர் பிறந்து வளர்ந்த தேசத்தார் நூற்களை ஆராயாமல் ஆங்கில பாஷையிலுள்ள சில புத்தகங்களை மட்டும் வாசித்துக் கொண்டு தாங்கள் முன்பிருந்த சூன்யவாதமாம் நாஸ்தீக நிலையைக் கைக்கொண்டுள்ளவராதலின் புத்ததன்மமே மெய்ப் பொருளென்பது விளங்காது கூற வந்தீர்.

பொய்ப்பொருளை அகற்றி மெய்ப்பொருளைக் கண்டு துக்கத்தைப் போக்க வேண்டுமென்பதே பிடக நூலாதார மாதலின், மணிமேகலையில் அவரவர் சமயங்களை ஆராய்ந்து மெய்ப்பொருள் விளங்காவிடின், பெரியோன் பிடகநெறி கடாவாவென்னு மொழியைக் கண்டறியலாம்"

"அவ்வவர் சமயத் தறிபொருள் கேட்டு
மெய்வகை யின்மை நினக்கே விளங்கிய
பின்னர் பெரியோன் பிடகநெறி கடவா" - 15 மணிமேகலை

இவ்வாறு பண்டிதர் விளக்கமளித்துவிட்டு, மேலும் மெய்ப் பொருளைப் பற்றி வீரசோழியம், அருங்கலச் செப்பு, திருக்குறள்

ஆகியவற்றிலிருந்து மேற்கோள் காட்டித் தம் கருத்தை வெளிக் காட்டியுள்ளார். பண்டிதர் இங்கு எடுத்துக்காட்டியிருப்பவை பௌத்த தத்துவமாகிய மெய்ப்பொருள்; சிங்காரவேலர் இந்தத் தத்துவ மெய்ப்பொருளை மறுக்கவில்லை; மறுக்கவும் முடியாது. ஏனெனில், பௌத்தத்தை ஒரு சமூக தத்துவமாகப் பார்த்தவர். பௌத்தத்தின் சாரமான அதன் தத்துவத்தை (மெய்ப்பொருள்) நோக்காவிடில் அங்குப் பௌத்தம் காட்சியளிக்காது. ஏன்? எல்லாச் சமயங்களுக்கும் அதன் தத்துவம்தான் தலையாயது. உண்மை இவ்வாறு இருக்க, சிங்காரவேலர் இதனை அறியாது இருப்பாரா? சிங்காரவேலர் தம் கட்டுரையில் மெய்ப்பொருள் என்று குறிப்பிடுவது இறைவனை நோக்கித்தான். அதனாற்றான் அவர் "சைவ - வைணவ வேதாந்திகளும் மெய்ப்பொருள் ஒன்று உண்டென்று கூறுவது, அவர்களைப் போல் **தாங்கள் மெய்ப் பொருள் ஒன்று உண்டென்றால் அவர்கள் போதத்திற்கும் தங்கள் போதத்திற்கும் யாது வித்தியாசம்**" என்று குறிப் பிட்டுள்ளார். சைவமும், வைணவமும் இறை நம்பிக்கையுடை யவை, அவற்றிற்கும் தத்துவமான மெய்ப்பொருள் இருப்பினும் அவை இறைவனையும் மெய்ப்பொருள் என்று கூறும். இதனைக் கருத்தில் கொண்டே பௌத்தத்திற்கு மெய்ப்பொருள் (இறைவன்) கிடையாதென அவர் கூறுகிறார். பண்டிதர் தத்துவத்தை நோக்கி முதல் கட்டுரையில் கூறியிருப்பாராயின், அதனைச் சிங்காரவேலர் மறுத்திருக்க மாட்டார். பௌத்தம் இறை மறுப்புத் தத்துவமாதலின் அவர் அதற்கு மெய்ப்பொருள் இல்லை என்கிறார்.

பண்டிதரே முதற் கட்டுரையில் "மகாபோதி சங்கத்தோர் **மெய்ப்பொருளென்பது ஒன்று கிடையாது**, மறுபிறவி யென்பதுங் கிடையாது. மனிதன் சாக வேண்டியதே முடி வென்றுங் கூறுவார்கள்" இதில் **"மெய்ப்பொருள் ஒன்று"** என்று குறிப்பிட்டிருப்பதால் **ஒன்று என்பது இறைவனைத்தான் குறிக்குமென்ற அடிப்படையில் சிங்காரவேலர் மறுத்துள்ளார்.** மற்றும் இறைவனைத் தவிர்த்த தத்துவமான மெய்ப்பொருள், ஒவ்வொரு சமயத்திற்கும் பல்வேறு சிந்தனைகள் உள்ளன. அச்சிந்தனைகளின் திரட்டே மெய்ப்பொருளாகும். குறிப்பாக, பௌத்தத்தில் நான்கு வாய்மைகள் (துக்கம், துக்க நிவாரணம், துக்கக் காரணம், துக்க நிவாரண மார்க்கம்), பன்னிரு சார்புகள் (பேதைமை, செய்கை, உணர்வு, அருவுரு, வாயில், ஊறு, நுகர்ச்சி, வேட்கை, பற்று, பவம், பிறப்பு, வினைப்பயன்), நான்கு சீலங்கள்

(கொல்லாமை, பொய்யாமை, காமமின்மை, கள்ளுண்ணாமை) ஆகியவை முக்கிய கொள்கைகள்; இன்னும் பல பிரிவுகளும் உள்ளன; இவையெல்லாம் அடங்கியவையே மெய்ப்பொருள் என்பது. சிங்காரவேலர் இந்த மெய்ப்பொருளை ஏற்றுக் கொள்கிறார். மற்றச் சமயங்கள் கூறும் இறைவனான மெய்ப் பொருளைத்தான் அவர் மறுக்கிறார். ஆதலின் பண்டிதர் கூறும் பௌத்தத்தின் மெய்ப்பொருளுக்கு அவர் எதிரானவர் அல்லர். பண்டிதர் மெய்ப்பொருள் ஒன்று உண்டு என்று குறிப்பிட்டுள்ள தால் அதனை இறைவன் என்று சிங்காரவேலர் கருதியுள்ளார்.

சிங்காரவேலர் இவ்வாறு கருதியுள்ளார் என்பதை அவர் அளித்துள்ள மறுப்புரையால் நன்கு உணரலாம்.

"ஐயா பண்டிதரே, மெய்ப்பொருள் என்பதற்குப் பொருள் வஸ்து அல்லவென்றும், விஷயம், தருமம் என்று பொருள்படுவது தாங்கள் கூறியுள்ள செய்யுள்களின் மேற்கோளால் ஏற்படுகின்றது. மெய்ப்பொருளை "நீ விரித்தாய்; நீ அறிந்தாய்" மெய்ப்பொருள் அவ்வாறே விரிந்தது, "மெய்வகை" விளக்கிய பின்னர் என்ற போதே அந்தப் பதத்தின் பொருள் தனிவஸ்து அல்லவென்று பெறப்பட்டது. ஆதலால் தாங்கள் கொண்ட அர்த்தம் சரியல்ல வெனத் தோன்றுகிறது."[16]

இவ்விளக்கத்தால், பௌத்த கொள்கையான மெய்ப் பொருளை ஏற்றுக் கொள்கிறார். ஆனால் இறைவன்தான் மெய்ப்பொருள் என்பதை அவர் ஏற்க மறுக்கிறார். காரணம் பௌத்தம் இறை மறுப்புக் கொள்கையுடையது என்பதுதான். சிங்காரவேலர் தம் மறுப்பை வெளியிட்ட அதே கட்டுரையில் இறுதியாகக் கீழ்வருமாறு குறித்து நிறைவு செய்கிறார்.

"புத்த தன்மம் தங்களுக்குள் கூறவேண்டாமெனத் தாங்கள் கடைசியிற் கூறியுள்ள கட்டளைப்படி இத்துடன் நிறுத்து கிறோம் ஆதலால், நாம் தழுவிய தருமத்தைச் சற்றுக் கவனித்து நம்முடைய சகோதரர்களைக் கடின வார்த்தைகளால் அழைக்கா திருக்கத் தங்களை வேண்டிக்கொள்ளும் நண்பன்"[17]

சிங்காரவேலரின் மறுப்புக்குப் பண்டிதர் மீண்டும் ஒரு மறுப்பு வரைந்துள்ளார். அந்த மறுப்பில் அவரது முழு எண்ணத்தையும் புலப்படுத்தியுள்ளார். அதனைக் கீழே காணலாம்.

"தாயின் மொழிகளின் தோற்றத்திற்கும், அவைகளின் செயலுக்கும் விகாரமுண்டன்றோ! அத்தகைய விகாரமொழி

களைக் கூறி வீண்வாதம் புரிவதில் நானோர் பௌத்தனென்று கூறுமொழியை யொழித்து நானோர் நாஸ்திகனென்று வெளிவருவீராயின் காணமுயன்றும் கண்டறியா நாஸ்திகரென சகலரும் கொண்டாடுவார்கள்.

புத்த பிரானை ஆசிய கண்டத்தின் ஒளியென்றெழுதியுள்ள சர் எட்வின் **ஆர்னால்ட் துரையவர்களும், ஹெர்பர்ட் ஸ்பென்சர் அவர்களும் அவரவருள் மெய்ப்பொருள் உண்டென்பதைத் தெளிவாக உரைத்திருக்கிறார்கள்.**

பாலிபாஷையினின்று மொழிபெயர்த்துள்ள விவேகிகளே மெய்ப்பொருளிருப்பதென்று விவரித்திருக்க பாலி பாஷையையும், தமிழ் பாஷையையும் நன்காராயாத நீவிர் மெய்ப்பொருளில்லையென்று கூறத் துணிந்தது ஆயாசமேயாம்.

தங்களது மகாபோதி சங்கத்தின் ஆதரணைக்கர்த்தராம் தர்மபாலா அவர்களும், மகாபோதி சங்கத்திற்குப் புத்தகுருவாக வந்திருக்கும் நந்தராமா அவர்களும், அஷ்டாங்க மார்க்கத்தில் நடந்து இதயசுத்தமடைந்தவர்களுக்கு **மெய்ப்பொருள் ஒன்றில்லையென்று கூறுவார்களாயின், இத்தேசம் பஞ்ச காவியங்கள் யாவையும் ஒழித்து விடுகின்றோம்."**[18]

பண்டிதர் சற்றுச் சூடாகவே மறுப்பளித்துள்ளார். தத்துவத்தையும், இறைவனையும் உள்ளிட்டே அவர் மெய்ப்பொருள் என்கிறார். எனினும் முதற்கட்டுரையில் பௌத்த தத்துவத்தை வெளிப்படையாக விளக்கியதைப் போன்று இறைவனை வெளிப்படையாக அவர் விளக்கவில்லை. இரண்டாம் கட்டுரையிலும் இலைமறை காயாகத்தான் உணர்த்துகிறார். சிங்கார வேலரை நாத்திகராக அவர் விளிப்பதைக் கொண்டே அவரது இறையுணர்வை அறியலாம். மெய்ப்பொருள் (இறைவன்) உண்டென்பதை நிறுவ அவருக்கு இந்தியச் சிந்தனையாளர் யாரும் கிடைக்கவில்லை. இந்தியச் சிந்தனையாளர்களைக் கூறியிருந்தால் நன்றாக இருந்திருக்கும். ஆனால் அவருக்கு ஆர்னால்டும், ஹெர்பர்ட் ஸ்பென்சரும்தான் துணைக்கு வருகிறார்கள். ஆனால், அவர்களும், "அவரவருக்குள் மெய்ப்பொருள்" இருப்பதாகக் கூறுவதை எடுத்துக்காட்டுகிறார். அவரவருள் என்பது எதனைக் குறிக்கிறது என்பது புலப்படவில்லை. இது தெளிவாக இல்லை. ஆழமாகப் பார்த்தால் பண்டிதர் மகாயான பௌத்தத்தை அடையாளப்படுத்துவதாகத் தோன்றுகிறது.

பிற்காலத்தில் தோன்றிய மகாயானம், புத்தரைக் கடவுளாக்கி வேதச் சடங்கு களையும் இணைத்துக் கொண்டது. ஆதி புத்தமாகிய ஹீனயானம் கடவுளை மறுப்பது. ஆத்மாவையும் மறுப்பது. அதனால் அதனை அனாத்மவாதமென்று அழைத்தனர். இது குறித்து டாக்டர் இராதாகிருஷ்ணன் தமது இந்தியத் தத்துவம் (Indian Philosophy) என்று விளக்கமாக எழுதியுள்ளார்.

பௌத்தம் கடவுள் மறுப்புக் கொண்டது என்பதைத் தத்துவ ஆசிரியர் பலர் எழுதியுள்ளனர். தமிழகத்தில் இந்தியத் தத்துவஞானம் குறித்து கி. இலட்சுமணன் எழுதிய நூல் சிறப்பான நூல். அந்நூலில் பௌத்தம் குறித்து அவர் எழுதியிருப்பது நம் சிந்தனைக்குரியது.

"இந்துக்கள் வைதிகர்கள், அதாவது வேதத்தைப் பிரமாண மாக ஏற்போர்; அக்காரணத்தால் அவர்கள் ஈசுவரவாதிகளும் அதாவது கடவுளுண்டென்ற கொள்கையுடையோர் ஆகின்றனர் பௌத்தர் வேதப் பிராமணத்தை ஏற்றுக் கொள்ளாதவர்கள். அவர்கள் அவைதீகர்கள். அக் காரணத்தால் அவர்கள் நிரீசுர வாதிகளாகின்றனர்.

பௌத்தர் இறைவன் ஒருவன் வேண்டாம் எனச் சாதிக்கவே இறைவனிடத்துப் பக்தி, இறைவனது அருள், அவ்வருளைப் பெற வழிபாடு என்பன போன்ற, இறைவன் உண்டெனக் கொண்டால் ஏற்படும் அம்சங்கள் எதுவும் பௌத்தத்தில் இடம்பெற இடமில்லை"[19]

இவ்விளக்கத்தைக் கண்டால் பௌத்தம் இறைவனை (மெய்ப்பொருளை) மறுப்பது என்பதை எளிதில் உணரலாம். பண்டிதர் காலத்திற்குப் பின் அதாவது அறுபது ஆண்டுகளுக்குப் பின்னர் தத்துவ ஆராய்ச்சி மிகப் பெரிதும் வளர்ந்திருக்கிறது. அதற்கான வாய்ப்புகளும் வசதிகளும், செய்திகளும், தரவுகளும் நம் காலத்தில் பெருகியுள்ளன. இவற்றின் துணையால் ஆராய்ச்சி யுலகில் பல புதுக் கண்டுபிடிப்புகள் நிகழ்ந்துள்ளன. இந்நிலை, பௌத்தம் இறை மறுப்புக் கொண்டது என்பதை உறுதியாக்கி உள்ளது. மற்றும் ஆதி பௌத்தமாக ஹீனயானம் வடபுலத்தி லிருந்து தென்னிந்தியாவில் நிலைபெற்று இலங்கைக்குப் பரவிய தாகவும், வேதச் சிந்தனைகள் கொண்ட மகாயானம் வட இந்தி யாவில் நிலைபெற்றுப் பின்னர், சீனா, கொரியா, ஜப்பான் ஆகிய நாடுகளுக்குப் பரவியதாக ஆராய்ச்சியாளர் குறிப்பிட்டுள்ளனர்.

பண்டிதர் கடவுள் நம்பிக்கையுடையவர். பௌத்தத்தைத் தமிழ் ஆத்திக மரபுக்கேற்பக் கட்டமைக்க உழைத்தவர். அதனால், பௌத்தத்தின் தத்துவத்தை மட்டுமன்றி, இறைவனையும் மெய்ப் பொருளாகக் கருதியுள்ளார்: இவற்றால்தான் மெய்ப்பொருள் பற்றி இருவருக்கும் மாறுபாடு ஏற்பட்டுள்ளது, இதனை நாம் கவனத்தில்கொள்ள வேண்டும்.

பண்டிதர் எதிலும் தனிக்கொள்கையுடையவராகவே உள்ளார். பழமையில் சில புதுமைகளைப் புகுத்திப் புதிதாக ஒன்றைக் கட்டமைப்பவராக இருந்துள்ளார். அவர் மரபைப் பேணுபவராக இருந்தாலும், சிலவற்றில் புதுக் கொள்கையை இணைக்கிறார். அவரது எழுத்துகளைப் பரவலாகப் படித்தால் அந்தவுண்மையை உணரலாம். அவரது எழுத்துகளிலும் பேச்சு களிலும் பூர்வ பௌத்தவர்களாகிய மேன்மக்களை (பறையர் களை), மிலேச்சர்கள் (பிராமணர்கள்), பறையரென்றும் வலங்கைய ரென்றும் தாழ்த்திவிட்டதாகக் கூறுகிறார். இது மேலும் மேலும் ஆராயத்தக்கது. அவர் கூறியதற்கு ஐம்பது ஆண்டுகளுக்குப் பின்னர் டாக்டர் அம்பேத்கரும் இதனைப் போன்றே ஒரு கருத்தைக் கூறியுள்ளார். அதாவது இந்தியத் தொன்மைச் சமுதாயத்தில், பிராமணர், சத்திரியர், வைசியர் என்னும் மூன்று வகுப்பார் மட்டுமே இருந்தனரென்றும், அவர்களில் சத்திரிய வகுப்பில் சூத்திரர் இருந்ததாகவும் (சூத்திரர் என்ற பெயர் இல்லாமல்) பின்னர் பிராமணர்களால் சூத்திரராகத் தாழ்த்தப் பட்டனரென்றும் அவர் கூறுகிறார். எனினும் இதனை அவர் முடிந்த முடிபாகக் கொள்ளாமல், ஆராய்ச்சியாளர்களாகிய கல்விமான்கள் இதுபற்றித் தங்கள் கருத்தினைக் கூறவேண்டு மென்றும் வேண்டுகோள் விடுத்திருந்தார்.

பண்டிதரின் கருத்தும், அம்பேத்கரின் கருத்தும் பல தரவு களோடு ஆராயத்தக்கன. இதற்கு உடனே விடையளிக்க முடியாது. பூர்வ பௌத்தவர்களே பறையர்களாவர் என்று பண்டிதர் கூறுவது போன்று, திரிகுறள்தான் திருக்குறளானது என்கிறார். தம்மபிடகம், சூத்திரப் பிடகம், விநய பிடகம் ஆகிய திரிபிடகங்களைப் போல், அறம், பொருள், காமம் ஆகிய வற்றைப் பற்றி எழுதப்பட்டிருப்பதே திரிகுறளாகும் என்கிறார். மற்றும் திருக்குறள் பௌத்த நூலேயாகும் என்கிறார். இப்படியே, திருவாசகத்தைத் திரிவாசகம் என்றும் திருமந்திரத் தைத் திரிமந்திரம் என்றும் கூறுகிறார். இவையெல்லாம்

அவ்வளவு வலிவுடையதாக இல்லை. திரிக்குறள் என்ற சொல் லாட்சி, எந்த இலக்கியத்திலும் இடம்பெற்றதில்லை. திருவள்ளுவ மாலையில்கூட அப்பெயர் இடம்பெறவில்லை. குறளுக்குப் பண்டைய பெயர் முப்பால் என்பதேயாகும். திருக்குறள் பௌத்த நூலும் அன்று. நம் காலத்தில் திருக்குறளைப் பற்றி ஆராய்ச்சி மிகப் பெரிதும் வளர்ந்துள்ளது. இந்த ஆய்வுக் கண்கொண்டு பார்த்தால் பண்டிதர் முடிபைச் சிறிதும் ஏற்க முடியாது. பிறர் ஏற்றார்களோ இல்லையோ பண்டிதர் இக்கருத்தை இறுதிவரை வலியுறுத்தியே வந்துள்ளார். இவற்றை வலியுறுத்தியதைப் போன்றே மெய்ப்பொருளையும் தம் நோக்கில் வலியுறுத்துகிறார் போலும்! எது எப்படியோ? உண்மையைக் காண முயல்வது நம் கடமையாகும்.

பௌத்தத்தைப் பரப்புவதில் பண்டிதருக்கும் சிங்காரவேல ருக்கும் வேறுபாடு இருந்தது; பண்டிதர், தாழ்ந்துவிட்ட அல்லது பிறரால் தாழ்த்தப்பட்ட தம் மக்களை ஒருங்கிணைத்து, அவர் களை உயர்த்த பௌத்தத்தைத் தமிழ் மரபில் அணுகித் தம் புதுச்சிந்தனைகளோடு அதனைப் பரப்பினார். மகாபோதி சங்கத்தைச் சேர்ந்த சிங்காரவேலரும் இலட்சுமி நரசும் மேற்கத்திய சிந்தனை நோக்கோடு அனைத்து மக்களுக்கும் அதனைப் பரப்பினர். பௌத்தத்தில் இவர்களின் குறிக்கோள் வெவ்வேறாக இருந்ததால், இவர்களின் சிந்தனைகளும் வேறு பட்டன. மெய்ப்பொருள் குறித்துச் சிங்காரவேலர் கூறியிருப்பது முக்கியமானது.

"சகலத்திலும் ஒரு தனிப்பொருள் இல்லையென்று தெளியவேண்டியது அவசியமென்பதைச் சூத்திரப்பிடகம் அங்குத்தா நிகாயத்தில் காணலாம். இவ்விதத் தருமத்தைப் போதியாது, மிச்சா திருஷ்டிகளின் மெய்ப்பொருளையும், புனர்ஜென்மத்தையும், மோட்ச நகரங்களையும் போதிப்பீராயின், சைவ - வைணவ வேதாந்திகளில் தாங்களும் ஒருவராக நன்கு மதிக்கப்படுவது திண்ணம்."[20]

சிங்காரவேலரின் கருத்தைப் பண்டிதர் பலவழிகளில் மறுத் திருந்தாலும், சூத்திரப் பிடகத்திலுள்ள அங்குத்த நிகாயத்தில் உள்ளதாகச் சிங்காரவேலர் கூறியுள்ளதை அவர் எங்கும் மறுக்க வில்லை. காரணம் புரியவில்லை. ஒரு வேளை மறந்திருக்கலாம். அல்லது மறுக்க முடியாத நிலையும் இருந்திருக்கலாம். உண்மை யைத் துணிய முடியவில்லை. இவ்விருவர்களுக்கும் நடந்த

விவாதத்தில் பண்டிதர் ஓரிடத்தில் சிங்காரவேலரை நோக்கி "பாலபாஷையையும், தமிழ் பாஷையையும் நன்காராயாத நீவிர்" என்கிறார். சிங்காரவேலரும் பண்டிதரை நோக்கி, "திரிபிடக நூல்களைப் பாலிபாஷையிலேனும் மொழி பெயர்ப்புகளை யேனும் வாசியாது இருக்கிறீர்" என்கிறார். இருவருடைய கூற்று களும் ஆராயத்தக்கன. சிங்காரவேலர் மேலை அறிவியலை நன்கு கற்றவர். தமிழிலக்கியங்களைப் பண்டிதரைப் போன்றோ போதுமான அளவோ கற்றவர் அல்லர். ஆனால் ஓரளவு கற்றவர். பாலி மொழியை அவர் அறியாதவரெனக் கூறமுடியாது. இலங்கைப் பௌத்த சபைக்கும் அவருக்கும் நெருங்கிய தொடர்பு இருந்திருப்பதாலும், இலங்கைக்கு நேரே சென்று புத்தப் பிக்கு களிடம் உரையாடியிருப்பதாலும் மற்றும், "திரிபிடகங்களைப் பாலி பாஷையில் வாசியாது" என்று அவரே பண்டிதரை நோக்கி வினவியிருப்பதாலும் அவர் பாலிமொழியை அறிந்திருக்கக் கூடும் எனலாம்.

சிங்காரவேலர் பண்டிதரை நோக்கி, பாலிபாஷையில் திரிபிடகங்களையும் பௌத்தம் பற்றிய மொழிபெயர்ப்புகளையும் வாசியாதவர் என்கிறார். இக்கட்டுரையிலேயே பண்டிதர் எட்வின் ஆர்னால்டு, ஹெர்பர்ட் ஸ்பென்சர் நூல்களைக் குறிப்பிட்டிருப்பதால் அவர் மொழிபெயர்ப்பு நூல்களைக் கற்றிருக்கிறார் என்பது புலப்படுகிறது. பண்டிதர் 1898-ஆம் ஆண்டில் இலங்கை சென்று பௌத்த சபையில் பஞ்சசீலம் பெற்றுள்ளார். மற்றும், அவர், சிங்காரவேலரை நோக்கி, "பாலிபாஷையை நன்காராயாதவர்" என்று குறிப்பிடுவதால் இவருக்கும் பாலிமொழி தெரிந்திருக்க வாய்ப்புண்டு. உண்மை இவ்வாறு இருக்க, இருவரும், ஒருவரை ஒருவர் நோக்கி இது தெரியாது; அது தெரியாது எனக் கூறுவது சரியாக இல்லை. இருவரும் பெரும் கல்விமான்கள். கருத்துப்போர் மும்முரம் அடையும்போது இருவருக்கும் சினம் தோன்றிவிடுகிறது. சினத்தால் வெறுப்பு ஏற்படும்போது இந்நிலை ஏற்பட்டு விடுகிறது. கல்விமான்களும் சினத்துக்கு ஆட்பட்டு விடுகின்றனர். அவற்றைத்தான் இவ்விவாதம் காட்டுகிறது.

பௌத்தத்தின் மறுபிறப்புக் குறித்தும், இருவருக்கும் சுவையான விவாதம் நிகழ்ந்துள்ளது. அதுவும் நோக்கற்பாலது. மாணிக்கம் பண்டிதரை நோக்கித் தாங்கள் ஏன் மகாபோதி சங்கத்திற்கு உரையாற்ற வருவதில்லையெனக் கடித மூலம்

வினவியுள்ளார். அதற்குப் பண்டிதர் கூறிய மூன்று காரணங் களுள் ஒன்று மறுபிறவியைப் பற்றியது.

"சென்னை மகாபோதி சங்கத்தோர் கருத்தோவென்னில் மறுபிறவியென்பதுங் கிடையாது. மனிதன் சாகவேண்டியதே முடிவென்றுங் கூறுவார்கள்"[21]

இது குறித்துச் சிங்காரவேலர் பண்டிதரை மறுக்கும்போது கீழுள்ளவாறு குறிப்பிட்டுள்ளார்.

"கடைசியில் தாங்கள் மறுபிறப்புக் கூறுவதாகவும், அதை மகாபோதி சங்கத்தார் மறுப்பதாகவும் ஓர் வித்தியாசத்தைக் காட்டுகின்றீர். மறுபிறப்பு விஷயத்தைப்பற்றி ஏனைய மதஸ்தர்கள் பலவிதமாக அர்த்தப்படுத்துவது தங்களுக்குத் தெரிந்த விஷயமே. தாங்கள் கூறும் மறுபிறப்பு அவ்வித மறுபிறப்பு அல்லவென்றால், தங்களுக்கும் மகாபோதி சங்கத்தவர்களுக்கும் என்ன வித்தியாச மிருக்கின்றது? அன்னிய மதஸ்தர் தங்கள் ஜீவனே மறுபிறப்பு எடுப்பதாகக் கூறுகின்றார்கள். அவ்வித மறுபிறப்பு இல்லை யென்று ஒழித்தால் வேறு என்ன விதமிருக்கின்றது? இல்லையேல் உமக்கும் எமக்கும் எவ்வித வித்தியாசமும் இல்லையென்று ஏற்பட்டது."[22]

இவ்விளக்கத்தில் சிங்காரவேலர் பௌத்தத்தின் மறுபிறப்பை மறுக்கவில்லை. மறுபிறப்பைப் பற்றிப் பௌத்தத்திற்கும் மற்றச் சமயங்களுக்கும் வேறுபாடு உண்டென்கிறார். ஏனைய சமயங் களில் இறந்த உடலின் ஆன்மாவே மறுபிறப்பு எடுக்கிறது என்பர். சில சமயங்களில் அவரவர் வினைகளுக்கேற்ப இறைவன் மூலமாக இருந்து, மறுபிறப்புக்கு உதவுகிறான் என்பர். ஆனால் பௌத்தத்திலோ, மறுபிறப்பு எடுக்க, ஆன்மாவோ இறைவனோ தேவையில்லை என்றும் அவரவர் வினையே அதற்கு உதவும் என்பர். வினை தானாக எப்படி மறுபிறப்பு எடுக்குமென வினவலாம். மந்தையில் தாயைப் பிரிந்த கன்று, நூற்றுக்கணக்கான தாய்ப் பசுக்கள் உள்ளபோது தம் தாயைச் சரியாக அடையாளம் கண்டு பால் குடிப்பதைப் போன்று, ஒருவனின் வினையே அந்த வினைக்கேற்ப உறவு கொள்ளும் (மறுபிறவி) என்பர். இதனைத் தான் சிங்காரவேலர் உணர்த்துகிறார் போலும்! இதில் பண்டிதருக்கும் வேறுபாடு இருப்பதாகத் தாம் கருதவில்லை என்கிறார். சிங்காரவேலர் பௌத்தத்தில் ஈடுபாடு கொண்டிருந்த போதே மேலைத் தத்துவங்களையும் கற்றிருந்தார். இந்திய லோகாயதத்திலும் அறிவு பெற்றிருந்தார். இவற்றால் அவர்

பௌத்தத்தின் மறுபிறவியை விமர்சித்திருக்கலாம். மேடைகளில் அவர் விமர்சித்ததைப் பண்டிதர் கேட்டிருக்கலாம். அதனால் தான் பண்டிதர் அவ்வாறு வினா எழுப்பினார் போலும்!

இங்கு மற்றொன்றும் சிந்திக்கத்தக்கது. அதாவது அவர் தரும் விளக்கத்தில், தங்களுக்கும் எமக்கும் என்றும் கூறாமல், "தங்களுக்கும் மகாபோதி சங்கத்தவர்களுக்கும் (மறுபிறப்புப் பற்றி) என்ன வித்தியாசம் இருக்கின்றது?" என்றுதான் வினவி யுள்ளார். இதிலொரு உட்பொருள் உள்ளது. அதாவது, அப்படிக் குறிப்பிடுவது மூலம் தனக்கு அக் கருத்தில் வேறுபாடு உள்ளதைப் புலப்படுத்துகிறார். இக் காலகட்டத்தில் அவருக்கு மேலைத் தத்துவஞானமும், பல அறிவியல் துறைகளும், மார்க்சியமும் அறிமுகமாகி இருந்தன. 1907-ஆம் ஆண்டில் இலண்டன் சென்று சில மாதங்கள் தங்கியுள்ளார். ஆனால், அப்போது பிரித்தானிய கம்யூனிஸ்ட் கட்சித் தலைவர்களைச் சந்தித்துள்ளாரா? என்பதற்கு இதுகாறும் எந்தச் செய்தியும் கிடைக்கவில்லை. ஆனால் நிறைய நூல்களோடு தாயகம் திரும்பியுள்ளார். குறிப்பாக 1900-லிருந்து அவருக்கு மேலை தத்துவஞானமும் ஓரளவு மார்க்சிய ஞானமும் அறிமுகமாகியுள்ளன என்பதற்குச் சான்றுகள் உள்ளன. இதன் காரணமாகப் பௌத்தத்தின் மீது அவருக்கு விமர்சனம் வளர்ந் திருக்கும். அந்த விமர்சனப் பார்வையே பிற்காலத்தில் அவரை அரசியலில் ஈடுபடுவதற்கும் மார்க்சியராக மாறுவதற்கும் காரண மாக இருந்திருக்கும். இந்த விமர்சனப் பார்வை இருந்ததால்தான், இரண்டாம் கட்டுரையில் மறுபிறவியைக் குறித்துக் கடுமையாக விமர்சித்துள்ளார். அதனைப் பின்னர் பார்ப்போம். குறிப்பாக, அவர் வாழ்க்கையில் பௌத்தம் குறித்து மறுபரிசீலனை செய்யும் காலமாக அக்காலம் இருந்துள்ளது. இதனை மனத்தில் கொண்டு அடுத்துவரும் பகுதியை நோக்க வேண்டும்.

சிங்காரவேலர் மறுபிறப்புப் பற்றிக் கூறியதை மறுக்கும் பொருட்டுப் பண்டிதர் கீழ்வருமாறு கூறுகிறார்.

"பற்றாகிய அவாவே பிறவிக்கு மூலமென்றும், பற்றாகிய அவாவொழிந்தவிடமே பிறவியற்ற நிலையென்றும், பௌத்த சாஸ்திரிகள் கூறியிருக்கப் பிறவியில்லையென்பது விசாரணைக் குறைவேயாம்."[23]

மறுபிறவியைப் பற்றிச் சிங்காரவேலர், பௌத்தத்திற்கும் பிற சமயங்களுக்குமுள்ள வேறுபாட்டைத்தான் குறித்துள்ளாரே

யன்றிப் பௌத்தத்தில் மறுபிறவி இல்லையென்று அவர் குறிப்பிடவில்லை. அவர் குறிப்பிடாததற்குப் பண்டிதர் விளக்க மளித்துள்ளார். இது சரியானதன்று. பண்டிதர் இவ்வாறு குறிப் பிட்டிருப்பதற்குப் பின்னர்தான் சிங்காரவேலர் மறுபிறவியைக் குறித்து விளக்கமளித்துள்ளார். அதனைக் கீழே காணலாம்.

"மறுபிறவியைப் பற்றி மணிமேகலையில் கூறியுள்ள விஷயம் புத்த புராணக் கதைகளிலும், நீதியைக் குறிக்கும் ஜாதக கதைகளிலும் காணலாம். அவைகள் கதைகளெனத் தெரிந்து கொள்ளும் வரையில், புத்த தருமத்தின் கருத்து விளங்காதென்பது நமது துணிபு. அவை செய்கையின் பலனைக் குறிக்க ஏற்பட்ட கதைகளாகும். வாஸ்தவத்தில் நிகழ்ந்த சரித்திரங்களைக் காண்பர் அறிஞர்.

-------- இவ்விதத் தருமத்தைப் போதியாது மிச்சாதிருஷ்டி களின் மெய்ப்பொருளையும், புனர்ஜென்மத்தையும் மோட்ச நரகங்களையும் போதிப்பராயின், சைவ - வைணவ வேதாந்தி களில் தாங்களும் ஒருவராக நன்கு மதிக்கப்படுவது திண்ணம்."[24]

சிங்காரவேலர் மணிமேகலையிலும், புத்தர் ஜாதகக்கதை களிலும் வரும் மறுபிறவியைக் கற்பனை என்கிறார். இது அவரது கருத்துரிமை. ஆனால், மறுபிறவி இல்லையென்பதற்கு அவர் பிடகங்களையோ, மற்ற ஆதாரங்களையோ கூறவில்லை. கூறமுடியாது. ஏனெனில் பௌத்தத்திற்கு மறுபிறவி பற்றிய நம்பிக்கை உண்டு. அதனால்தான் அவர் கூறவில்லை. இதனைப் பற்றி டாக்டர் இராதாகிருஷ்ணன் குறிப்பிட்டுள்ளது நம் கவனத்திற்குரியது.

"புத்தர் கருமம், மறுபிறவி என்னும் கோட்பாடுகளைக் கூறுகிறார். ஒருவன் என்ன கர்மம் (செயல்) புரிகிறானோ அதுவாகவே அவன் ஆகிவிடுகிறான். ஆதலால் ஒவ்வொருவனும் தானே தன்னை உருவாக்குகிறான். ஆகவே நம் செயல் நம்முடைய செயல்களிலிருந்து நாம் தப்பவே முடியாது. "என் கருமமே என் உடைமை; என் கருமமே என் பிதிராச்சிதம்; என் கருமமே என்னைத் தாங்கும் கருக்குழி; என் கருமமே என் இனம்; என் கருமமே என் புகலிடம்." என்று புத்தர் கூறுகிறார்.

"மறுபிறவி என்பது பற்றி அவர் கூறுவன, எண்ணங்கள் ஆசைகள், பற்றுகள், உணர்ச்சிகள் ஆகியவற்றின் கோவையே ஒருவனுடைய அக வாழ்க்கையாகும். இவற்றையெல்லாம்

பிணைத்து நிற்பது உடல் என்ற கயிறு. மரணத்தின்போது கயிறு அறுந்ததும் கட்புலனுக்குத் தெரியாத அந்தக் குணங்கள் வேறோர் உடலை உண்டாக்கிக் கொள்கின்றன. இந்தப் புது மனிதன் இறந்தவன் சேகரித்த வினைகளை அனுபவிக்கின்றான். உடலை உண்டாக்கும் பஞ்ச பூதங்களைக் கலைத்தால்தான் பிறவி அறும். இன்றேல், பிறவி தொடர்ந்து வந்து துக்கத்தைத் தந்து கொண்டே இருக்கும். பஞ்ச பூதங்களைச் சேர்த்து வைக்கும் சக்தி, மனிதன் தனித்து வாழவேண்டும் என்று விரும்பும் ஆசையே; ஆதலால் ஆசையை; அவித்துவிட்டால் பஞ்சபூதங்கள் கலைந்து விடும். மறுபிறவி உண்டாகாது."[25]

"அவர்கள் ஆத்மா இல்லையென்ற தமது கொள்கைக்கு பங்கம் ஏற்படாது, கன்மம், மறுபிறப்பு, நிர்வாணம் என்பவற்றை எங்ஙனம் கொள்ளலாம் என்பதை விளக்க முயன்றிருக்கிறார்கள் பௌத்தர் கன்மம், மறுபிறப்பு, வீடுபேறு ஆகியவற்றை ஏற்றுக் கொள்கின்றனர்."[26]

"என்றென்றும் ஆன்மாவென ஒன்று நிலைத்ததாக இல்லை. என்பது உண்மையே. ஆனால் உயிர்த்தன்மை அமைவதற்குக் காரணமாகப் பொருள்முதல்கள் தொடர்ந்துள்ளன. ஸ்கந்தங்கள் ஒடுங்கலாம். ஆனால் கருமங்கள் தற்காலிகத் தொகுதியாக மாற்றம் கொள்ளும்; மாற்றங்கொள்ளும்போது அவை வேறொருவனுக்கு உரிய தொகுதியாகிறது. ஆன்மா மறுபிறப்புக் கொள்வதில்லை. ஆனால் கருமமே வெவ்வேறு தொகுதிகளை வெவ்வேறு பிறவிகளாக எடுக்கின்றன."[27]

மேற்கண்ட மூன்று விளக்கங்களின் வாயிலாகப் பௌத்தத்தில் மறுபிறவி ஒரு கோட்பாடாக வலியுறுத்தப்படுவதை அறியலாம். இதிலிருந்து பண்டிதர் மறுபிறவி பற்றிக் கூறுவது மிகச் சரியானது என்பதை உணரலாம். தாம் கூறும் கருத்துக்கு அவர் மணிமேகலையிலிருந்தும் எடுத்துக்காட்டைக் கூறுகிறார். இதுவும் சரியான விளக்கமேயாகும். ஆனால் சிங்காரவேலர் மணிமேகலையை ஒரு கற்பனைக் காப்பியம் என்கிறார். இதனைப் பெரிதும் ஏற்க முடியாது. அந்நூலில் காப்பியத்திற்கேற்ப ஓரளவு கற்பனை இருக்கலாம். எனினும் அதுவொரு தத்துவம் நிறைந்த காப்பியமாகும். அக்காலத்திலிருந்த தத்துவ சிந்தனை களின் பதிவாக, பேழையாக, ஆவணமாக அந்நூல் விளங்கு கிறது. தமிழ்க் காப்பியங்களில் அந்நூலுக்கு ஒரு தனிப் பெருமை

உண்டு. முற்போக்குச் சிந்தனைகள் கொண்ட ஓர் அரிய காப்பியம் அது. சிங்காரவேலரும் அதனையறியாதவர் அல்லர். அவர் தம் எழுத்துகளில் பண்டிதர் கூறுவதைப் போன்று, மணிமேகலை யையும், அதன் ஆசிரியரையும் சில இடங்களில் பெருமையோடு பேசியிருக்கிறார். ஆனால், இங்குக் கற்பனைக் காப்பியம் என்கிறார். அதாவது மறுபிறவியில் அவர் நம்பிக்கை இல்லாத வராதலால் அவ்வாறு கூறினார் போலும்!

பௌத்தத்தில் மறுபிறப்புப் பற்றிய சிந்தனையிருந்தாலும் அதன் ஏனைய முற்போக்கு மற்றும் சமத்துவச் சிந்தனைகள் மிகுந்திருந்ததால், அது உலகின் சிந்தனையாளர் பலரைக் கவர்ந்துள்ளது. சாதி - மத - வருண ஏற்றத்தாழ்வுகளையும், மூடப் பழக்கங்களையும், வேதச் சடங்குகளையும் பௌத்தம் மறுத் துரைப்பதால் அது பலரையும் கவர்ந்துள்ளது. சிங்காரவேலர், தந்தை பெரியார், அம்பேத்கர் ஆகியோரையும் கவர்ந்திருப் பதற்கு அவையே காரணமாகும். பிரெஞ்சுப் புரட்சிக்கு முன், சமத்துவம், சுதந்திரம், சகோதரத்துவம் ஆகியவற்றைப் பௌத்தம் பேசியுள்ளதால் அது என்னைப் பெரிதும் கவர்ந்துள்ளது என்றார் அம்பேத்கர். ஆல்பர்ட் ஐன்ஸ்டின், பெர்ட்ராண்ட் ரசல் ஆகியோர், அதன் மறுபிறவிக்கு எதிரானவர்களாக இருந் தாலும், ஏனைய முற்போக்குச் சிந்தனைகளைக் கருதி அதனைப் பாராட்டியிருக்கிறார்கள்; இவர்களைப் போலவே சிங்கார வேலரும் மறுபிறப்புக் கொள்கையை ஏற்காமல் விமர்சனக் கண்ணோட்டத்தோடு அதன் முற்போக்குச் சிந்தனைகளுக்காக அதனை ஏற்றுள்ளார். அதனால்தான், அவர்தம் விளக்கத்தில் புத்த புராணக் கதைகளிலும், ஜாதகக் கதைகளிலும் மறுபிறவி யைப் பற்றி வருவன எல்லாம் கதைகள் என்கிறார். கதைகளை ஏற்காமல் வரலாற்றைத்தான் நாம் ஏற்கவேண்டும் என்கிறார். மற்றும் மோட்சம் நரகம் ஆகியவற்றைப் போதிக்காமல், அதன் தத்துவத்தைப் போதிப்பதுதான் சிறந்தது என்கிறார். இங்கே பௌத்தத்தின் மீதான அவரது விமர்சனப் பார்வையை அறியலாம். இந்த விமர்சனத்தைச் சிலர் மறுக்கலாம்; பலர் ஏற்கலாம். அதுவன்று முக்கியம். இந்த விமர்சனப் பார்வை ஆராய்ச்சியை மேன்மேலும் தூண்டும். உண்மையைக் காண வழிகாட்டும். எதிலும் விமர்சனப் பார்வை வேண்டும்; விமர்சனம் ஆராய்ச்சிக்கு அடிப்படையாகும். விமர்சனம் இல்லாத ஆராய்ச்சி பயனற்றது; போலியானது; அது ஆராய்ச்சியின் வளர்ச்சியைத்

தடுப்பது. இவற்றை நன்கு புரிந்துகொண்டால் விமர்சனத்தைக் கண்டு அஞ்சமாட்டோம்.

பண்டிதருக்கும் சிங்காரவேலருக்கும் நடந்த இவ் அறிவார்ந்த விவாதத்தால் பறையர்களைத் தாழ்ந்த வகுப்பார் என்று குறிப்பிட்டு வந்ததை நிறுத்தி, அவர்களை ஏழைகள் என்று குறிப்பிடத் தொடங்கியுள்ளனர். பண்டிதருக்கு இதுவொரு வெற்றியேயாகும். அவர் விரும்பியது நடந்துள்ளது. இதனைக் குறித்து அவர்தம் இறுதிக் கட்டுரையில் குறிப்பிட்டிருப்பதைக் கீழே காணலாம்.

"தங்கள் சங்கத்தார் டிப்ரஸ்கிளாசென்னும் மொழியை யொழித்து இந்தியர்களுக்குத் தன் மும் ஏழைகளுக்குக் கல்விச் சாலையும் வைப்பதாகப் பத்திரிகைகளில் வெளித் தோன்றியது மிக்க ஆனந்தமேயாம்."[28]

பண்டிதருக்கும் சிங்காரவேலருக்குமிடையே நிகழ்ந்த இவ்விவாதமொரு அறிவார்ந்த விவாதம்; இவ்விவாதத்தில் சில இடங்களில் கடுமையும் மோதலும் இருந்தாலும், சமயம் குறித்தும், தத்துவம் குறித்தும் அரிய சிந்தனைகளும் அவ்விருவர் களின் வாதத் திறன்களும், நம் சிந்தனைக்கு விருந்தாக உள்ளன. இருபதாம் நூற்றாண்டுத் தொடக்கத்தில் நம் முன்னோடிகள் எத்துணைச் சிந்தனையாழத்தோடு வாதப்போர் புரிந்துள் ளார்கள் என்பதற்கு இவ்விவாதம் ஒரு நல்ல சான்றாகும். இவ் விவாதத்தை இக் காலச் சிந்தனையோடு பொருத்திப் பார்த்து விளக்கமளிக்க முயல்வதே இக் கட்டுரையின் நோக்கமாகும். சுருங்கக் கூறவேண்டுமாயின் உண்மையைக் காண அடையாளம் காட்டுவதே இக்கட்டுரையாகும். "என்னுடைய அறிவுரைகளை ஆராய்ந்து பார்க்காமல் அப்படியே ஏற்றுக் கொள்ளாதீர்கள் உங்கள் அறிவின் மூலம் தெளிவு பெறுங்கள்; எல்லாமே ஆய்வுக்கு உட்பட்டதுதான்" என்று புத்தர் கூறியது போற்றத்தக்கது மட்டுமன்று, பிற்பற்றத்தக்கதுமாகும்.

சான்றாதாரம்

1. தமிழன் - 17. 5. 1911 - வார இதழ் - க. அயோத்திதாசப் பண்டிதர் - அயோத்திதாசரும் சிங்காரவேலரும் - ஸ்டாலின் இராஜாங்கம் - பக்- 25 - 2010 - கயல் கவின்புக்ஸ்-

2. திரு.வி.க. வாழ்க்கைக் குறிப்புகள் - திரு.வி.க- பக்- 126 சைவசித்தாந்த நூற்பதிப்புக் கழகம் - சென்னை - 600 001.

3. அயோத்திதாசரும் சிங்காரவேலரும் - பக் - 28.

4. மே.கு. நூல் - பக் - 38.

5. மே.கு. நூல் - பக் - 41.

6. மே.கு. நூல் - பக் - 31.

7. மே.கு. நூல் - பக் - 25.

8. மே.கு. நூல் - பக் - 28.

9. மே.கு. நூல் - பக் - 33.

10. மே.கு. நூல் - பக் - 38.

11. மே.கு. நூல் - பக் - 28.

12. தமிழன் இதழ் - 31. 5. 1911- (மே.கு. நூல் - பக் - 32).

13. தமிழன் இதழ் - 17. 5. 1911- (மே.கு. நூல் - பக் - 25).

14. தமிழன் இதழ் - 20. 5. 1911- (மே.கு. நூல் - பக் - 29).

15. தமிழன் இதழ் - 31. 5. 1911- (மே.கு. நூல் - பக் - 36).

16. தமிழன் இதழ் - 31. 5. 1911- (மே.கு. நூல் - பக் - 39).

17. தமிழன் இதழ் - 31. 5. 1911- (மே.கு. நூல் - பக் - 39).

18. தமிழன் இதழ் - 7.6.1911 (மே.கு. நூல் - பக் - 41 - 42).

19. இந்தியத் தத்துவஞானம் - கி. இலட்சுமணன் - பக் 140 - 141 - 1967 - பழனியப்பா பிரதர்ஸ் - இராயப்பேட்டை சென்னை 600 014.

20. தமிழன் இதழ் - 31. 5. 11 (மே. கு. நூல் பக் 39)

21. தமிழன் இதழ் - 14. 5. 11 (மே. கு. நூல் பக் 45)

22. தமிழன் இதழ் - 20. 5. 11 (மே. கு. நூல் பக் 29 - 30)

23. தமிழன் இதழ் - 31. 5. 1911 (மே. கு. நூல் பக் 36)

24. தமிழன் இதழ் - 31. 5. 1911 (மே. கு. நூல் பக் 39)

25. டாக்டர் இராதாகிருஷ்ணன் - பௌத்தம் - கலைக்களஞ்சியம் - தொகுதி 1 - பக் - 429 - தமிழ் வெளியீட்டகம் - சென்னை - 600 005.

26. கி. இலட்சுமணன் - இந்தியத் தத்துவஞானம் - பக் - 160 - 61 - 1967 - பழநியப்பா பிரதர்ஸ், சென்னை.

27. எச்டி. பட்டாச்சார்யா - பௌத்த மெய்ப் பொருளியல் - பக்- 267 - 1970 - கீழை- மேலை நாட்டுத் தத்துவ வரலாறு - பதிப்பாளர் டாக்டர் இராதாகிருஷ்ணன் - அண்ணாமலைப் பல்கலைக்கழகம் - சிதம்பரம்

28. தமிழன் இதழ் 7. 6. 1911 (மே. கு. நூல் பக் 43)

7. சிங்காரவேலரின் தொலைநோக்குச் சிந்தனை

சிந்தனைச்சிற்பி சிங்காரவேலர் பல்துறை வித்தகர்; பன்மொழி அறிஞர்; அரசியல் தலைவர்; நம் நாட்டில் மண்டியுள்ள சாதி - சமய வேற்றுமைகளையும் சமுதாய மூடநம்பிக்கைகளையும் வேரோடு களைய, நாளும் எழுதியும் பேசியும் உழைத்து வந்தவர். தம் ஆழ்ந்த சிந்தனையை அரசியல் விடுதலைக்கு மட்டுமன்றி சமுதாய விடுதலைக்கும் அர்ப்பணித்தவர்; சாதி வேற்றுமையையும், மத மூடநம்பிக்கையையும் ஒழிக்க அவர் அறிவியல் சிந்தனைகளை எளியவரும் விளங்கிக் கொள்ளும் வகையில் எழுதிக் காட்டியவர். ஆழ்ந்த சிந்தனைகளை ஆணித்தரமாக விளக்கிக் காட்டியவர்; மனிதனுக்கு உணவும், உறையுளும், உழைப்பு வாய்ப்பும் எத்துணை முக்கியமோ அத்துணை முக்கியத்துவம் வாய்ந்தது அறிவியலென்று எப்போதும் வலியுறுத்தி வந்தவர்; அறிவியல் ஞானமும் அறிவியல் கண்ணோட்டமும் மக்களிடையே நன்கு பரவ வேண்டுமென்பதில் அவர் தனிக்கவனம் செலுத்தியவர். இதில் அவர் ஒரு முன்னோடி; அதனால்தான் புரட்சிக்கவிஞர் பாரதிதாசனார், சிங்காரவேலரைப் பற்றி,

> "மூலதனத்தின் பொருள் புரிந்ததும் அவனால்
> புதுவுலகக் கனா முளைத்ததும் அவனால்
> கோலப் பொதுவுடைமை கிளைத்ததும் அவனால்
> கூடின அரசியல் அறிவியல் அவனால்"

என்று போற்றிப் பாடினார். மக்களிடையே அறிவியல் கருத்துகளைப் பரப்புவதற்காக அவர் படித்த நூல்களின் உள்ளடக்கத்தையும், எண்ணிக்கையையும் நோக்கினால் நமக்கு மலைப்பையும், திகைப்பையுமே உண்டாக்கும். அவர் தந்தை பெரியார் நடத்திய

குடியரசு, புரட்சி, பகுத்தறிவு ஆகிய இதழ்களில் அறிவியல் கட்டுரைகளை எழுதியிருந்தாலும், அறிவியலைப் பரப்புவதற்காக மட்டுமே 1. 5. 1935-இல் புது உலகம் என்னும் மாத இதழைத் தொடங்கியுள்ளார். அவ்விதழைத் தொழிலாளர் திருநாளில், தமது 75-ஆம் வயதில் தொடங்கியுள்ளார்; இதிலிருந்து அவரது உளப்பாங்கை நன்கு அறியலாம். அவ்விதழைத் தொடங்கும் போது அவர்,

"Pure Science - என்று வழங்கும் சுத்த மெய்ஞ்ஞானத்தையுரைக்கத் தமிழ் பாஷையில் ஒரு தனித்த பத்திரிகையும்கூட இல்லை. அந்த அவசியத்தைப் பூர்த்திசெய்யப் புதுஉலகம் என்னும் பத்திரிகை வெளிவந்ததைப் போற்றுகிறோம்" (தத்துவ ஞான - விஞ்ஞானக் குறிப்புகள்- பக் 3) என்று குறிப்பிட்டிருப்பது நம் கவனத்திற்கு உரியது. ஒரு அரசியல் தலைவர் இப்படிச் சிந்தித்துள்ளார் எனில், அதுவும் அக்காலத்தில் அவர் அப்படி இருந்துள்ளார் எனில் அது மிக அசாதாரணமானது. அது அவரது தனியாளுமையை, பெருமையைப் புலப்படுத்துவதாகும். அறிவியலின் இன்றியமையாமையைப் பற்றி அவர் குறித்திருப்பது நம் கவனத்திற்குரியது.

"பெரும்பான்மையான மக்கள் சயன்சின் மார்க்கம் இன்னதென்று தெரிந்துகொள்ளாத தோஷத்தால், மூட ஒழுக்கங்களாலும் சாதி- சமய துராசரங்களாலும் வாடி வதங்கி வருகின்றனர். தமிழ் உலகம் இன்று தலைகீழாய் நின்று வருவதற்கு இந்த அறியாமையே முதற் காரணமாகும். சந்திர கிரகணத்தையும், சந்திரன் நிழலால் மறைக்கப்பட்டு உண்டாகும் சூரிய கிரகணத்தையும் கண்டு பயப்படும் அறியாமையை என்னென்று கூறுவது? இந்தக் குறைகளை நீக்குவதற்கும் ஒரு விஞ்ஞான பத்திரிகை வேண்டுமென்ற கோரிக்கை இந்தப் புதிய உலகத் தோற்றத்தால் (புதுஉலகம்) நிறைவேறும் என்று நம்புகிறோம்." (தத்துவஞான - விஞ்ஞானக் குறிப்புகள் - பக்- 6)

இக் குறிப்பை நோக்கினால் விஞ்ஞானத்தின் முக்கியத்துவத்தைப் பரப்புவதில் அவர் கொண்டிருந்த ஆழ்ந்த அக்கறையை நன்கு உணரலாம். புது உலகம் இதழில், அவர் அறிவியல், தத்துவம், உயிரியல், உளவியல், வானவியல், சுற்றுச்சூழலியல் போன்றவற்றைப் பற்றியெல்லாம் எழுதிக் காட்டினார். இவற்றிடையே அவ்விதழில், புகழ்வாய்ந்த விஞ்ஞானிகளை அறிமுகம் செய்யும்

முறையில் கட்டுரை எழுதத் திட்டமிட்டார். அத்திட்டத்தின் படி, முதன்முதலில் ஜியார் டானோ புருனோவைப் பற்றி அரிய கட்டுரை எழுதியிருந்தார். அக்கட்டுரை சிந்தனைமிக்க சீரிய கட்டுரையாகும். அறிவியல் சிந்தனைகளை விளக்கிக் காட்டினால் மட்டும் போதுமானது அன்று; விஞ்ஞானிகள் எத்தகு கடும் உழைப்பில் ஈடுபட்டு வெற்றியடைந்தார்கள் என்பதை எடுத்துக்காட்டினால்தான் அது உள்ளத்தைக் கவரும். உறுதிபெறும். வழிகாட்டும். அதுதான் விஞ்ஞானத்தில் பிடிப்பை ஏற்படுத்தும்; நிறைவை அளிக்கும். முழுப்பயனைத் தரும். இந்த முழுப்பயனை நோக்கியே அவர் விஞ்ஞானிகளைப் பற்றி எழுதத் தொடங்கினார். இந்திய விடுதலைக்குப் பின்னர் ஐம்பது களில் நேரு அவர்கள் அறிவியல் மனப்பான்மையைக் குறித்து (Scientific Temper) அடிக்கடி பேசி வந்தார். இதனை முப்பது களிலேயே சிங்காரவேலர் அழுத்தமாகப் பேசியிருப்பது சிந்திக்கத்தக்கது.

சிங்காரவேலர் காட்டிய பாதையை நாம் சரியாக ஏற்றுச் செயல்படுத்தாததால், நம் நாட்டில் மதவெறி கொண்ட இந்துத்துவா ஆட்சிப் பீடத்தைக் கைப்பற்றியுள்ளது. ஆட்சிக் கட்டிலில் ருத்திரத் தாண்டவம் ஆடுவதிலேயே அது கருத்தாக உள்ளது. இப்போக்கு, பண்டைச் சமுதாயத்தைக் கொண்ட இந்தியாவுக்குப் பெரும் அழிவையும் கேட்டையும் உருவாக்க வல்லது. ஆட்சியைக் கைப்பற்றியதும் ஆசிரியர் தினத்தை ஒதுக்கி, குரு உத்சவ்வை நடத்துவதும், 110 கோடி மக்கள் எண்ணிக்கை கொண்ட நாட்டில் ஓராயிரம்பேர் எப்போதோ பேசும் ஒரு மொழியை ஆட்சிமொழியாக்கத் துடிப்பதும், வருண பேதத்தை நிலைநிறுத்தும் பகவத் கீதையைத் தேசிய நூலாக்க முயல்வதும், காந்தியடிகளைக் கொன்ற கோட்சேவுக்குச் சிலைவைக்க விரும்புவதும், தலைசிறந்த வரலாற்றுப் பேராசிரியர் களாகிய ரோமிலாதாபர், நூருல் ஹாசன், ராம்சரண் சர்மா போன்றவர்கள் தலைவர்களாக விளங்கிய இந்திய வரலாற்று ஆய்வு மையத்தில், ஒரு நூல்கூட எழுதாத ஆர்.எஸ்.எஸ் இளைஞரை இப்போது தலைவராக நியமித்து இருப்பதும், காவிகளின் கட்டுக்கடங்காத கயமைத்தனத்தைக் காட்டுவ தாகும். இந்தப் பேராபத்தை அகற்ற இடதுசாரிகளால் மட்டுமே முடியும். இப்போது இடதுசாரிகளின், முற்போக்காளர்களின், ஜனநாயகப் பண்பு கொண்டவர்களின் கடமை மிகப் பெரிதாக

உள்ளது; இச்சக்திகள் ஒன்று திரண்டு மக்களுக்குத் தெளிவை ஏற்படுத்தி அதன்வழி காவிகளை அகற்ற வேண்டும். ஆட்சியைப் பிடிக்க வேண்டும். இதற்கு நம்முன் உள்ள கடமைகள் பற்பல; மிகப் பல.

"உலகில் மிகப்பெரும் ஏகாதிபத்திய சக்திகள் இரண்டு. ஒன்று அமெரிக்கா; இரண்டாவது தகவல் ஊடகங்கள்" என்றார் நோம் சோம்ஸ்கி; ஊடகத்தால் பதவியில் அமர்ந்ததே மோடி அரசு. மதவாதத்தின், ஊடகத்தின் பேராபத்தை முப்பதுகளில், நாத்திகர் மாட்டில் சிங்காரவேலர் சுட்டிக்காட்டி நம்மை எச்சரித்திருப்பது நம் கவனத்திற்கு உரியது. அது இன்றும் பொருந்தக் கூடியது. அவர் எச்சரித்திருப்பதைக் கீழே காணலாம். அது இன்றும் பொருந்தக்கூடியது.

"தோழர்களே, நம்முன் முக்கியமான போராட்டம் உள்ளது. நம் வெற்றியில் நாம் பின்தங்கக் கூடாது. நாம் பாதுகாப்பைத் தேட வேண்டியுள்ளது. நாம் ஆத்திகத்தை முழுமையாக ஒழித்திடவில்லை. பணம், அதிகாரம், பிரசாரம் போன்றவை ஆதிக்கத்திற்கு உதவியாக உள்ளன. பெரும்பான்மையான மக்கள் அறியாமையில் இருந்துகொண்டு ஆத்திகத்தைப் பின்பற்று கிறார்கள். நாம் அவர்களை மீட்கவேண்டியுள்ளது. நம்முன் மற்றொரு ஆபத்தும் உள்ளது. இந்து மகா சபையினர், சனாதன வாதிகள், முகமதிய வகுப்புவாதத்தினர் சட்டசபைகளைக் கைப்பற்றப் போராடுகிறார்கள்; இதனால் அவர்கள் ஆதிக்கத்தை அரங்கேற்றலாம். ஆதிக்கத்திற்கு முடிசூட்ட சட்ட சபைகளைக் கைப்பற்ற போராடுகிறார்கள்; வேண்டாத வாய்ப்புள்ள நம் நாட்டில் இவர்களே நமக்கு மோசமான எதிராளிகள் ஆவர். தோழர்களே எச்சரிக்கையாக இருங்கள்; சாதிகளின் வஞ்சத் தையும், அதன் கொடுமையையும் வெளிப்படுத்துங்கள்; ஆத்திக மூடத் தனத்தை ஒழித்துக்கட்டுங்கள்; அன்பு கூர்ந்து நாத்திகத் தையும் பொதுவுடைமையையும் அரியணை ஏற்றுங்கள்." (நவீன இந்தியாவின் தலைசிறந்த பேச்சுகள்- பக் - 143)

சிங்காரவேலரின் இப்பேச்சினை நோக்கினால், அவர் எத்துணைத் தொலைநோக்கோடு சிந்தித்துள்ளார் என்பதையும், எத்துணைச் சரியாக வழிகாட்டியுள்ளார் என்பதையும் நன்கு உணரலாம். சிங்காரவேலரின் இக் குறிப்பு அடங்கிய பேச்சை,

தாகூர், விவேகானந்தர், நேரு, டாக்டர் இராதாகிருஷ்ணன், அமெர்த்தியாசென் போன்றவர்களின் பேச்சுகளோடு இலண்டனி லுள்ள ரேண்டம் ஹவுஸ் குழுவின் பதிப்பகம் (RANDOM HOUSE GROUP - Ltd, 20, VAUXALL BRIDGE ROAD, LONDON) The great speeches of modern India என்னுந் தலைப்பில் அரிய நூலாக வெளியிட்டுள்ளது. பற்பல சிந்தனைகள் மிளிரும் அரிய கருத்துப் பெட்டகமாக இந்நூல் உள்ளது. சிங்காரவேலரின் நினைவு நாளான இந்நாளில் அவரது சிந்தனையை எண்ணுவோம்; செயல்படுத்த முனைவோம்.

8. நிர்வாண தத்துவம்
(SINGARAVELAR ON NUDISM)

இருபதாம் நூற்றாண்டின் தொடக்கக் காலத்தில் ஒரு குறிப்பிட்ட இடத்தைத் தெரிந்தெடுத்து, அங்கு ஆண்களும் பெண்களும் பிறந்த கோலத்தில் (முழு நிர்வாணமாக) ஆடிப்பாடி காலத்தைக் கழிக்கலாம் என்ற எண்ணம் ஏற்பட்டது. இப்படி நிர்வாணமாக ஆடிப்பாடுவோர்தான் நிர்வாணக் கொள்கையர் என்று அழைக்கப்பட்டனர். இக்கொள்கையர் உலகின் பல முனைகளில் தோன்றியிருந்தாலும் இவர்கள் ஓர் இயக்கமாக வளர்ந்து செயல்பட்டது முதன்முதலில் ஜெர்மனியில்தான். இட்லர் ஆட்சிக்கு வருவதற்கு முன்னரே இவ்வியக்கம் தோன்றி விட்டது. இவ்வியக்கம் 1920-க்கு அடுத்து உருவாகியிருக்கலாம். ஜெர்மனியில் தோன்றிய இவ்வியக்கம், பின்னர் இங்கிலாந்து, பிரான்ஸ் ஆகிய நாடுகளிலும், அடுத்து அய்ரோப்பாவின் பல நாடுகளிலும் பரவியுள்ளது. இவ்வியக்கத்தினர், தம் செயற் பாட்டிற்கு ஆதரவாக, இறைவன் ஆதாம் ஏவாளை நிர்வாண மாகத்தான் படைத்தான் என்றும், மனிதர் பிறக்கும்போது நிர்வாணமாகத்தான் பிறக்கின்றனர் என்றும், அவற்றையொட்டி மனிதர்கள் நிர்வாணமாகக் காலம் கழிப்பதில் தவறில்லை என்றும் அவர்கள் கூறிவந்தனர்.

நம் இந்திய நாட்டில் கி.மு. நான்காம் நூற்றாண்டில் தோன்றிய சமண சமயத்தைச் சேர்ந்த திகம்பரர் என்ற பிரிவினர் அம்மணமாகவே வாழ்ந்து வந்தனர்; திக் + அம்பரர் = திகம்பரர். அதாவது, திக்குகளை (திசைகளை) ஆடையாகக் கொண்டவர் களாம். ஆடையணியாமல் பிறந்த கோலத்தோடு திரிபவர் களைத்தான் திகம்பரர்கள் என்றனர். அக்காலத்தில் வேறுசில சமய வாதிகளும் நிர்வாணமாகவே வாழ்ந்து வந்தனர். நம் காலத்திலும் சாதுக்களும், சந்நியாசிகளும் நிர்வாணமாக இமய

மலைப் பகுதியிலும், கங்கை நதிக் கரைகளிலும் வாழ்ந்துதான் வருகின்றனர். நிர்வாண சாமியார்கள் நம் நாட்டின் பல பகுதி களில் இன்னும் வாழ்ந்துகொண்டுதான் இருக்கின்றனர்; ஆனால் இவர்கள்தான் நிர்வாணமாக வாழ்கிறார்களே அல்லாமல் மற்றவர்களும் நிர்வாணமாக வாழ வலியுறுத்துவதில்லை. கடந்த முப்பதாண்டுகளுக்கு முன், பூட்டாசிங் என்னும் மேனாள் மத்திய அமைச்சர் ஒரு நிர்வாண சாமியாரிடம் ஆசிர்வாதம் பெற்றதை நாளிதழ்கள் வெளியிட்டிருந்தன. அந்த நிர்வாண சாமியார் ஒரு பந்தலில் நிர்வாணமாக அமர்ந்து கொண்டு, கீழே நின்றுகொண்டிருக்கும் பூட்டாசிங்கின் தலைமீது தன் காலைப் பொருத்தி ஆசிர்வாதம் செய்கிறார். இதுதான் ஆசீர்வாதம்; இந்த ஆசிர்வாதத்தை தான் பலகாலும் மத்திய அமைச்சராக இருந்த ஒருவர் பெற விரும்புகிறார். ஆன்மீகத்தின் வலிமை இதுதான் போலும்! நிர்வாண சாமியாரின் வலிமையும் இதுதான் போலும்! நிர்வாண சாமியாரின் மகிமையே மகிமை. இதுபோன்ற அமைச்சர்கள் பலர் உள்ளனர்; இதுபோன்ற காட்சிகளும் பல உள்ளன. வெளிவந்தவை சில; வெளிவராதவை மிகப் பல.

சரி அது இருக்கட்டும்; இங்கு மற்றொன்றையும் நாம் சிந்திக்க வேண்டும்; இந்தச் சாமியார்கள், சாதுக்கள் ஆடையின்றி ஏன் நிர்வாணமாக இருக்க வேண்டும்? இது முக்கிய வினா. ஆசையைத் தொடக்கத்தில் முழுமையாகத் துறப்பதற்கு அஃது அடையாளமாக இருக்கலாம்; அதனை முதலில் துறந்தால் அணிகலன் ஆபரணம் போன்றவற்றின் மீது ஆசை செல்லாமல் இருக்கும். அதனைக் கருதி அவர்கள் ஆடையைத் துறந்திருக் கலாம். அதனால்தான் அவர்கள் கோவணத்தைக் கூடக் கட்ட விரும்பவில்லை போலும்! "பிறப்பறுக்க வல்லார்க்கு உடம்பும் மிகை" என்றாற்போல, இவர்களுக்கு உடையும் மிகை போலும்! கோவணமும் மிகை போலும்! அவர்கள் ஆடையின்றி இருப்பதற்கு மற்றொரு காரணமும் உண்டு. சாதாரண மனிதர்களிடமிருந்து தங்களை வேறுபடுத்திக் காட்டிக் கொள்வதற்கும், தாங்கள் கடவுள் அருள் பெற்றவர்கள் என்பதைக் காட்டிக் கொள் வதற்கும் அக்கோலம் (நிர்வாணம்) துணை செய்கிறது போலும்! ஆடை அணியும் சாமியார்கள் கூட, இல்லறத்தாரிடமிருந்து, வேறுபட்ட ஆடைகளையே அணிகிறார்கள். அவை, அவர் களின் மகிமையை, மேன்மையைக் காட்டிக்கொள்வதற்காக இருக்கலாம்! இந்தச் சாதுக்களும், சாமியார்களும் இந்தியா

போன்ற நாடுகளில் எப்போதும் நிர்வாணமாக இருப்பதற்கு இந்நாட்டின் தட்ப- வெப்பநிலையும் ஒரு காரணமாகும். இவர்கள் குளிர்நாடுகளில் நிர்வாணத்தைக் கடைப்பிடிக்க முடியாது. கடைப்பிடித்தால் கடும் குளிரால் இறந்து போவார்கள். மேல்நாட்டிலுள்ள சாமியார்கள் உடல்முழுதும் உடை அணி வதற்குக் காரணம் அங்குள்ள கடும் குளிர்தான்.

நம் நாட்டில் வேத காலத்திலும், புத்தர் காலத்திலும் கங்கை யமுனை நதிக் கரைகளில் நிர்வாண சாமியார்கள் வாழ்ந்துள்ள தாக வரலாற்றாசிரியர்கள் குறிப்பிட்டுள்ளனர். நம் நாட்டில் இந்த நிர்வாணத்தைச் சாதுக்களும், சந்நியாசிகளும் துறவிகளும்தான் கடைப்பிடித்தனர். அவர்கள் அதனைத் தெய்வீக அம்சமாகக் கருதினர். சாதாரண மக்களும் அவர்களின் நிர்வாணத்தைத் தெய்வ அம்சமாகவே கருதினர். இப்போக்கு நம் நாட்டில் நிலவினாலும், நிர்வாணத்தைச் சாதாரண மக்களும் பின்பற்ற வேண்டுமென்று சாமியார்களோ, நிர்வாணத்தை நாமும் கடைப்பிடிக்கலாமென்று மக்களில் சிலரோ வலியுறுத்தியதாகத் தகவல்கள் இல்லை. ஆகவே, நிர்வாணம் என்பது நம் நாட்டில் துறவிகளிடம் மட்டுமே இருந்துள்ளது. இதனால் மேல்நாடு களில் தோன்றிய நிர்வாண இயக்கங்கள், சங்கங்கள் இங்குத் தோன்றவில்லை எனலாம்.

ஜெர்மனியிலும், இங்கிலாந்திலும், பிரான்சிலும் நிர்வாண சங்கங்கள் ஆங்காங்கே தோன்றிக் கொண்டிருந்தன. அவற்றிற்கு, வழக்கறிஞர்களும், நீதிபதிகளும், தலைவர்களும்கூட ஆதரவு அளித்துள்ளனர். அவர்களுள் பலர் அச்சங்கங்களில் உறுப்பினர் களாகச் சேர்ந்து அவர்களும் நிர்வாணமாக அச்சங்க அரங்கு களில் நிர்வாணமாக ஆடிப்பாடி விளையாட்டுப் பயிற்சியில் ஈடுபட்டுள்ளனர். அய்ரோப்பாவில் இச்சங்கங்கள் வேகமாகப் பரவிக் கொண்டிருந்த காலகட்டத்தில்தான், பகுத்தறிவுப் பகலவன் தந்தை பெரியார் சோவியத் ஒன்றியத்திற்குச் சென்றி ருந்தார். அப்போது அவர் அங்குச் சென்றபோது இடையில் ஜெர்மனிக்குச் சென்று நிர்வாண சங்கங்களைப் பார்வை யிட்டுள்ளார். 1932-ஆம் ஆண்டில் அவர் அங்குச் சென்றுள்ளார். அவர் அங்கிருந்து சென்னைக்குத் திரும்பியதும் நிர்வாணத் தைப் பற்றிக் குடியரசில் புரட்சியில், பல கட்டுரைகள் வெளி வந்துள்ளன. அவையாவும் சிந்தனையைத் தூண்டும் அரிய கட்டுரைகளாகும் அக்கட்டுரைகள் உள்ளடக்கத்திலும்,

வெளியீட்டு முறையிலும் புதுமை வாய்ந்தன. மனித இனம் எப்படியெல்லாம் சிந்திக்கிறது, எப்படியெல்லாம் செயல்படு கிறது என்பதற்கு அவை அடையாளங்களாகும். கீழ்க்கண்ட கட்டுரைகள் குடியரசிலும், புரட்சியிலும் வெளிவந்துள்ளன.

1. நிர்வாண வாழ்க்கையின் செல்வாக்கு - குடியரசு 15. 2. 1933
2. உலகிலுள்ள நிர்வாண இயக்கங்கள் - குடியரசு 23. 7. 1933
3. நிர்வாண இயக்கத்தின் தத்துவம் - குடியரசு 30. 7. 1933
4. தற்கால வாழ்க்கையில் நிர்வாணம் - குடியரசு - 29. 10. 33
5. பிரிட்டனில் நிர்வாண இயக்கம் - புரட்சி - 10. 6. 34
6. ஜெர்மனியில் நிர்வாண இயக்கம் - புரட்சி - 17. 6. 34
7. பிரான்சில் நிர்வாண இயக்கம் - புரட்சி - கிடைக்கவில்லை.

இக் கட்டுரைகளில் முதல் கட்டுரையான "நிர்வாண வாழ்க்கையின் செல்வாக்கு" என்னும் கட்டுரை மேனாட்டுச் செய்தித்தாளில் வெளிவந்ததை மொழிபெயர்த்து வெளியிட்டி ருக்கும் கட்டுரையாகும். உய்டன் கிராவி என்னும் இளைஞர் முதன்முதலில் நிர்வாண அமைப்பில் சென்றபோது ஏற்பட்ட அனுபவத்தை விளக்குவதாகும். அக்கட்டுரையில் அந்நிகழ்வு எந்த நாட்டில், எந்த நாளில் ஏற்பட்டது என்ற குறிப்பில்லை; நிர்வாண அமைப்புக்குச் சென்றபோது ஏற்பட்ட அனுபவத்தைப் பற்றிப் பொதுவாகக் குறிப்பிடப்பட்டுள்ளது. கிராவி என்பவர் நிர்வாண சங்கத்திற்குப் போக விரும்பியதை அச்சங்கத்தில் உறுப்பினராக இருந்த தம் நண்பரிடம் கேட்டுள்ளார். அதற்கு அவர், திருமணமானவர். தம் மனைவியோடு வந்தால்தான் அனுமதி உண்டு என்று கூறியுள்ளார். அவரோ திருமணமாகாதவர். அதனால் திருமணம் ஆனவராகப் பொய் கூறி, எந்தப் பெண்ணை யாவது மனைவி என்று சொல்லி அழைத்துச் செல்லலாமென முடிவெடுத்துள்ளார்.

அம் முடிவின்படி, நட்புள்ள ஒரு பெண்ணை அணுகி யுள்ளார். அவளிடம் உண்மையைக் கூறியுள்ளார். அதற்கு அந்தப் பெண் "உனக்கென்ன பைத்தியம் பிடித்துவிட்டதா வெனக்" கூறி மறுத்துள்ளாள்; அடுத்து ஒரு பெண்ணிடம் பேசியுள்ளார். அதற்கு அப்பெண் "நீங்கள் பைத்தியக்காரர், மருத்துவமனையில் சேர்ந்து விடுங்கள்" என்று கூறிக் கடிந்துள்ளாள். இதையடுத்து மற்றொரு பெண்ணை அணுகியுள்ளார். அதற்கு,

அவர் "அச்சங்கத்திற்கு வருவது ஆசையாகத்தான் உள்ளது. ஆனால், நிர்வாணமாக என்னால் வரமுடியாது" என்று கூறியுள்ளாள். நான்காவதுமுறை மற்றொரு பெண்ணிடம் தம் விருப்பத்தைச் சொல்லி உள்ளான். அவள் இசைவு தெரிவித்து அவனோடு சென்றுள்ளாள். சங்கத்தில் நுழைந்ததும் சட்ட திட்டத்திற்கு உட்பட்டுக் கையொப்பமிட்டுக் கட்டணம் கட்டி இருவரும் வெவ்வேறு அறைக்கு அழைத்துச் செல்லப்பட்டு நிர்வாணமாக்கப்பட்டு இருவரையும் இணைத்து அழைத்துச் சென்று, விளையாட்டுத் திடலில் பற்பலர் நிர்வாணமாகச் சூரிய குளியலுடன் விளையாட்டுப் பயிற்சி செய்துகொண்டிருப் போரிடம் சேர்த்துள்ளனர். அங்குச் சில மணிநேரம் அவர்களும் பயிற்சி செய்துள்ளனர்.

பயிற்சி செய்யும்போது அனைவரும் கைகளை, கால்களை உயர்த்தியும் தாழ்த்தியும், பின்னர் கால்களையும் கைகளையும் விரித்து, முதுகுப் புறத்தை முன்னும் பின்னும் வளைத்துச் சிறிதும் கூச்சமில்லாமல் பயிற்சி செய்தனராம். புதிதாகச் சென்ற ஆடவர் நிர்வாணமாக இருக்கும்போது, அச்சங்கத்துத் தலைவி நிர்வாணமாக வந்து அவரிடம் பேசிக் கொண்டிருக்கும்போது, அத்தலைவியின் அழகான அங்கங்களை அவர் உற்றுப் பார்த்துக் கொண்டிருந்தாராம். அதனைக் கண்ட அத் தலைவி "முதலில் இப்படித்தான் இருக்கும்; போகப் போகச் சரியாய் விடும்" என்றாராம். அங்கு எல்லோரையும் நிர்வாணமாகப் பார்த்த காட்சியால், மனிதனுக்கு ஆடையைவிட நிர்வாணம்தான் சிறந்த அழகாகத் தோன்றியதாம். எப்போதும் பிறந்த மேனியோடு இருப்பதுதான் இயற்கை; மற்றதெல்லாம் செயற்கை என்கிறார். நிர்வாண சங்கத்திற்குப் போகுமுன் நடைமுறை வாழ்க்கையில் பெண்களைப் பார்த்தால் இச்சை தோன்றும் என்றும், ஆடை மூடிய அழகான அங்கங்களைப் பார்த்தால் காம உணர்வு தோன்றும் என்றும் அவர் கூறியுள்ளார். ஆனால், நிர்வாண சங்கத்தில் பலரை நிர்வாணமாகப் பார்த்தபோது அந்த ஆசை சிறிது நேரம் இருந்தாலும், பின்னர் அந்த எண்ணம் இல்லையாம். அதாவது காம இச்சை அகன்றுவிட்டதாம்.

அவரே மற்றோரிடத்தில் கூறுவதைப் பார்த்தால் அந்த இச்சை அவரைவிட்டு அகலவில்லை என்றுதான் தெரிகிறது. சூரிய ஒளியில் அழகுமிக்க மகளிர் நிர்வாணமாகப் பந்து விளையாடும்போது திரட்சியான அவர்களது தனங்கள் அசைவது

பொற்குவளைகள் ஒளியோடு அசைவது போல் இருக்கிறது என வருணித்துள்ளார். இச்சை அகன்றிருந்தால், இந்த வருணிப்பு வந்திருக்குமா? வந்திருக்காது. நாட்டமும், விருப்பமும் வந்திருந்தால்தான் இப்படி வருணிக்க முடியும். எந்த அழகான பொருளும் மூடியிருக்கும் போதுதான் உற்றுப் பார்ப்போம் என்னும் அவலநிலை அங்குள்ளது. ஆனால் திறந்துவிட்டால், ஆசை முற்றுப் பெற்றுவிடுகிறது. சிறிது நேரத்தில் போதும் என்னும் மனநிலை ஏற்பட்டுவிடுகிறது. நிர்வாணத்தைப் பார்க்குமுன் இருக்கும் அவாநிலை, நிர்வாணத்தைப் பார்த்த பின்னர் சிறிது நேரத்தில் போதுமென்றாகி அந்நிலை மாறிவிடும். இந்த மாறிய நிலையைத்தான் அவர் காம இச்சை மறைந்து விட்டதாகக் கூறுகிறார்.

இச்சை மீண்டும் தோன்றும். அவரை அஃது ஆட்படுத்தும் அலைக்கழிக்கும். இதுதான் இயல்பானது. இயற்கையானது. நோயும் முதுமையும்; வலுவின்மையும்தான் இறுதியில் இச்சையை அடக்கும்; நிறுத்தும். அதுவரை இச்சை மாறி மாறி அவரவர் இயல்புக்கேற்ப வரும். இதுதான் உண்மைநிலை. நிர்வாண அமைப்பில் எல்லோரையும் திரும்பத் திரும்ப நீண்ட நேரம் நிர்வாணமாகப் பார்த்துக் கொண்டிருப்பதால் காம இச்சை விடைபெற்றுக் கொள்வதாக அவர் கருதுகிறார். உண்மையில் காம இச்சை விடைபெற்றுக் கொள்வதில்லை. சிறிது நேரம் தணிந்திருக்கிறது; அவ்வளவுதான்; முழுமையாகத் தணிந்து விட்டதாகவோ அகன்றுவிட்டதாகவோ கூறமுடியாது. நிர்வாணத்தை எப்போதும் பார்த்துக் கொண்டிருப்பதில் பழக்கமுள்ளவர், திடீரென்று நிர்வாணத்தைப் பார்க்கும்போது அவர்களுக்கு வியப்போ மலைப்போ தோன்றாது. அவ்வளவு தான். ஆனால் எப்போதோ ஒருமுறை பார்ப்பவர்க்கு அதில் கவர்ச்சி இருக்கவே செய்யும். நிர்வாண அமைப்பில் இருப்போரும், அதனை ஆதரிப்போரும் திரும்பத் திரும்பக் கூறுவது, காமஇச்சை நீங்குவதற்கு அது பெருந்துணையாக உள்ளது என்கின்றனர். அது முழு உண்மையாகுமா? என்பதைப் பின்னர் நோக்குவோம். அதற்கு முன் நிர்வாண சங்கங்கள் எங்கெங்கெல்லாம் தோன்றியுள்ளன என்பதைச் சற்றுச் சுருக்கமாகப் பார்ப்போம்.

உலகிலுள்ள நிர்வாண இயக்கங்கள் என்னுந் தலைப்பில் குடியரசில் 23. 7. 1933-இல் ஒரு கட்டுரை வெளிவந்துள்ளது; அக்கட்டுரை, இங்கிலாந்து, ஜெர்மனி, பிரான்ஸ், ஹங்கேரி,

அமெரிக்கா, ஆஸ்திரியா போன்ற நாடுகளைப் பற்பல நகரங்களில் நிர்வாண அமைப்புகள், சங்கங்கள் பற்றிய குறிப்புகளும் அவைகளில் நடக்கும் செயற்பாடுகளும் சிறுசிறு குறிப்புகளாக வந்துள்ளன. இந்த அமைப்புகள் பெரும்பாலும் நதிக் கரைகளிலும், கடற்கரை ஓரங்களிலும், மலையடிவாரங்களிலும் இருப்பதாகக் குறிப்பிட்டுள்ளனர்- சில நிர்வாண அமைப்புகள், வெளியே இருந்து வந்து சில மணி நேரங்களோ, சில நாட்களோ தங்கிச் செல்வதற்கும், சில இடங்கள் நிரந்தரமான நிர்வாண ஊர்களாகவே இயங்குவதாகவும், அங்கு நகராண்மைக் கழகம் கூடச் செயல்படுவதாகவும், அக்கழகத்திற்குத் தலைவரானவர் (மேயர்) அலுவலகப் பணியிலும், நிர்வாணமாகச் செயல்படுவதாகவும் குறித்துள்ளனர். ஜெர்மனியில் முப்பது லட்சம் பேர் நிர்வாணக் கொள்கையைப் பின்பற்றுவதாகவும், பிரான்சில் லிவாண்ட் என்னும் தீவு நிர்வாணமாக வாழ்பவர்களுக்கு மட்டும் ஒதுக்கப்பட்டுள்ளதாகவும், இதுபோன்ற தீவுகள் பல நாடுகளில் இருப்பதாகவும் பல திடுக்கிடும் தகவல்கள் உள்ளன. நிர்வாண வாழ்க்கையை அவர்கள் மேற்கொள்வதற்கு அவர்களின் அன்றாட இறைச்சியுணவும், அந்நாடுகளின் தட்ப-வெப்ப நிலையும் கூட ஒரு காரணமாகும். இந்த நிர்வாண வாழ்க்கையால், உடலுக்கு ஆரோக்கியமும், உள்ளத்திற்கு அமைதி ஏற்படுவதாகவும் அவர்கள் கூறுகின்றனர்.

பிரிட்டனில் நிர்வாண அமைப்பு இயங்குவதைக் குறித்து ரெஜினால்டு கிராண்ட் என்பவர் ஒரு கட்டுரை எழுதியுள்ளார். அக்கட்டுரை மொழிபெயர்க்கப்பட்டுப் புரட்சியில் 10. 7. 1934இல் வெளி வந்துள்ளது. அக் கட்டுரையில், பிரிட்டனில் கிராய்டன், ரெட்ஹில் வால்டன், ஷெப்பீல்டு, கிளாஸ்கோ போன்ற 32 நகரங்களில் நிர்வாண அமைப்புகள் புதிதுபுதிதாகத் தோன்றி வருவதையும், அந்த அமைப்புகளில் பெரும்பாலான அமைப்புகள் சூரிய குளியல் அமைப்புகள் என்னும் பெயரில் இயங்குவதாகவும், அந்த அமைப்புகளில் ஆடவரும் பெண்டிரும் சில காலம் கழித்துத் திருமணம் செய்துகொள்வதாகவும், அங்கு ஆடவரும் பெண்டிரும் நிர்வாணமாகக் கூட்டங்கூட்டமாகச் சூரிய குளியலில் ஈடுபடுவதோடு நீச்சல், கால்பந்து, கைப்பந்து, டென்னிஸ், நடனம் போன்ற விளையாட்டுகளிலும் ஈடுபடுகின்றனராம். அவர்களுள் பெரும்பான்மையோர் முப்பது வயதுக்கு உட்பட்டவராக இருக்கின்றனராம்.

ஜெர்மனியில் நிர்வாண இயக்கம் என்னுந் தலைப்பில் புரட்சியில் 17. 7. 1934-இல் மற்றொரு ஒரு மொழிபெயர்ப்புக் கட்டுரை வெளிவந்துள்ளது. மற்ற நாடுகளைக் காட்டிலும் நிர்வாண இயக்கம் ஜெர்மனியில் மிகப் பரவலாகப் பரவி வருவதாக அக்கட்டுரை கூறுகிறது. அந்நாட்டில் பல நாளேடு களும் இதழ்களும் அவ்வியக்கத்தை ஆதரித்துச் செய்தி வெளி யிடுவதாகவும், ஆதரவாக எண்ணற்ற நூல்கள் வெளிவருவ தாகவும், அறிஞர்களும் தலைவர்களும் அதனை ஆதரிப்பதா கவும் அக்கட்டுரையில் செய்திகள் உள்ளன; சில சங்கங்கள் சொந்தமாகவே இதழ்களைத் தொடங்கி, அவற்றில் நிர்வாண கொள்கையைப் பரப்புரை செய்துள்ளனவாம். நாடகம் சினிமா போன்ற ஊடகங்களின் வாயிலாகவும் பரப்புரை செய்தனராம். கத்தோலிக்கக் கிறித்துவ சமயத்தினர் முதலில் எதிர்ப்புத் தெரிவித்திருந்தாலும், பின்னர் ஆதரவு பெருகியதால் அவர்களும் அடுத்து எதிர்ப்புக்காட்டவில்லை என்கின்றனர்.

ஜெர்மன் அரசு, நிர்வாணக் குளியலுக்கு இரு குளங்களை அமைத்துத் தந்திருப்பதாகவும், கில்ட் என்னும் கடற்கரை முழுவதையும் நிர்வாண சங்கத்தாருக்கு மட்டுமேயன்றி நிர்வாணமாகக் குளிக்க விரும்பும் அனைவருக்கும் ஏற்பாடு செய்து தந்துள்ளது. இச்சங்கத்தில் மட்டும் நல்ல ஓர் ஏற்பாடு இருந்துள்ளது. மற்ற நாடுகளிலுள்ள சங்கங்களில் உறுப்பின ரல்லாத வெளியோர் இங்கு எந்நிலையிலும் சேர்க்கப்பட மாட்டார்கள்; ஆனால், பார்க்க விரும்புவோர், சங்கத்தினர் அனுமதியோடு ஆடை அணிந்துகொண்டே நிர்வாண சங்கத் திற்குள் செல்லலாம். இந்த அனுமதி இருந்ததால்தான், தந்தை பெரியார் 1932-இல் அச் சங்கத்திற்குப் போக முடிந்தது. ஜெர்மனியில் பல கட்டுப்பாடுகளை விதித்த இட்லர் கூட அச்சங்கங்களுக்குக் கட்டுப்பாடு விதிக்காமல் ஆதரவு அளித் துள்ளார். அந்நாட்டின் கல்வியாளர்களும் நீதிபதிகளும் அதற்கு ஆதரவு அளித்ததுபோல், அந்நாட்டுப் பொதுவுடைமைக் கட்சியின் தலைவர்களில் ஒருவரான அடால்ப் கோக் என்பவரும் ஆதரவு அளித்துள்ளார்.

குடியரசில் நிர்வாணத்தைப் பற்றி இன்னொரு கட்டுரையும் வெளிவந்துள்ளது. இல்லஸ்ட்ரேட்டட் வீக்லி ஆப் இண்டியா என்னும் இதழில் தற்கால வாழ்க்கையில் நிர்வாணம் (NUDISM IN MODERN LIFE) என்னும் கட்டுரை வெளிவந்துள்ளது.

அக்கட்டுரை மொழி பெயர்க்கப்பட்டுக் குடியரசில் 29. 10. 1933இல் வெளியிடப்பட்டுள்ளது. நிர்வாண வாழ்க்கையின் முக்கியத்துவம் குறித்துமேனாட்டறிஞர் மாரிஸ் பார்மிலீ (MAURICE PARMELEE) ஓர் நூல் எழுதியுள்ளார். அந்நூலிலுள்ள ஒரு சிறு குறிப்பை மேற்கோள் காட்டியிருப்பதோடு, உலகில் அவ்வியக்கம் எப்படிப் பரவி வந்திருக்கிறது என்பதை அக் கட்டுரை கோடிட்டுக் காட்டியிருக்கிறது. அக்கட்டுரையில் கூறப்பட்டிருக்கும் பல செய்திகள் இதுவரை நாம் பார்த்து வந்ததில் அடங்கி உள்ளன. நூலாசிரியரின் ஒரேயொரு குறிப்பை மட்டும் ஆய்வுக்கு இங்கு உட்படுத்துவது பொருத்தமானதாகும்.

"மனித வர்க்கமானது இயற்கையினின்று வெகுதூரம் வேறுபடுத்தப்பட்டிருக்கிறது. வாழ்க்கையானது எல்லாம் செயற்கையாக சுகாதாரத்திற்கும் சந்தோசத்திற்கும் தீவிர முரணானதாகவே விளங்குகிறது. இதன் பயனாக மனிதன் தன்னையும்; பிறரையும் அறியாதவனாகவும், அவனுடைய இயற்கையுணர்வுகளைத் தெரியாதவனாகவும் இருக்கிறான். இந்த அறியாமையானது மனித வாழ்க்கையின் துயரத்திற்கும் காரணமாகிவிடுகிறது.

இந்நிலையானது வாலிபத்தை வளர்க்கும் உடலை மறைத்து விடுவதால் உண்டாகுகின்றனவென்றும், அது சுகாதாரமற்ற விகற்பமான எண்ணங்களை ஏற்படுத்தி விடுகின்றனவென்றும், அது எல்லையற்ற ஆண்- பெண் சம்பந்த காரியங்களுக்குக் காரணமாகிறதென்றும் மிக்க வெட்ட வெளிச்சமாக விஸ்தரிக்கப் பட்டிருக்கிறது.

இந்தப் புதிய நிர்வாணத்துவம் இயற்கையினுடையவும், நாகரிக - அறிவுப் பரிணாமத்தினுடையவும் வேதாந்தமாகும். அது மனித வர்க்கம் பெரிதும் இழந்த இயற்கையின் சகல பிரயோஜனகரமான விஷயங்களின் அரிய இன்பங்களையும் அதனுள் அடக்கிக் கொண்டிருக்கிறது.

அது மனிதப் பிரச்சினை சம்பந்தப்பட்ட அடிப்படையான இரண்டு விஷயங்களை அதாவது மனிதனின் இயற்கை சம்பந்தத்தைப் பற்றியும் மனித தோழமைச் சம்பந்தத்தைப் பற்றியும் முன்னின்று மேல்போட்டுக் கொள்கிறது"

குடியரசு 29- 10- 33.

இம் மேற்கோளிலுள்ள கருத்துகளைப் போன்றே பின்னர் வரும் கட்டுரையிலும் இருப்பதால், இதனைப் பற்றிய விமர்சனத் தைச் சுருக்கமாக வைப்பதே ஏற்றது; நிர்வாண வாழ்க்கையைக் கடைப்பிடிக்காததால், மனித வர்க்கம் இயற்கையை விட்டு நெடுந்தூரம் சென்றுவிட்டதாகக் கருதுகிறார். அப்படிக் கருதுவது ஏற்றதன்று; நிர்வாண வாழ்க்கையை ஏற்கிறோமோ இல்லையோ அது வேறு; ஏற்றுக் கொண்டாலும் அது வாழ்க்கையின் சிறு கூறு; அது பொழுதுபோக்குப் போன்றது. அஃது எப்படி மனித வாழ்க்கையைத் தீர்மானிக்கும் சக்தியாக இருக்க முடியும்? நிர்வாணப் பொழுதுபோக்கு மட்டும் இயற்கை வாழ்க்கையா? வாழ்க்கையின் பெரும்பகுதியில் இயற்கை வாழ்க்கை இல்லையா? மனிதன் உண்ணுவதும், உறங்குவதும், உடுத்துவதும் இயற்கைதான்; இனப்பெருக்கம் செய்வதும் இயற்கைதான்; ஆணும் பெண்ணும் கலப்பது இயற்கைதான். மனிதன் சமுதாயத்தோடு வாழும்போது நிறைய கற்றுக் கொள்கிறான். நூல்களைக் கற்பதைக் காட்டிலும் சமுதாயத்தில் நிறைய கற்றுக் கொள்கிறான். கற்ற கல்விக்குச் சமுதாயம் அனுபவ ஒளியூட்டுகிறது; பயன் விளைவிக்கிறது. இயற்கையின் அழகில் ஈடுபட்டுத் தன்னை இழப்பதும் இயற்கைதானே; இயற்கையின் ஈடுபாட்டால் இயற்கையின் ரகசியத்தை உணர்ந்து அதனைத் தன் வசப்படுத்துவதும் இயற்கையறிவு தானே!

வெறும் நிர்வாணமாகத் திரிவது மட்டும் இயற்கையறிவு ஆகிவிட முடியுமா? மனிதன் மண்ணையும் விண்ணையும் இணைத்துக் கொண்டிருப்பது இயற்கையின் இரகசியத்தை, அதன் உண்மைப் போக்கை உணர்ந்தால்தானே ஏற்பட்டது. இதனை இல்லையென்று கூற முடியுமா? வானை மனிதன் தன் வசமாக்கிக் கொண்டிருப்பதும் அதனால்தானே! இயற்கையை ஊடுருவி நோக்கி மனிதன் எத்தனையோ வெற்றிகள் பெற்று விட்டான்; அவை அளவற்றவை; சில தோல்விகளும் கண்டுள் ளான்; அந்தத் தோல்விகளைப் படிக்கட்டுகளாகக் கொண்டு இன்னும் மேலே மேலே செல்வான்; கல்லூரிகளிலும் பல்கலைக் கழகங்களிலும் இன்னும் இயற்கையை மனிதன் படித்துக் கொண்டுதான் இருக்கிறான்; அதன் பயனால் புதிய பொருள் களையும் படைத்துக் கொண்டுதான் இருக்கிறான். வெறும் நிர்வாணம், இயற்கையறிவைத் தந்துவிடமுடியாது.

"மனிதன் தன்னையறியாதவனாகவும் பிறரை அறியாத வனாகவும் உள்ளான்" என்கிறார் நூலாசிரியர். இதுவும்

ஏற்கத்தக்கதன்று; மனிதன் சமுதாயத்தோடு கலந்து பழகும் போதுதான் தன்னையும் பிறரையும் நன்கு அறிந்து கொள்கிறான். உலகம்தான் திறந்த மாபெரும் புத்தகம். அந்த உலக வாழ்க்கைதான் அவனை மேலும் மேலும் மனிதனாக்குகிறது; பண்படுத்துகிறது; நிர்வாண வாழ்க்கை கற்றுத்தரும் பாடத்தை விட, உலகம் கற்றுத் தரும் பாடம் உலகைப் போன்று விரிந்தது; பரந்தது.

வாலிபத்தை மறைப்பதால், சுகாதாரமற்ற எண்ணங்கள் ஏற்படுவதாகவும், ஆண்- பெண் உறவுகளில் வேண்டாத நிகழ்வுகள் ஏற்பட்டுவிடுவதாகவும் நூலாசிரியர் கூறுகிறார். நிர்வாண அமைப்பில் நிர்வாணமாக வாழ்வோர் மிகச் சிறுபான்மையர்; பெரும்பான்மையோருள்ள சமுதாய வாழ்வில் பயனுடைய வாழ்க்கை வாழ்வோர் மிகப் பெரும்பாலோர் - அவர்களுடைய ஆண்- பெண் உறவுகளில் சிறு விரிசல்கள், வேறுபாடுகள் ஏற்படாமலும், பின்னர் அவை சரியாகி வாழ்க்கை தொடர்ந்து கொண்டுதான் இருக்கிறது. அவ்வாழ்க்கை நன்றாக, போற்றத்தக்க முறையில் தொடரத்தான் செய்கிறது. உலகம் அதனைக் கற்றுக் கொடுக்கிறது; நட்பும் சுற்றமும்கூட அதற்குத் துணை செய்கிறது. நவீன உலகில் பால்வினைக் கல்வி (SEXOLOGY) வியக்கக்கூடிய முறையில் விஞ்ஞான அடிப்படையில் வளர்ந்திருக்கிறது. இந்தக் கல்வி, ஜெர்மனியில் நிர்வாண இயக்கங்கள் ஏற்பட்ட காலத்திலேயே நன்கு வளர்ந்திருந்தது; உளவியலிலும், பால்வினைக் கல்வியிலும் உலகில் தலைசிறந்த வல்லுநர்கள் பற்பலர் ஜெர்மனியில்தான் இருந்தனர்; ஃப்ராய்டு, அட்லர், ஜுங் போன்ற மேதைகள் அந்நாட்டில்தான் இருந்தனர். அவர்களுடைய நூல்களே ஆண்- பெண் உறவுக்குச் சிறந்த வழிகாட்டியாகும். அவை கற்றுத்தராதவற்றை நிர்வாண சங்கங்கள் கற்றுத்தர முடியுமா? முடியவே முடியாது என்பது தான் உண்மை. உடலை ஆடை கொண்டு மறைத்தால் சுகாதாரம் கிடைக்காது என்கிறார். அதாவது நிர்வாணமாக சூரிய ஒளியில் இருக்கும்போது ஏற்படும் மாற்றம், மற்ற நேரங்களில் ஏற்படாது என்கிறார். இது உண்மைதான். சூரிய ஒளியால், நமது உடலுக்கு டி வைட்டமின் பெருமளவு கிடைப்பதால், அவை எலும்புகளுக்கும் இரத்த ஓட்டத்திற்கும் பேருதவி புரிகிறது. இதனை யாரும் மறுக்க முடியாது. இப்போது நவீன மருத்துவத்தில் எலும்புகளையும், தசைகளையும் உறுதியாக்க மாத்திரைகளும் ஊசிகளும் வந்துவிட்டன.

சூரிய குளியலுக்கு நிர்வாண அமைப்பிற்குத்தான் செல்ல வேண்டுமா? அவரவர் வீட்டிலேயே, தோட்டங்களிலேயே செய்யலாமே? சொந்த வீடில்லாதவர்கள் கடற்கரையிலோ ஆற்றோரங்களிலோ மக்கள் நடமாட்டம் இல்லாத இடத்திலோ செய்யலாமே! ஆண்களும், பெண்களும் தனித்தனியாகவே செய்யலாமே! சூரிய குளியல்தான் முக்கியம் என்றால், ஆண்-பெண் தனித்தனியாக நிர்வாண அமைப்பில் குளியல் எடுத்துக் கொள்ளலாமே! அப்படி ஏன் எடுத்துக் கொள்வதில்லை. பல்வேறுபட்ட ஆண்களும் பெண்களும் ஒன்று கூடி எல்லோரும் கும்பலாகச் சூரிய குளியலில் ஈடுபட்டால்தான் சூரிய ஒளி உடம்பில் புகுமா? இது என்ன விந்தை? சூரிய ஒளிதான் முக்கியம் என்றால் ஒவ்வொரு காதல் ஜோடியும், ஒவ்வொரு கணவன் மனைவியும் பிறருக்குத் தெரியாதவாறு தனித்தனியாகச் சூரிய குளியல் எடுத்துக் கொள்ளலாமே! அதற்கு ஏன் இடம் தருவ தில்லை. இது முக்கியமான வினா. எல்லோரும் கும்பலாகத் தான் சூரிய குளியலில் ஈடுபட வேண்டுமென்றால் அதற்கு ஏதோ காரணம் உள்ளது; அங்கு ஏதோ சூழ்ச்சியோ வன்மமோ உள்ளது. அதனை அடுத்த கட்டுரையை ஆயும்போது நோக்க லாம்.

நிர்வாண கொள்கை மனிதனின் இயற்கைத் தொடர் பையும், சமுதாயத் தோழமையையும் வளர்க்கிறது என்கிறார். இதற்கு இதுகாறும் விளக்கியதிலேயே போதுமான மறுப்புகள் உள்ளதால் அதனை மேலும் விளக்கத் தேவையில்லை. மேலும் நிர்வாணத்துவம் இயற்கையின்பாற்பட்ட நாகரிக - அறிவுப் பரிணாமத்தத்துவம் என்கிறார் நூலாசிரியர். நிர்வாணக் கொள் கையில் ஓரளவு ஏற்கத்தக்க கருத்துகள் உள்ளன; ஆனால் அதனை எங்கு, எப்படி, எந்நிலையில் கடைப்பிடிக்க வேண்டும் என்பதில்தான் வேறுபாடும் மாறுபாடும் உள்ளன. ஆனால், மனித சமுதாயத்திற்கு நிர்வாணக் கொள்கையைக் காட்டிலும் பயன்தரத்தக்க கொள்கைகளும், சிந்தனைகளும் வெளியே பெருமளவு உள்ளன. நிர்வாண தத்துவம் ஒரு குவியல் என்றால், மற்ற உலகத்தத்துவம் குன்று போன்றது. நிர்வாணம் சிறு கால்வாய் என்றால், உலகத் தத்துவம் பேராறு போன்றது. இதனை மறந்துவிடக்கூடாது.

குடியரசில் தற்கால வாழ்க்கையில் நிர்வாணம் என்னுங் கட்டுரை வெளிவந்ததும், ஒருவர் சிந்தனைச் சிற்பி சிங்கார வேலர்க்குக் கடிதம் எழுதி, நிர்வாண வாழ்க்கைத் தத்துவம்

எல்லாம் மனித சமுதாயத்திற்குப் பொருந்தி வருமா? என வினா எழுப்பியுள்ளார். அந்த வினாவைக் கடித மூலம் தெரிவித்து அதனைச் சற்று விளக்குமாறு அவரைக் கேட்டுள்ளார். சிங்கார வேலரும் அதனைப் படித்து விளக்கமளித்துள்ளார். அக்கட்டுரை மிக முக்கியமானது. வினா எழுப்பியிருக்கும் திருச்சி அன்பர், இக் கட்டுரைக்கு முன்னர் குடியரசில் வெளிவந்த கட்டுரைகளில் அனைத்தையுமோ, பலவற்றையோ படித்திருக்கிறார். அப்படிப் படித்ததால்தான் அந்த வினாவை எழுப்பியுள்ளார். ஆனால், சிங்காரவேலர் அந்தக் கட்டுரைகளைப் படிக்கவில்லை என்பதை அவரது கட்டுரையிலேயே (புரட்சி - 11. 3. 34) காணமுடிகிறது. அவர் அவற்றைப் படித்திருந்தால் அவருடைய விளக்கம் மேலும் விரிந்திருக்கும். அதனால் நமக்குப் பல செய்திகளும் சிந்தனை களும் கூடுதலாகக் கிடைத்திருக்கும். அதற்கு வாய்ப்பு இல்லாமற் போயிற்று; அக் கட்டுரைகளை அவர் எப்படிப் பார்க்காது போனார் என்பது புலப்படவில்லை. சிங்காரவேலரின் கட்டுரைக்குப் பின்னர் பிரிட்டனில் நிர்வாண இயக்கம், 10-6-34, ஜெர்மனியில் நிர்வாண இயக்கம் 17-6-34, பிரான்சில் நிருவாண இயக்கம் (தேதி கிடைக்கவில்லை) மூன்று கட்டுரைகள் வெளி வந்துள்ளன; அவற்றைச் சிங்காரவேலர் படித்தாரா? என்பதை அறியமுடியவில்லை; அக்கட்டுரைகளைப் படித்து மீண்டும் மற்றொரு கட்டுரை எழுதியிருப்பாரானால் நன்றாக இருந் திருக்கும். கட்டுரை வெளிவந்திருந்தால் நமக்கு அரிய செய்திகள் கிடைத்திருக்கும். எப்படியோ அதற்கும் வாய்ப்பு இல்லாமற் போய்விட்டது.

திருச்சி அன்பர் எழுப்பிய வினாவுக்குச் சிங்காரவேலர் அளித்த விடையைப் பார்ப்பதற்கு முன்னர், நிர்வாண தத்துவத் தைப் பற்றிச் சற்று விளக்கமாகக் கூறியிருக்கும் கட்டுரையை நோக்குவது சிறந்தது. குடியரசில் நவகர் என்பவர் நிர்வாண இயக்கத்தின் தத்துவம் என்னுந் தலைப்பில் ஒரு கட்டுரை எழுதியுள்ளார். அவர்தான், பின்னர் பிரிட்டனில், ஜெர்மனியில் ஃபிரான்சில் நிர்வாண இயக்கம் என்னும் கட்டுரைகளையும் எழுதியுள்ளார். இவர் நிர்வாண இயக்கத்தின் கொள்கைகளை முழுமையாக ஆதரிப்பவராகவே உள்ளார். அவர் அந்த இயக்கம் இந்தியாவிலும் மற்ற உலகநாடுகள் முழுதும் பரவவேண்டுமென விரும்புகிறார். நிர்வாண தத்துவத்தை ஏற்காதவர்களைப் பழமைவாதிகள் என்றும், முதலைக் குணம் கொண்டோர்

என்றும் பழிக்கிறார். திருச்சி அன்பர் எழுப்பிய வினாவுக்கு விடையளித்த சிங்காரவேலரின் கட்டுரை, நவகர் எழுதிய கட்டுரைக்கும் விடையளிப்பதாக உள்ளதால், இங்கு நவகர் கட்டுரையோடு இணைத்துச் சிங்காரவேலரின் விளக்கத்தையும் காணலாம். முதலில் ஆடையைப் பற்றி நவகர் எழுதியுள்ளதை நோக்குவோம்.

"நமது உடலை ஆடைகளால் மூடிக் கொள்வது நமது தேகத்திற்குப் பெருங் கெடுதிகளை உண்டாக்குகின்றது. நமது உடல் வளர்ச்சிக்கு அவை தடையாயிருப்பதோடு தேக சுகத்திற்கு முட்டுக்கட்டையாய் இருக்கிறது. அதனால், உடல்வளம் குன்றி வளர்ச்சி தடைபட்டுப் போகிறது. நமது அங்கங்களுக்கு இயற்கையாயுள்ள வேலைகளைக் காட்டிலும், நாம் உடைகளைப் புனைந்துகொள்வதில் அங்கங்கள் அவற்றைச் சுமந்து கொண்டிருக்கும்படியான வேலையும் அதிகமாகின்றது. இயற்கையான காற்றும் கதிரவன் கிரணமும் நமது உடலில் தாராளமாகப் படுவதற்கு வழியில்லாமல் போவதால் தேகத்தில் இரத்த வோட்டம் தடைப்பட்டுப் போகிறது. நமது உடம்பிலுள்ள எண்ணிறந்த மயிர்த்துவாரங்கள் அடைபட்டுத் தேகத்திலிருந்து வெளியாகும் வியர்வை முதலிய துர்நீர் வெளியாகாமல் உடலுக்குப் பல வியாதிகளைக் கொடுக்கின்றன."

"ஆடைகள் அணியும் மக்களுக்கு ஏற்படும் கெடுதிகளோ வியாதிகளோ ஆடையின்றித் திரியும் காட்டுமிராண்டி ஜனங்களுக்கோ மிருகங்களுக்கோ உண்டாகுகின்றதென எவரும் கூறமுடியாது. ஆடைகளால் மனிதர்களுக்கு ஏற்படக்கூடிய க்ஷயம், வாதம் இரத்த சம்பந்தமான நோய்கள் மேற்கூறிய காட்டுமிராண்டி ஜனங்களுக்கு ஏற்பட்டதாகக் காணோம். ஆடை தரிப்பதே மனிதனுடைய ஆயுள் குறைவதற்குக் காரணமென்று தெரிகிறது." குடியரசு *30. 7. 1933*

ஆடைகளை அணிவதால், காற்றும், சூரிய ஒளியும் கிடைப்பதில்லை என்கிறார் கட்டுரையாசிரியர்; எல்லா நோய்களுக்கும் அதுவே காரணமாகும் என்கிறார். சிங்காரவேலர் இந்தக் கட்டுரையைப் படித்திருந்தால் அவர் விளக்கம் இன்னும் கூடுதலாக இருந்திருக்கும் ஆனால், நிர்வாணத்தை ஆதரிப்போர் பொதுவாக ஆடைகளை வெறுப்பதால் அதனை நோக்கி அவர் சுருங்க எழுதியிருக்கிறார். அது சுருக்கமாக இருந்தாலும் நம் கவனத்திற்கு உரியது, அதனையும் சற்று நோக்குவோம்.

"மனிதனுக்கு ஆடை (CLOTHING) அவசியமா? ஆடை நாகரிக வாழ்க்கைக்கு அத்தியாவசியமா? என்று கேட்கலாம். ஆடையைத் தரிப்பது (ARTIFICIAL) அதாவது செயற்கையானது என்றும் இயற்கையற்றதென்பதும் சிலருடைய கருத்து.--------

ஆடையில்லாமல் நிர்வாணமாக உலவிக் கிடந்த மனிதக் குரங்கு ஆடையை அணிய நேரிடவும், மனிதக்குரங்கு மனிதனாக மாறிவந்த விஷயமும் உயிர்ஞானத்தின் உண்மைகளில் ஒன்று; ஆனால் தற்போது நாம் அடைந்துள்ள மனிதப் பதவியை விட்டுவிட்டு நமது தூரப் பங்காளியாகிய (DISTANT COUSINS) மனிதக்குரங்குகளைப் போல் (APEMAN), நாமும் மரங்களில் தொத்திக் கொண்டு கனிவர்க்கங்களை உண்டு வாழலாமென்று கருதுவோர் நிர்வாணமாக இன்றைக்கே நாடுகளைவிட்டுக் காடுகளில் சென்று வாழலாம், இது நவீன நாகரிகமாகாது. இந்த வாழ்க்கை, காட்டுமிராண்டி வாழ்க்கையாகும். சமைக்காமல் சாப்பிடுவதும், ஆடை அணியாமல் வாழ்வதும் இயற்கை வாழ்க்கை என்கின்றனர் சிலர். ஆம், அந்த வாழ்க்கை நமக்கு உவந்ததானால் பிணத்தைத் தின்பதும் (CANNIBALISM), வரைமுறையற்ற வன்புணர்ச்சியும் (PROMISCUOUS INTER COURSE), கொலை (MURDER), வன்புணர்ச்சி (RAPE) இவை யாவும் இயற்கை வாழ்க்கை அன்றோ! இவைகளை ஏன் நாம் கையாளக் கூடாது?

ஆனால் இந்த வாழ்க்கையைத் தவிர்த்து ஆடையை அணிந்து வீடுகளிலும், வாசல்களிலும் வாசம் செய்து ஒழுங்கான முறையில் வாழ நேரிட்ட பிறகே ஒரு காலத்தில் காட்டுமிராண்டி களாக இருந்த நாம் தற்கால நேர்த்திமிக்க நாகரிக வாழ்க்கையை (DECENT CIVILISED LIFE) அடைந்துள்ளோம். நாம் நிர்வாண வாழ்க்கையை விட்டுப் பல லட்சம் ஆண்டுகளானதாக உயிர் நூலோர் கணக்கிடுகின்றனர். அந்த வாழ்க்கையை இன்றைக்குக் கோருவது மிருகத்தன்மையே ஒழிய மனிதத் தன்மையாகாது.

மனிதன் ஆதியில் ஆடை அணிய வேண்டி வந்த அவசியத் தைத் தெரிந்துகொள்ள விரும்புவோர் இந்நூல்களை வாசிக் கவும்.

1. ORIGIN OF CIVILISATION
2. ICE AGE (BY MACCAB - WALTS & CO LONDON.

புரட்சி - 11. 3. 1934.

ஆடைகள் மனிதனுக்கு எத்துணை இன்றியமையாதவை, எவ்வளவு தவிர்க்க முடியாதவை என்பதைச் சிங்காரவேலரின் விளக்கத்தால் நன்கு உணரலாம். நிர்வாணமாக, திறந்த மேனி யோடு இருந்தால் காற்றும், சூரிய ஒளியும் உடலில் பதிவதால் நோய் நொடியின்றி நீண்ட காலம் வாழலாம் என்கிறார் நவகர்; ஆடை அணிந்தாலும், நம் உடலில் சூரிய ஒளியும் காற்றும் படத்தான் செய்கிறது; அவை படாவிட்டால் நம் உடலுக்கு நெஞ்சக நோயும் இரத்த ஓட்டக் குறைவும் ஏற்படும் என்கிறார். இஃது அத்துணைச் சரியன்று; அவை ஓரளவு உதவலாம்; முழுமையாக உதவா. நெஞ்சக நோய் வராமல் இருக்க சத்துள்ள உணவும் சுவாசிக்கத் தூய்மையான காற்றும் தேவை. இவை யிரண்டும் நோய் வராமல் இருக்க எதிர்ப்புச் சக்தியாக விளங்கு பவை; நடைப்பயிற்சி, உடற்பயிற்சி இரத்த ஓட்டத்திற்கு மிக முக்கியமானவை. இவற்றை விடுத்து, வெறும் நிர்வாணத்தால் சூரிய ஒளியைப் பெறுவதில் அர்த்தமில்லை. அது அவ்வளவு பயன்தராது.

காட்டுமிராண்டிகள் காடுகளில் ஆடைகளையா அணி கிறார்கள் என்கிறார். அவர்கள் ஆரோக்கியமாக இருப்பதற்கு நிர்வாணம் தான் காரணம் என்கிறார். இவற்றையும் முழுமை யாக ஏற்றுக்கொள்ள முடியாது. ஒரு காலத்தில் அவர்கள் முழுமையாக நிர்வாணமாக இருந்தார்கள். பின்னர் இலை தழைகளை ஆடையாக அணிந்தார்கள்; வேறு சில நாடுகளில் இடுப்புக்குக் கீழே மட்டும் ஆடை அணிந்தார்கள்; இப்போது மேலேயும் அணிகிறார்கள். காரணம் என்ன? புழு, பூச்சி, அட்டை, வண்டுகள் போன்றவைகளிடமிருந்து பாதுகாத்துக் கொள்ளவே அவர்கள் அணிகிறார்கள்; அவர்கள் ஒரு காலத்தில் ஆடை அணியாமல் இருந்தார்கள் என்றால், அதற்குக் காரணம் நிர்வாணமாக இருந்தால் ஆரோக்கியமாக இருக்கலாம் என்பதன்று; அதற்கு அறியாமையே காரணம்; அவர்களுடைய நாகரிக வளர்ச்சி அவ்வளவுதான். நாகரிக வளர்ச்சி ஏற்பட ஏற்பட அவர்களும் மாறுகிறார்கள்; ஆடை அணிவதில் மகிழ்ச்சி கொள்கிறார்கள்; மூளை வளர்ச்சியும் அறிவியல் வளர்ச்சியும் ஏற்பட்டவுடன், நமது சிந்தனைகளில் எவ்வளவோ மாற்றமும் வளர்ச்சியும் ஏற்பட்டு விட்டன. அவற்றின் அடையாளம்தான் இன்றைய ஆடைகள்; இவற்றை விடுத்து மீண்டும், நிர்வாணத் திற்குத் திரும்புவோம் என்று கூறுவதைக் கேட்டுத்தான்

சிங்காரவேலர் சினந்து "நிர்வாணமாக வாழ விரும்புவோர் இன்றைக்கே நாடுகளைவிட்டுக் காடுகளுக்குச் சென்று நடமாட லாம்" என்கிறார். மனிதன் இப்படித் தவறாக நினைக்கிறானே என்ற கவலையில் அவர் அவ்வாறு கூறுகிறார்.

காட்டுமிராண்டிகள் நோய்நொடியின்றி வாழ்வதற்கு நிர்வாணமே காரணம் என்கிறார் நவகர். இதுவும் ஆதாரமற்ற கூற்று. காட்டுமிராண்டிகள் உடல் நலத்தோடு இருப்பதற்குக் காரணம், கலப்படமற்ற உணவும், கடுமையான உழைப்பும், தூய காற்றும், இயற்கையான மருந்துமேயாகும். முழு நிர்வாணமாக இருந்தபோதும் வலிமையாக இருந்தார்கள்; இலை தழைகளை அணிந்தபோதும் வலிமையாக இருந்தார்கள்; அரை நிர்வாண மாக இருந்தபோதும் வலிமையாக இருந்தார்கள்; இப்போது நிர்வாணத்தை இழந்த போதும் வலிமையாக உள்ளார்கள். ஆதலின் அவர்கள் வலிமையாக இருப்பதற்கு நிர்வாணம் மட்டும் காரணம் அன்று. மேலும் காடுகளில் சூரிய ஒளியும் வெப்பமும் மிகக் குறைவு; காரணம் மரங்கள் அடர்ந்து வானுயர வளர்ந்திருப்பதுதான். காடுகளில் மரங்கள் அடர்ந்து செழித்து இருப்பதால் மரங்கள் வெளியேற்றும் பிராணவாயு மிக அதிகம். கரியமிலவாயு மிகமிகக் குறைவு. மேலும் அங்கு மாசு (POLLUTION) இல்லை. ஒரு ஏக்கரில் மரங்கள் இருந்தால், அவை 4 டன் கரியமிலவாயுவை உட்கொண்டு 6 டன் பிராணவாயுவை வெளியேற்றுமாம்; மரங்கள் செறிந்திருக்கும் காடுகளில் அதன் அளவு மிகக் கூடுதலாக இருக்கும் மரங்கள் மனிதனுக்கு இன்னும் பல வகைகளில் உதவுகின்றன. அவற்றையெல்லாம் இங்கு விளக்கமுடியாது. மரம் தரும் அளவற்ற பயனைக் கருதித்தான் வள்ளுவர் "மருந்தாகித் தப்பா மரத்தற்றால்" என்று சிறப்பித்தார்.

"நமது உடலில் எவ்வித உடையுமின்றி சூரிய வெளிச்சத்தில் தேகப்பியாசம் செய்தால் நமக்கு நல்ல தேக சௌக்கியம் உண்டாகிறது. இதனால் மனிதருக்கு நல்ல தொனியும் ஏற்படு கிறது.

சூரிய ஸ்நானம் செய்வதற்கும் வாயு ஸ்நானம் செய்வதற்கும் முழு நிர்வாணம் தேவையா? அதாவது ஆண் பெண்பாலர் யாவரும் தங்கள் மருமஸ்தானங்களைக்கூடச் சிறிதும் மறைக்காது முழு நிர்வாணமாயிருக்க வேண்டியது அவசியமா? என்ற கேள்வியை அநேகர் கேட்டு வருகின்றனர். ஆனால் இது சம்பந்தமாய் ஆராய்ச்சி செய்த இரசாயன நிபுணர்கள், ஆடவர்,

பெண்டிர் யாவரும் முழு நிர்வாணமாயிருக்க வேண்டியது அவசியமென அபிப்பிராயப்படுகிறார்கள். ஜெர்மன் டாக்டரான ஸ்டெயினாக்கும் மற்றொரு நிபுணரான வெர்னோனாய் முதலானோரும் முழு நிர்வாணம் சிறந்ததென்று மொழிகின்றனர். ஜெர்மனியில் நிர்வாண வாழ்க்கையை அனுஷ்டித்து வருபவர்கள் யாவரும் முழு நிர்வாணிகளே".

குடியரசு 30. 7. 33.

சூரியக் குளியலை முழு நிர்வாணமாகத்தான் ஏற்க வேண்டு மென்று கட்டுரையாசிரியர் கூறுகிறார். அதற்கு ஜெர்மானிய வல்லுநர்களின் பெயர்களையும் கூறுகிறார். ஆனால், அவர்கள் அபிப்பிராயப்படுகிறார்கள் என்று கூறுகிறாரே தவிர அதற்கான முக்கிய காரணத்தையோ விளக்கத்தையோ கட்டுரையில் கூறினார் அல்லர். அனைத்துச் செய்தியையும் இப்படிப் பொதுவாகத்தான் கூறிச் செல்கிறார். அதற்கான அறிவியல் விளக்கங்கள் இல்லை. சூரியக் குளியல் எடுக்கும்போது முடிந் தால் முழு நிர்வாணமாக இருப்பது ஏற்றதுதான்; ஆனால், அப்படி இருக்க வேண்டுமென்று வலிந்து கூறமுடியாது. சூரியக் குளியலை நிர்வாணமாக எடுக்கும்போது பெண்களோடு இணைந்து ஏன் எடுக்க வேண்டும்? பெண்ணும் ஏன் ஆணோடு சேர்ந்து எடுக்க வேண்டும்? அவரவர்கள் மற்றவர் கண்களில் படாமல் தங்கள் இல்லத்திலோ தோட்டத்திலோ எடுக்கலாமே? இதனைப்பற்றி அவர்கள் ஏன் வலியுறுத்துவதில்லை? ஆண் களும், பெண்களும் சேர்ந்து கூட்டங்கூட்டமாகத்தான் குளியல் எடுக்கவேண்டுமா? அப்போதுதான் சூரிய ஒளி உடலில் பரவுமா? இதனை ஏற்க முடியவில்லையே!

முழு நிர்வாணமாகச் சூரியக் குளியலை அடிக்கடி எடுக்க வேண்டுமா? பல நேரங்களில் அரை நிர்வாணமாகக் குளியலை எடுத்துப் பின்னர் ஏதோ சிலமுறை முழு நிர்வாணமாகக் குளியல் எடுக்கலாமே! இதைப் பற்றி ஏன் அவர்கள் கூறவில்லை. இப்படியும் சிந்திக்கலாம் அன்றோ! இதனையொட்டி இங்கு மற்றொன்றையும் சிந்திக்க வேண்டும். சூரியக் குளியலை அரைகுறை ஆடையோடோ முழு ஆடையோடோ எடுத்தால்கூட நம் உடலில் பயன் விளைந்தே தீரும். நம் தலையிலும், முகத் திலும், கை - கால்களிலும் படும் சூரிய வெப்பம் படிப்படியாக உடல் முழுதும் பரவவே செய்யும். அதுதான் உடல் கூற்றின் அமைப்புமுறை. நமக்குக் காய்ச்சல் வந்தால் உடலிலுள்ள

வெப்பத்தைத் தணிக்க, குறைக்க நெற்றியில் ஐஸ் பையை (ICE BAG) வைக்கிறோம். நெற்றியில் இறங்கும் குளிர்ச்சி, நரம்பு மூலமும் தோல் மூலமும் உடல் முழுதும் பரவி உடலின் சூட்டைக் குறைக்கிறது. இவ்வாறு நாம் ஆடையோடு சூரியக் குளியல் எடுத்தாலும், திறந்த நிலையில் இருக்கும் நம் தலை, முகம், கை - கால்கள் மூலம் சூரிய வெப்பம் ஊடுருவவே செய்யும். முழு நிர்வாணமாக இருக்கும் போது வேகமாக ஊடுருவும்; ஆடையோடு இருக்கும்போது வேகமில்லாது ஊடுருவும் இது தான் வேறுபாடு; இந்த உண்மையை உணராமல் ஆண்கள் - பெண்கள் கும்பலாக முழு நிர்வாணமாகத்தான் சூரியக் குளியல் எடுக்க வேண்டுமென்பதில் என்ன நியாயம் உள்ளது? சிங்கார வேலர் கூறுவதுபோல் அதுவொரு நாகரிகமற்ற முறைதான்.

நிர்வாணத் தத்துவத்தையும், அதன் இயக்கத்தையும் ஆதரிப்போர், சூரியக் குளியலில் மட்டுமன்றி, நேரம் கிடைக்கும் போதெல்லாம் நிர்வாணத்தைக் கடைப்பிடிக்க வேண்டுமென்று கூறுகின்றனர். ஏதோ சில சில வேளைகளில், கணவன் - மனைவி இருவர் மட்டும் இருக்கும்போது அது சாத்தியம்! குடும்பமாக வளர்ந்துவிட்டால் அது சாத்தியமில்லை. அது, அவரவர்களின் விருப்பு - வெறுப்பு, வாய்ப்பு வசதி ஆகியவற்றைப் பொருத்தது. இங்கு ஆடையைப் பற்றி நமக்கு ஒரு தெளிவு வேண்டும். அதன் முக்கியத்துவம் பற்றியும் நாம் சிந்திக்க வேண்டும். உலகில் தட்ப - வெப்ப நிலைக்கேற்ப மனிதனின் உடலும் விலங்குகளின் உடலும் அமைந்துள்ளன; குளிரிலிருந்தும் வெயிலிலிருந்தும் காத்துக்கொள்ள அந்தந்தப் பகுதிகளுக்கேற்ப விலங்குகளின் உடல் அமைந்துள்ளது. சாதாரண காடுகளில் வாழும் மாடுகள் கனத்த தோலோடு சிறிது மயிர் கொண்டதாக உள்ளன. ஆனால் பனிப்பிரதேசமான லடாக் போன்ற பகுதிகளில் வாழும் யாக் எருமைகளுக்கு (YAKH) மிக அடர்ந்த மயிர்ப் பகுதி உடல் முழுதும் இருப்பதைக் காணலாம். அந்தக் கனத்த மயிரை இயற்கை அவற்றிற்கு ஆடையாக அளித்துள்ளது. டார்வினின் கொள்கைப்படி சுற்றுப்புறத் தேர்வுக்கேற்ப (SURVIVAL OF FITTEST) அவற்றிற்கு மயிர்கள் ஆடைகளாக இருந்துள்ளன. மனிதக்குரங்குக்கும் அப்படி இருந்தன; இருக்கின்றன. மனிதக் குரங்கிலிருந்து பிறந்த மனிதனுக்கும் அம் மயிர் இருந்துள்ளது. மனிதன் என்று குகையிலிருந்து விடுபட்டுத் தனக்குத் தான் குடிசையையோ வீட்டையோ கட்டிக் கொண்டு வாழத் தொடங்கி நாகரிக வாழ்க்கையை மேற்கொண்டானோ அன்றிலிருந்து

அவனது உடலிலிருந்த மயிர் விடைபெற்றுக் கொண்டது. குளிரையும் வெப்பத்தையும் தாங்க உடலிலுள்ள மயிர் ஒரு காலத்தில் அவனுக்குக் கவசமாக இருந்தது. அந்த மயிர் முழுமையாக விடைபெற்றுக் கொண்ட பின்னர், ஒருபோது இலை தழைகளை ஆடைகளாக அணிந்தவன், ஒருபோது விலங்குத் தோலையும் ஆடையாக அணிந்திருந்தான். அதன் பின்னர் பருத்தியிலிருந்தும், பட்டு நூலிலிருந்தும், செயற்கை நூலிலிருந்தும் ஆடையை உருவாக்கிக் கொண்டான்.

ஆடைகள் மனிதனைக் குளிரிலிருந்தும் வெயிலிலிருந்தும் காப்பாற்ற உதவுகிறது. மற்றும் அவனுக்கு அது நிகரில்லாத அழகைத் தருகிறது; நல்ல ஆடை அவனை மகிழ்விப்பதோடு மற்றவரையும் மகிழ்விக்கிறது. இப்போது, அது வாழ்க்கையில் முக்கியமான தவிர்க்கமுடியாத பொருளாகி விட்டது. அதனால் தான் "ஆள்பாதி ஆடை பாதி" என்ற பழமொழி தோன்றியது. மேலை நாட்டிலும் ஆடையே மனிதனை உருவாக்குகிறது (The Clothes Make Men) என்ற பழமொழி புழங்குகிறது. பார்க்கர் என்னும் மேலைநாட்டுக் கவிஞர்,

"Where's The Man Could Ease A Here's
Like A Satin Gown"

"ஒரு பட்டுக் கௌனைப் போல மனத்தை இதமாக்கும் மனிதன் எங்கே உள்ளான்?" என வினவியுள்ளார். இவற்றி லிருந்து ஆடையின் சிறப்பை, முக்கியத்துவத்தை உணரலாம். இக்காலத்தில் ஆடையின் முக்கியத்துவம் மேலும் பெருகி விட்டது. அதாவது, அதுவொரு பாதுகாப்புப் பொருளாக அழகு பொருளாக உயர்ந்துள்ளது. ஆனால் நிர்வாணத்தை ஆதரிக்கும் கட்டுரையாசிரியர் இதனைச் சரியாக உணர்ந்ததாகத் தெரியவில்லை. அவர் ஓரிடத்தில் குறிப்பிட்டிருப்பது கவனிக்கத் தக்கது.

"அரையில் (இடுப்பில்) ஆடைகளைப் பலமாக இறுக்கிக் கட்டுவதால் இரத்தம் ஓட்டம் சரியாக ஓடாமல் தடைப்பட்டு மக்களைப் பல வியாதிகளுக்கு உட்படுத்துகிறது. நமது அவயங் களை மறைத்து மறைத்துப் பழகுவதால் நமது மர்ம ஸ்தானங் களை எப்பொழுதும் நன்றாய்ச் சுத்தம் செய்ய வெட்கப்பட்டுக் கவனியாமல் விடுவதால் பல சரும வியாதிகள் உண்டாகி வருகின்றன. இன்னும், நமது உடலிலுள்ள வியர்வை நீரெல்லாம்

ஆடையில் படிந்து திரும்பவும் அவை நம் சருமத்தில்படி வதால், அவ்வழுக்குகள் வேர்வைத் துவாரங்களை அடைத்துச் சுகாதாரப் பங்கம் உண்டாக்குகிறது. இவையெல்லாம் நிர்வாண வாழ்க்கையில் உண்டாக இடமில்லை" குடியரசு 30. 7. 33

இடுப்பில் ஆடைகளை இறுக்கமாக அணிவதால் இரத்த ஓட்டம் தடைப்படுகிறது என்கிறார். உண்மைதான். சற்றுத் தளர்த்தினால் சரியாகிவிடும். தளர்த்துவதை விடுத்து நிர்வாணத் தைக் கடைப்பிடிப்பது சரியாகுமா? இது செருப்புக்காகக் காலை வெட்டுவதைப் போன்றிருக்கிறது. ஆடைகளைக் கொண்டு அவயங்களை மறைத்து மறைத்து வாழ்வதால் அவயங் களைச் சுத்தம் செய்ய மறுக்கிறோம் என்றும், அதனால் சரும வியாதிகள் ஏற்படுவதாகக் கூறுகிறார். இதுவும் சரியன்று அவ்வப்போது சரியாகச் சுத்தம் செய்தால் எந்த வியாதியும் ஏற்படாது. சுத்தம் செய்வதற்குப் பயந்து நிருவாணத்தைக் கடைப்பிடிக்க முடியுமா? முடியாது. நிர்வாண வாழ்க்கையி லேயே ஒருவன் சரியாகக் குளிக்காமல் இருந்தால்கூடச் சரும வியாதியும் நாற்றமும் ஏற்படும். குளிக்கத் தயங்குவதால் ஒருவனை நிர்வாணத்தைக் கைவிடச் சொல்ல முடியுமா? அது சரியன்று. அவனைக் குளிக்கத்தான் சொல்ல வேண்டும். ஆடைகள் அசுத்தம் அடைவதால் ஆடைகளே வேண்டாமென்று கூறி அதற்கு மாற்றாக அவனை ஆடைகளற்ற நிர்வாணத்தைக் கடைப்பிடிக்கச் சொல்வது எப்படி அறிவுடைமையாகும்? அழுக்கு ஆடைகளால் தோலில் நோய் ஏற்படும் என்கிறார்; உண்மைதான்; அழுக்கு ஆடையைக் களைந்து எப்போதும் தூய்மையான ஆடையை அணிந்தால் நோய் ஏற்பட வாய்ப் பில்லை. கட்டுரை ஆசிரியர் தான் நம்பும் கொள்கையை நியாயப்படுத்த எதை எதையோ கூறுகிறார். விட்டால் வாழ் நாள் முழுதும் நிர்வாணமாகத்தான் இருக்க வேண்டும் என்பார் போலும்!

கட்டுரையாசிரியர் ஆடையின் முக்கியத்துவம் அறியாது எழுதுகிறார். ஆடையின் இக் காலத்திய பயன்பாட்டை அறியாது பேசுகிறார். அவர் இவ்வாறு எழுதியும் குடியரசில் மறுப்புக் கட்டுரை வெளிவராதது வியப்பாக உள்ளது. கருத்து வேறு பாட்டிற்குரிய பிரச்சினைகளோ, நிகழ்வுகளோ, நாட்டிலோ, நாளேட்டிலோ ஏற்படுமாயின் அதற்கான மறுப்போ எதிர்ப்போ குடியரசு இதழில் அவ்வப்போது வெளிவரும். ஆனால் நவகர்

எழுதிய கட்டுரையைக் குறித்து ஏதும் வெளிவரவில்லை. சிங்காரவேலர் ஒருவர் மட்டும் மறுப்புத் தெரிவித்திருக்கிறார். இங்கு மற்றொன்றையும் சிந்தித்துப் பார்க்க வேண்டும்.

பெட்ரோலியத்தைப் பயன்படுத்தும் போக்குவரத்து வாகனங்கள் மிக அதிகமாகப் பெருகிவிட்டதால், அவை வெளியே விடும் நச்சுக் காற்றால் இயற்கை நிலை மாசுபட்டுள்ளது; வாகனங்கள் வெளியேற்றும் கரியமில வாயு சுற்றுப்புறக் காற்றை மாசுபடுத்துவதோடு, வான மண்டலத்திலுள்ள ஓசோன் (OZONE) அடுக்குகளில் வெடிப்புகளை ஏற்படுத்திவிடுகின்றன. இந்த ஓசோன் அடுக்குகள்தான், சூரியனிலிருந்து வரும் வெப்பத்தைக் குறைப்பதோடு, சூரியனிலிருந்து வரும் புற ஊதாக் கதிர் களையும் தடுத்து நிறுத்துகிறது. இந்தப் புற ஊதாக்கதிர்கள் ஓசோனை அடுத்துப் பூமிக்கு வருமாயின், மனிதருக்குத் தோலில் தோல் புற்றுநோயை ஏற்படுத்துவதுடன் வேறுசில தீங்கு களையும் உருவாக்குமாம். இதனால், உலக சுகாதார நிறுவனமும், முன்னேறிய நாடுகளும் முதன்முதலில் கியோட்டோவில் 1977 ஆம் ஆண்டில் சுற்றுச்சூழல் மாநாட்டைக் கூட்டி இயற்கைச் சூழலைக் காப்பாற்ற முடிவெடுத்தனர். அதன் பின்னர் கோபன் ஹேவன் போன்ற நகரங்களில் பல மாநாடுகளை நடத்தி உலக வெப்பமயமாதலைத் தடுக்க, அனைத்து நாடுகளும் வெளி யேற்றும் கரியமிலவாயுவை நாடுகளுக்கேற்பக் குறிப்பிட்ட அளவில் குறைத்துக் கொள்ள வேண்டுமென்று தீர்மானித்தனர். குறிப்பாக, 2020-க்குள் உலக நாடுகள் வெப்பமயமாதலை 2 டிகிரி செலுசியஸ் அளவு குறைக்கவில்லையாயின், ஓசோன் படலம் பலவீனம் அடைந்து அதிக வெப்பத்தால் அன்டார்டிகா போன்ற பகுதிகளிலுள்ள பனிப்பாறைகள் உருகிக் கடல்மட்டம் உயர்வதால் உலகத்திலுள்ள கடற்கரையை ஒட்டிய நகரங்கள் பெருமளவு கடலில் மூழ்கிவிடும் என்று எச்சரித்துள்ளனர். அதற்குப் பின்னர் ஏற்படும் வெப்ப மாற்றத்தை மனிதரால் தாங்க முடியாது என்கின்றனர். அதிக வெப்பத்தால் தோலில் பலவித நோய்கள் உருவாகுமென்று விஞ்ஞானிகள் எச்சரித்திருக்கிற இப்போதைய நிலையில், மனிதன் ஆடையின்றி நிர்வாண வாழ்க்கை வாழமுடியுமா? என்பதைச் சிந்தித்துப் பார்க்க வேண்டும்.

நிர்வாண நிலையங்களில் நிர்வாணமாக இருப்பதை ஆதரித்துப் பேசுபவர்கள், தனிப்பட்ட வாழ்க்கையிலும் கூடுமான

வரை நிர்வாணமாக இருக்கலாம் என்கின்றனர். இஃது எப்படிச் சாத்தியமாகும்? இதிலிருந்து ஒன்று புரிகிறது. நிர்வாண இயக்கத்தில் பங்கு கொண்டிருப்பவர்களும், மற்றவர்களும், நிர்வாணத்தைக் கடைப்பிடிக்க வேண்டுமென்று விரும்புவதைப் போல், நடைமுறை வாழ்க்கையிலும் அவர்கள் கடைப்பிடிப்பது நன்று என்கின்றனர். இதுவும் சரியானதாக இல்லை; உலக வெப்பநிலையும், இயற்கைச் சூழலும் மாற மாற நிர்வாண வாழ்க்கை என்பது கேள்விக் குறியாகிவிடும். அதில் ஐயமில்லை. மற்றும், இந்த வெப்பநிலை மாற்றத்தால் ஆடையின் முக்கியத்துவம் பெருகிக் கொண்டே போகும். ஆடையின் அளவிலும், குறைவிலும், முறையிலும் சிறுமாற்றம் ஏற்படுமேயன்றி ஆடையின்றி வாழ்வதற்கு வழியில்லை என்பதே உண்மையாகும். ஆடை அணிவதால் வியர்வை வெளிவந்து அது ஆடையில் அசுத்தமாகி, அதனை நமது வேர்வை துவாரங்களில் செலுத்துவதால் நோய்கள் உண்டாகுகிறது என்கிறார், கட்டுரையாசிரியர். இந்நிலையில் ஆடை அணிபவர்கள் பெரும்பாலும் பைத்தியக்காரர்களும், பிச்சைக்காரர்களும் மட்டும்தான். மற்றவர் கந்தையானாலும் கசக்கிக் கட்டுபவர்களே! ஆசிரியர் ஆடையைப் பற்றி ஏதாவது குறை சொல்லி நிர்வாணக் கொள்கையை நிலைநிறுத்த வேண்டுமென்ற அவாவினால் எதை எதையோ எழுதுகிறார். எழுதுகின்ற கருத்தில் பிழையிருப்பதை அறியாமலேயே எழுதியிருக்கிறார்.

நிர்வாண வாழ்க்கையை மேற்கொண்டு ஆடையைத் துறந்து வாழ்பவர்களே நீண்ட வாழ்க்கை வாழ்கிறார்கள். என்கிறார் ஆசிரியர். அப்படி யார் யார் நீண்டகாலம் வாழ்ந்திருக்கிறார்கள் என்பதைச் சுட்டிக்காட்டியிருந்தால் நன்றாக இருந்திருக்கும். அப்படி யார் பெயரையும் அவர் சுட்டிக்காட்டவில்லை. எது எப்படியோ, ஆனால் ஆடை அணிந்தவர்கள் நீண்ட காலம் வாழ்ந்திருக்கிறார்கள்; நம் காலத்தில் சிறந்த சிந்தனையாளர்களாக விளங்கிய பெர்னாட்சா, பெர்ட்ராண்டு ரசல் ஆகியோர் 96 வயதுவரை வாழ்ந்துள்ளனர். நெல்சன் மாண்டேலா 90 வயதைக் கடந்து வாழ்ந்து மறைந்தார். தந்தை பெரியார் 94 வயதுவரை வாழ்ந்தார். இராஜாஜியும் 90 வயதைக் கடந்து வாழ்ந்தார். காந்தியடிகள் சுடப்படாமல் இருந்திருந்தால் 90ஐக் கடந்து வாழ்ந்திருப்பார். நம் தமிழ்நாட்டில் மேனாள் முதல்வர் கலைஞர் மு.கருணாநிதி, பேரா. க.அன்பழகனார்,

தோழர் சங்கரய்யா, தோழர் இரா. நல்லகண்ணு, புலவர் மா. நன்னன் ஆகியோர் 90- வயதைக் கடந்து நன்கு செயலாற்றி வருகிறார்கள். இவர்களுள் பெரும்பாலோர் நாத்திகர்கள்; இவர்களெல்லாம் ஆடையைத் துறந்தவர்களா? இவர்கள் இன்றும் பொது வாழ்க்கையில் தொய்வின்றி இடையறாது தொடர்ந்து அரும்பணியாற்றி வருகிறார்கள்; இவர்களைப் போல் மற்றும் பலர் உள்ளனர். இவர்கள் எந்த நிர்வாண சங்கத்திற்கும் செல்லாமல் நலமாக வாழ்ந்து வருகிறார்கள் என்பதுதான் உண்மை. ஆதலின் நிர்வாண வாழ்க்கையைக் கடைப்பிடிப்பவர்தான் நோய் நொடியின்றி நெடுங்காலம் வாழ்வர் என்பது சரியன்று. பொதுவாக ஆடைகளே ஓரளவு வெப்பக் கடத்திதான். குறிப்பாக, கதர், பருத்தி ஆகியவற்றால் ஆன ஆடைகள், நம்மீது தாக்கும் சூரியனின் வெப்பத்தை இழுத்து வெம்மையைத் தடுத்து நமது உடலுக்கு வேண்டிய வெப்பத்தைச் செலுத்துகிறது. ஆடையிலுள்ள நுண்துளைகள் வெப்பமும் காற்றும் உள் செல்ல உதவுகிறது. அதிக வெப்பத் தினைத் தடுத்து ஓரளவு வெப்பம் செல்லவும் உதவுகிறது. ஆதலின் ஆடைகள் முழு வெப்பத்தையும் தடுத்து உடலுக்கு எதிராக இருப்பதில்லை; இவற்றை ஏனோ நிர்வாணவாதிகள் வசதியாக மறந்து விடுகின்றனர்.

இதுவரை ஆடையின்றி நிர்வாண அமைப்புகளில் ஆண்-பெண் இருபாலரும் ஒருங்கிணைந்து சூரியக் குளியல் எடுத்துக் கொள்வது சரியா? என்பதையும், அதனால் ஏற்படும் விளைவு களையும் நோக்கினோம். ஆடை அணிந்து வாழ்வதால் ஏற்படும் நன்மைகள் என்ன? என்பதையும் கண்டோம். இனியொரு முக்கிய வினா உள்ளது. அதுதான் அடிப்படை வினா. மனித சமுதாயம் ஐரோப்பிய மறுமலர்ச்சிக்குப் பின், தொழிற்புரட்சிக்குப் பின் அறிவியல்- தொழில்நுட்பத்தில் எத்தனையோ வளர்ச்சி யைக் கண்டுள்ளது. குறிப்பாக மனிதன் தோன்றிப் பத்துலட்ச ஆண்டுகள் ஆகிறது என்றும், அவ்வாண்டுகளில் கடந்த 300 ஆண்டுகளில்தான் மனிதன் அளவற்ற வியக்கத்தக்க வளர்ச்சி யடைந்துள்ளான் என்றும் பெர்ட்ராண்டு ரசல் கூறுகிறார்.[1] இந்த ஆண்டுகளில் பெரும் வளர்ச்சி இருந்தாலும், நாட்டுக்கு நாடு படையெடுப்பு, உலகப்போர், பொருளாதாரச் சுரண்டல், மத ஆதிக்கம், இனவெறுப்பு, நிற மாறுபாடு போன்ற இறக்கங் களும் உண்டு; ஒரு பக்கம் நன்மை பெருகும்போது மற்றொரு

பக்கம் தீமை பெருகுவதும் உலக இயல்பாக இருந்து வருகிறது. அறிவிலும், பண்பாட்டிலும் சிறந்து விளங்கும்போது சில பின்னடைவுகளும் ஏற்பட்டு விடுகின்றன; காரணம், மனிதர் களில் சிலர் வேறுமாதிரியாகச் சிந்தித்துச் செயல்படுகிறார்கள்; இவர்கள் மக்கள் தொகையில் சிறுபான்மையரேயாயினும் அவர்களின் செயற்பாடு சமுதாயத்தைப் பாதிக்கிறது; தாக்கு கிறது.

ஆண்களும் பெண்களும் சேர்ந்து கும்பல் கும்பலாக நிர்வாணமாக உடற்பயிற்சி செய்வதும், சூரியக் குளியல் எடுப்பதும் ஆட்டம் ஆடுவதும் ஏன்? இதுதான் அடிப்படையான வினா. இந்த வினாவைச் சிங்காரவேலர் உளவியல் அடிப்படையில் அடையாளப்படுத்துகிறார். நிர்வாணத்தில் ஆசை கொண்டிருப் போர்கள் KIDNAPPINGMANIA- வுக்கு ஆட்பட்டவர்கள் என்கிறார். ஆளைக் கடத்துவதைப் போன்று, பலரைத் தம் இச்சைக்கேற்ப இசைய வைக்கிறார்கள் என்கிறார். எடுத்துக் காட்டாக எழுத்திலும் பேச்சிலும் ஆர்வமுடைய ஒருவரோ சிலரோ தங்களுக்குள் விவாதித்து எழுத்தாளர் சங்கம், பேச்சாளர் மன்றம் அமைப்பது போன்று, காம இச்சை மீதூறப் பெற்ற வர்கள் சிலரும் சங்கம் அமைத்து, அதனை நியாயப்படுத்த வேறு சிலரையும் தூண்டித் தமக்கேற்ப இசைய வைப்பதே அதுவாகும். தம் விருப்பத்திற்கேற்பச் சிலர், பலரைக் கடத்து வதைப் போன்று, சிலர் தம் கொள்கைக்கேற்பக் கடத்துவதே கடத்தும் களியாட்டமாகும் (KIDNAPPING MANIA). இது குறித்து அவர் விளக்கியிருப்பதைக் கீழே காணலாம்.

“முகமதியர்களைத் தாக்கும் பித்தம் ஒரு காலத்தில் 500, 600 வருடங்களாக ஐரோப்பியர்களை ஆட்டி வைத்தது. கிறிஸ்த வர்கள் ஐந்து முடி சாட்டையால் அடித்துக்கொண்டனர். இவர்களை (FLAGELLENTS) என்றும் அழைத்தார்கள். மத்திய காலத்தில் (MIDDLE AGE) உலகம் முழுவதும் அதாவது நடனப் பித்தம் (DANCINGMANIA) மக்களைப் பிடித்து ஆட்டியது. எங்குப் பார்த்தாலும் இந்த நடனப் பித்தத்தால் ஆணும் பெண்ணும், குழந்தைகளும் நினைத்த போதெல்லாம் ஆட ஆரம்பித்தார்கள்; நமது தென்னாட்டிலுள்ள ஒவ்வொரு கிராமங்களிலும் யாராகிலும் தெய்வமாடினால் அதனைக் கண்டோரெல்லாம் தெய்வமாட ஆரம்பிக்கின்றனர். அவர்கள் அழ ஆரம்பித்ததும், உடனே கூட இருக்கும் எல்லோரும் அழத்

தொடங்குகிறார்கள். இதனையொருவிதப் பித்தமென்று (KIDNAPPING MANIA) வழங்குவர். அதாவது ஆளைத் திருடிச் செல்கின்றார்கள் என்பதாம். இதுவும் ஒரு பித்தமாகும்.

புரட்சி - 11. 3. 34

மனித சமுதாயத்தில் சில பிரிவினர் மத அடிப்படையில் சில பித்துக்களுக்கு உட்படுவதைப் போன்றும், மத்திய காலத்தில் நடனப் பித்துக்கு ஆட்பட்டதைப் போன்றும், சிலர் தம்மீது சாமி ஏறிவிட்டதென்று சாமியாடுவது போன்றும், நிர்வாண சங்கத்தோர் நிர்வாணப் பித்துக் கொண்டவர்களாக உள்ளனர் என்கிறார். உண்மையில் இதுவுமொரு பித்துதான். இப்பித்து, சிலர்க்கு ஏன் வருகிறது? இந்த அடிப்படையை நாம் நோக்க வேண்டும். நம் காலத்தில் 1980-க்கு முன்னர் அதாவது எழுபது களில் உலக முழுதும் ஹிப்பி நாகரிகம் ஒன்று பரவியிருந்தது. அந்நாகரிகம் நம் நாட்டிலும் பரவியிருந்தது. குறிப்பாக வெளி நாடுகளிலிருந்து வருவோர் கோவா போன்ற கடற்கரை நகரங் களில் அரை நிர்வாணமாகவும் இரவு நேரங்களில் முழு நிர்வாண மாகவும் நடமாடி உள்ளனர். நம் நாட்டிலும் பலர், அந்த ஹிப்பி களைப் போல, தலைமுடியையும் ஆடைகளையும் அணிந்து கொண்டனர். சிலர் அரைகுறை ஆடையிலும் நடமாடினர். அந்த இயக்கம் மேலும் வலுப் பெற்றிருந்தால் நம் நாடும் பெரும் பாதிப்புக்கு உள்ளாகியிருக்கும். ஆனால் அந்த இயக்கம் சில ஆண்டுகளில் அடையாளம் இல்லாமல் மறைந்து போனது. இதுபோன்ற ஒரு இயக்கம் சிங்காரவேலர் காலத்திலும் இருந் துள்ளதை அறியமுடிகிறது.

ஒவ்வொரு காலத்தில் ஒவ்வொரு பித்து தோன்றியிருப் பதைப் போன்று நிர்வாணப் பித்தும் தோன்றியிருக்கிறது எனலாம். இதற்கு உளவியல் காரணம் உண்டு; இங்கு ஒன்றை எடுத்துக்காட்டாகக் காணலாம். சிலருக்கு உடலுறவு கொள் வதில் அளவு கடந்த ஆசை இருக்கும்; அதனை ஆசை என்பதைக் காட்டிலும் வெறியென்று கூறுவதே சரியாகும். இவர்கள் இடம் நேரம் என்றில்லாமல், உறவுமுறை தவறியும் உடலுறவு கொள்ளத் துடிப்பார்கள், சாதாரண மனிதர் போலன்றி, ஒரு நாளிலேயே அடுத்தடுத்துப் புணர அவர்கள் விரும்புவர். இவர்களுக்கு பிறக்கும் போதோ, இடையிலோ அவர்களுடைய மூளையின் மையத்தில் பாதிப்பு ஏற்படுவதால், அவர்களுக்குக் கட்டுக்கடங்காத காமவெறி ஏற்பட்டு விடுகிறது. இந்த அதீத

உணர்வை உளவியலார் காமவெறி அல்லது கழிகாமம் (NYMPHOMANIA) என்று வரையறுத்துள்ளனர். நிர்வாணத்தில் நம்பிக்கை கொண்டோரும் இதுபோன்ற வேறொரு பாதிப்புக் கொண்டவராகவே இருக்கலாம். பொதுவாகவே, ஐரோப்பியா, அமெரிக்கா போன்ற நாடுகளிலுள்ளோர் ஆடைக் குறைவைப் பெரிதும் விரும்புகின்றனர். குறிப்பாகப் பெண்கள் பாதி மார்பகம் தெரியுமளவுக்கு உடை அணிகின்றனர். அதனை மிகச் சாதாரணமாகவும், நாகரிகமாகவும் கருதுகின்றனர். இந்தியா போன்ற கீழை நாடுகளில் அப்படி ஆடையணிவதைப் பார்க்க முடியாது. கீழை நாட்டுப் பெண்கள் அதனை வெறுப்பதுடன் மிக இழிவாகவும் கருதுவார்கள்; நாம் இழிவாகக் கருதுவதைத் தான் அவர்கள் நடைமுறையாகக் கொண்டிருக்கிறார்கள்; மேலும் அந்நாடுகளில் அரசுக்கு எதிராக அவர்கள் போராட்டம் நடத்தும் போது, சில நேரங்களில் முழு நிர்வாணமாகவும், அரை நிர்வாணமாகவும் ஊர்வலம் செல்கிறார்கள்; இது எப்படி அவர்களால் முடிகிறது என்பது புரியவில்லை. திரைப்படங் களிலும் அரை நிர்வாணமாகவும், முழு நிர்வாணமாகவும் தோன்றுகின்றனர்; அல்லது தோன்ற வலியுறுத்தப்படுகின்றனர்; இவற்றிலும், பெண்களைத்தான் முழு நிர்வாணமாகக் காட்டு கின்றனர். படுக்கையறைக் காட்சிகளையும் பகிரங்கமாகக் காட்டுகின்றனர். இது பெரிதும் காசு பறிக்கும் செயல்தான்; காசுக்காக எதனையும் செய்யலாம் என்னும் நிலை அங்குள்ளது. ஆனால், சமுதாயப் பிரச்சினைகளிலும், தங்கள் எதிர்ப்பைக் காட்ட அவர்கள் நிர்வாணத்தைக் கடைப்பிடிப்பதுதான் விந்தையாக உள்ளது. இதனை மேலும் ஆய்ந்து பார்க்க வேண்டும். இப்போக்கு உடையவர்களிடம்தான் நிர்வாணக் கொள்கை தோன்றியுள்ளது.

இங்கு மற்றொரு நிகழ்வையும் எண்ணிப் பார்க்க வேண்டும்; நம் சமுதாயத்தில் சிலர் ஓரினச் சேர்க்கையில் ஈடுபடுபவர்களாக உள்ளனர். அவர்கள் அப்படி ஈடுபடுவதற்கான காரணத்தை ஃப்ராய்டு ஆய்ந்து கூறியுள்ளார். அதாவது பாலின அறிவுப் பிறழ்ச்சியால் மனிதர் மீது வெறுப்பும் பொறாமையும் கொண்டு முற்றியவர்களே அவ்வாறு ஓரினச் சேர்க்கையில் ஈடுபடு கிறார்கள் என்கிறார். இதனை அவர் (PARONOID DELUSION) என்றார். பாலுணர்வு வேறுசில வேண்டாத உணர்வுகளையும், செயல்களையும் பிறப்பிப்பதாக ஃப்ராய்டு கூறியுள்ளதை ஓர் உளவியல் ஆசிரியர் கீழுள்ளவாறு விளக்கிக் காட்டியுள்ளார்.

"மனிதனிடத்தில் பாலுணர்ச்சி (SEXUAL INSTINCT), பால் வெறி (SEXUAL PASSION) ஆகியவை உள்ளன; மூளையிலிருந்து பாலுறுப்பிற்கும், பாலுறுப்பிலிருந்து மூளைக்கும் இருவழி இணைப்பை ஏற்படுத்துவது (LOOP) பாலுணர்ச்சியாகும். மாறாக மூளையிலிருந்து பாலுறுப்புக்கு ஒரு வழி இணைப்பை மட்டும் ஏற்படுத்துவது பால்வெறியாகும்; அவ்விரண்டில் பாலுணர்ச்சிதான் ஃப்ராய்டிய உள்ளுணர்ச்சியாகும். பால்வெறி விலங்குத்தனமான உணர்ச்சியாகும். இது உடலுக்கு மட்டும் ஏற்புடையதாகும். உளப்பகுப்பாய்வின்படி உள்ளுணர்ச்சிகள் உடலோடு மட்டுமன்றி, உள்ளத்தோடும் தொடர்புடையவை. பால்வெறி உடலோடு மட்டும் தொடர்புடையதாக இருப்பதால் உளப்பாலின்பத்திற்குப் பாலுணர்ச்சியே ஆதாரமாக உள்ளது. அதனால்தான் பாலுணர்ச்சியை உள்ளுணர்ச்சி நோக்கில் காண்கிறார் ஃப்ராய்டு; மனிதனின் பெரும்பாலான நடவடிக்கைகளில் பாலுணர்ச்சி பங்கு கொள்கிறது. குறிப்பாகப் பிறழ்ந்த செயல்களில் (ABNORMAL ACTIVITIES) முக்கிய அங்கம் வகிக்கிறது. ஃப்ராய்டின் கண்டுபிடிப்புகளில் பாலுணர்ச்சியே பிரதானமாகும். உள நிகழ்வுகளை (MENTAL PHENOMENA) ஏற்படுத்தும் ஆற்றல் வாய்ந்த உள்ளுணர்ச்சியாகப் பாலுணர்ச்சி விளங்குவதால் அனைத்து உளச்செயல்களும் பாலியல் வடிகாலாகின்றன".²

இக் கருத்தின்படி, நிர்வாண ஈடுபாடும் பாலுணர்ச்சியால் தோன்றிய இயல்புகடந்த செயல் (ABNORMAL ACTIVITIES) என்றே அனுமானிக்கலாம். மேலும் மிகு பாலுணர்ச்சியால் தோன்றும் தடையுணர்ச்சிக் குறைவும் (LACK OF INHIBITION) காரணமாகலாம். இவ்வுணர்ச்சி உள்ளோர் எந்த ஆபாசத்தையும், வன்முறையையும், இழிவையும் சிறிதும் பொருட்படுத்த மாட்டார்கள் என்கிறார்கள் உளவியலாளர்கள். நிர்வாணக் கொள்கையோரும் ஒருவாறு இதற்கு உட்பட்டவர்கள் என்றே கூறலாம். இதனால்தான் அவர்கள் சமுதாய ஒழுங்கையோ, சமூக மரபையோ, பண்பாட்டையோ பொருட்படுத்துவதில்லை; சில நிலைகளில் சமுதாயத்தை மீறுவதே இவர்களது இயல்பாகவும், செயற்பாடாகவும் இருக்கின்றன. இந்நிலையைத்தான் நிர்வாண கொள்கையோரிடம் காண்கிறோம். இதுவொரு பித்து; இந்தப் பித்துக் கொண்டவர்கள் ஒருவரோடு ஒருவர் சந்தித்து அவர்களையும் வேறு சிலர்களையும் தம் கருத்துக்கு உட்படுத்துவதே

அவர்களின் நோக்கமாகும். இவ்வாறு பிறரைத் தம் பக்கம் இழுப்பதையே சிங்காரவேலர் KIDNAPPING MANIA என்கிறார்.

நிர்வாணக் குளியலும், நிர்வாண வாழ்க்கையும் உடலுக்கு ஆரோக்கியத்தையும் வலிவையும் தருவன என்றால் அவர்கள் காதலராகவோ, கணவன் மனைவியாகவோ பிறர் காண முடியாத நிலையில் தனித்தனியாகச் சூரியக் குளியலோ, சூரிய உடற் பயிற்சியோ மேற்கொண்டால் அவற்றை வெறுப்பவரோ தடுப்பவரோ இருக்க மாட்டார்கள். ஏனெனில் அது அவரவரின் தனி விருப்புக்கு உட்பட்டது. ஆனால் எல்லோரும் ஒரே இடத்தில் முழு நிர்வாணமாகப் பயிற்சி மேற்கொள்வது சரியானது அன்று; அது அருவருப்பானது; அசிங்கமானது; மனித இயல்புக்கு மாறானது. எல்லோரும் இப்படி நிர்வாண மாக ஆடிப்பாடுவதாலும், பயிற்சி மேற்கொள்வதாலும் காம இச்சை அகலும் என்பது ஆதாரமற்ற கூற்றாகும். காமஇச்சை மேலும் மேலும் வரம்பு கடந்த நிலைக்குச் செல்வதற்கு அது துணைபுரியுமேயன்றி அதனை அகற்றாது. அதீத பாலுணர்வால் பிறரின் அங்கங்களைத் தொடர்ந்து பார்க்க வேண்டும் என்னும் பிறழ்உணர்வால்தான் நிர்வாண அமைப்புகள் ஏற்பட்டுள்ளன; பாலுணர்வைத் தூண்டவல்ல அங்கங்களைப் பார்ப்பதில் மனிதனுக்குள்ள இயல்பான உணர்ச்சி, பிறழ் உணர்வாலோ, தடையுணர்ச்சிக் குறைவாலோ பல மடங்கு பெருகி நிர்வாண ஈடுபாடு ஏற்பட்டு விடுகிறது எனலாம்.

காம இச்சையை அகற்றுவதற்கு நிர்வாண வாழ்க்கை முக்கியமானது என்பது பொய் நம்பிக்கையாகும்; தம்மிடமுள்ள அதீத உணர்வை மறைத்து நியாயப்படுத்துவதற்காகவே அவர்கள் அவ்வாறு கூறுகின்றனர். காம உணர்வு மனிதனுக்கு இருக்க வேண்டிய ஒன்று; அது நன்கு வளர்க்க வேண்டிய ஒன்றேயன்றி அகற்ற கூடியதன்று; அது மனிதனின் இயல்பான உணர்ச்சி; மனிதனை மனிதனாக வைத்துக்கொள்ள உதவுவது; அது மரபு ஒழுக்கத்தோடு பேண வேண்டிய ஒன்று. அதன் அருமையை பெருமையை நன்குணர்ந்த பண்டைத் தமிழர்,

"நோதக் கன்றே காமம்" - குறுந்தொகை - 78
என்றும்

"காதற் காமம் காமத்துச் சிறந்தது" - பரிபாடல் -9
என்றும் கூறினர். வள்ளுவப் பெருந்தகையும்

'மலரினும் மெல்லிது காமம் சிலர்அதன்
செவ்வி தலைப்படு வார்' - 1289

என்றார். காமம் மனிதனுக்கு அடிப்படையான ஒன்று; உணவும், நீரும், காற்றும்போல் காமமும் மனிதனால் தவிர்க்க முடியாத ஒன்று; பசியைப் போன்றது காமம். பசிக்கு மீதூண் கூடாது. காமத்துக்கும் மீதுணர்வு கூடாது. மீதுணர்வு மிகின் அது விலங்குத் தன்மையாகிவிடும். காமம் மிகச் சிறந்ததெனக் கூறிய வள்ளுவர் அது மரபு ஒழுங்கிற்குள் பேணப்பட வேண்டு மென்பதற்காகத்தான் "அதன் செவ்வி தலைப்படுவார்" என்றார். அதன் அருமையுணர்ந்து செயல்பட வேண்டும் என்றார். மரபொழுங்கையும், வரையறையையும் மீறினால் இழி காமமாக, விலங்கு நிலையாக மாறிவிடும். இதனைத்தான் சிங்காரவேலர் காட்டுமிராண்டித்தனம் எனச் சாடுகிறார். காதற் காமத்தின் பெருமையை நம் பாரதியார் நன்கு உணர்ந்ததால்தான்.

"காதலினால் மானுடர்க்குக் கலவி யுண்டாம்
கலவியிலே மானுடர்க்குக் கவலை தீரும்
காதலினால் மானுடர்க்குக் கவிதை யுண்டாம்
கானம் உண்டாம்; சிற்பமுதல் கலைகள் உண்டாம்"

பாரதி அறுபத்தாறு

என்று போற்றினார். காதற் காமமே மனிதனின் கவலையைத் தீர்க்கிறது; அறிவைப் பெருக்குகிறது. அதனால் எல்லாக் கலை களும் உருவாகுகின்றன என்கிறார். அதாவது மனிதனுக்கு அனைத்துமாக இருப்பது அதுவேயாகும் என்கிறார். மனித செந்நெறிக்கு அதுவே ஊற்று; அதுவே அடிப்படை. அந்தக் காமத்தை உள்ளவாறு பெருக்காமல், அதனை அகற்றுவதும் தடுப்பதும் சரியாகுமா? ஆகவே ஆகாது. காமத்தை உயர் நெறியாக, உயிர்நெறியாக வளர்ப்பதே மனித அறநெறியாகும். அதனை வெறும் இச்சையாகக் கருதி வெறுக்கலாகாது; காம இச்சையைத் தவிர்ப்பதற்கே நிர்வாணம் என்று கூறுவது மூடத்தனம். காமம் இச்சையன்று; அஃது இயல்பு; இயற்கை; அதனை நன்முறையில் போற்றுவதே நன்னெறி. அதனை இச்சையெனக் கொச்சைப்படுத்தி அதனை நிறுத்தி நிர்வாணத்தை மேற்கொள்வது தீநெறியாகும். இதுகுறித்துச் சிங்காரவேலர் மேலும் விளக்கியிருப்பது நம் கவனத்திற்கு உரியது.

"உலகில் மனிதர் தற்காலத்தில் அடைந்துள்ள வாழ்க் கையின்படி நிர்வாணம் அசிங்கமென்றே கருதப்படுகின்றது.

இதனைத் துர்ப்பழக்க வழக்கத்தால் சில மூட மக்கள் அனுஷ்டித்து வருவதுண்டு. இந்த அசிங்கங்கள் உலகில் சிலசில காலங்களில் கொடூரச் சம்பவமாக மாறுகின்றன.

SUICIDAL MANIA- என்று தற்கொலை புரியச் செய்யும் பித்தமொன்று சில காலங்களில் மக்களைப் பிடித்தாட்டுவ துண்டு. ஒருவன் தற்கொலை புரிவதைப் பார்த்து அல்லது கேட்டு அநேகர் தற்கொலை புரிந்துகொள்கிறார்கள். இத்தியாதி கொடுமையான பித்தங்கள் சிற்சில காலங்களில் மாந்தரை வருத்துவதுண்டு. இந்தப் பித்தம் தோன்றுவதும் சகஜம். இதன் காரணத்தை மானவ நூலோர் அதாவது உசுப்பு (SUGGESTION) என்று அழைப்பார்கள். இவ்விதப் பித்தங்களைப் போலவே தற்கால நிர்வாணத் தோற்றமும் ஒன்றெனக் கருதல் வேண்டும். உலகில் தற்போது அநேகமான மயக்கத் தோற்றங்கள் (PHENO MENON) உலாவுகின்றன. இதனை FADS- அதாவது ஒருவன் இச்சைக்கு வந்த கொள்கையென்று கூறுவர்."

புரட்சி 11. 3. 34.

இக் கொள்கையில் நிர்வாணக் கொள்கையின் இழிவை உணர்த்துவதுடன் அக் கொள்கை மக்களிடம் எப்படிப் பரவுகிறது என்பதையும் சுட்டிக்காட்டியுள்ளார். ஏதோ காரணத்திற்காகத் தற்கொலை செய்துகொள்பவர்களைப் பார்த்து வேறு சிலரும், தமக்குப் பெருந்துன்பம் ஏற்படுகிற போது அவர்களைப் பின்பற்றித் தற்கொலை செய்துகொள் கின்றனர். இப்படிப் பிறரைப் பார்த்தும், பிறரிடம் கேட்டும், சிலவற்றை மனிதர்கள் பின்பற்றுகிறார்கள். இவற்றைப் போன்றே பிறருடைய கூட்டுறவால், தூண்டுதலால் சிலவற்றைப் பின்பற்று கிறார்கள். இவற்றைப்போன்றே, நிர்வாணப் பித்துக் கொண்ட வரின் தூண்டுதலால் பிறரும் (அதே மனநிலை கொண்டோர்) நிர்வாணத்தைக் கடைப்பிடிக்கிறார்கள் என்கிறார். சாமியாடு வோரைப் பார்த்து அதே மனநிலை கொண்டோரும் சாமியாடு வதைப் போன்று, ஒரு தூண்டுதலால் பிறரும் நிர்வாணத்தைக் கடைப்பிடிக்கிறார்கள் என்கிறார். இவர்களைச் சிங்காரவேலர் அவர்களைக் கடுமையாக மூட மக்கள் என்றும் சாடுகிறார். எப்படிப் பார்த்தாலும் நிர்வாணப் பித்து விலங்குத் தனமான தென்றும், அதனை மனிதன் ஏற்காது ஆடையோடு வாழும் வாழ்க்கையே நாகரிகமான வாழ்க்கையாகும் என்கிறார் சிங்கார வேலர். முன்னேறிய நாடுகளில் பின்பற்றும் கொள்கையாக

அது இருந்தாலும், முற்போக்குக் கொள்கையுடைய அறிஞர்கள் பின்பற்றும் கொள்கையாக அது இருந்தாலும், எதனையும் துருவித் துருவிப் பார்த்து உண்மை காணும் நோக்குடையவர் அவர் என்பதை இக் கட்டுரை வாயிலாக உணரலாம். "மெய்ப் பொருள் காண்பதறிவு" என்றார் வள்ளுவர்; "எதனையும் சந்தேகி" என்றார் மார்க்ஸ். இவர்களைப் பின்பற்றியே சிங்கார வேலரும் சிந்திக்கிறார்; தமிழகத்தில் உளவியல் துறையும் உளவியல் நூல்களும் இல்லாத காலகட்டத்தில் (போதுமான அளவு) அவர் நிர்வாண வாழ்க்கையைக் குறித்து உளவியல் அடிப்படையில் ஆய்ந்து உண்மையை அடையாளம் காட்டியிருப்பது போற்றத்தக்கது. அரசியல் துறையின் முன்னோடியாகவும், தொழிற்சங்கப் போராளியாகவும் இருந்துகொண்டு அவர் இவற்றைப் பற்றி எல்லாம் சிந்தித்து எழுதியிருக்கிறார் என்பது குறிப்பிடத்தக்கது.

சான்று நூல்கள்

1. சமுதாயத்தில் விஞ்ஞானத்தின் தாக்கம் - IMPACT OF SCIENCE ON SOCIETY) பெர்ட்ராண்டு ரசல் - 1960 - திருமுருக நிலையம் - 13 - வெங்கடேச பத்தன் தெரு, புரசைவாக்கம் - சென்னை - 600 007 - தமிழாக்கம் அ.நடராசன் பி.எஸ்.ஸி.,

2. சிக்மண்ட் ஃப்ராய்டு - உளப்பகுப்பாய்வு அறிவியல் - திகுஇரவி சந்திரன் - பக் 212 - 213 - 2005 - முதற்பதிப்பு - அலைகள் வெளியீட்டகம் - 25 - தெற்குச் சிவன் கோயில் தெரு, கோடம்பாக்கம், சென்னை - 600 024.

சிங்காரவேலரைப் பற்றிய வரலாற்றுக் குறிப்புகள்

1.	18. 2. 1860	-	சிங்காரவேலர் பிறந்தார்.
2.	1881 டிசம்பர்	-	மெட்ரிகுலேசன் தேர்வில் தேர்ச்சி.
3.	1884இல்	-	எப்.ஏ. தேர்வில் தேர்ச்சி.
4.	1894இல்	-	பி.ஏ. (வரலாறு) தேர்வில் தேர்ச்சி.
5.	1889இல்	-	அங்கம்மையைக் காதல் மணம் செய்து கொண்டார்.
6.	1899இல்	-	புத்தரின் நினைவாண்டைக் கொண்டாடினார்.
7.	1990இல்	-	பர்மா சுற்றுப் பயணம்
8.	1902இல்	-	லண்டன் சுற்றுப் பயணம்
9.	1907இல்	-	பி.எல். பட்டத்தில் தேர்ச்சி
10.	1917இல்	-	காங்கிரசு இயக்கத்தில் உறுப்பினரானார்.
11.	1918இல்	-	இவ்வாண்டு முதல் 'இந்து' நாளிதழில் தொடர்ந்து கட்டுரை எழுதி வந்தார்.
12.	1918இல்	-	தஞ்சையில் நடந்த மகாஜன சபை மாநாட்டில் முதன் முதலில் தந்தை பெரியாரைச் சந்தித்தார்.
13.	1919இல்	-	ஜாலியன் வாலாபாக் கொலையைக் கண்டித்து ஊர்வலம், கூட்டம் நடத்தினார்.

14.	24. 5. 1919இல்	-	'இந்து'வில் Open letter to Mahathma Gandhi என்ற கட்டுரையை எழுதினார்.
15.	1920இல்	-	சிங்காரவேலரின் மனைவி மரணம் எய்தினார்.
16.	20.6.1921இல்	-	பி.அண்டு சி. மில்லின் மாபெரும் வேலை நிறுத்தத்தை நடத்தினார்.
17.	1921-1923இல்	-	இவ்வாண்டுகளில் சுவதர்மா என்ற ஆங்கில இதழில் தொடர்ந்து எழுதி வந்தார்.
18.	25. 8. 1922இல்	-	அவரது வீடு ஆங்கில அரசால் சோதனையிடப்பட்டது.
19.	1922இல்	-	காங்கிரஸ் இயக்கத்தின் தொண்டர் படைத் தளபதியாகத் தேர்வு செய்யப் பட்டார்.
20.	1922இல்	-	கயாவில் நடந்த அகில இந்திய காங்கிரஸ் மாநாட்டில் பங்கேற்றுப் பூரண விடுதலை குறித்துக் கொள்கை அறிவிப்புச் செய்தார்.
21.	13. 4. 1923இல்	-	ஜாலியன் வாலாபாக் நினைவு நாளைக் கடைப்பிடித்தார்.
22.	1. 5. 1923இல்	-	இந்தியாவில் முதன் முதலாக மே நாளைக் கொண்டாடினார்.
23.	1. 5. 1923இல்	-	'Labour and Kisan' என்ற ஆங்கில மாத இதழையும், "தொழிலாளி" என்ற தமிழ் மாத இதழையும் தொடங்கினார்.
24.	30. 12. 1923இல்	-	'சுதேசமித்திரன்' நாளிதழ், சிங்கார வேலரின் 'தொழிலாளி' மாத இதழைப் பாராட்டிக் கருத்துத் தெரிவித்தது.
25.	6. 4. 1924இல்	-	சிங்காரவேலர் மீது கான்பூர் சதி வழக் கைச் சுமத்தி ஆங்கில அரசு அவரைக் கைது செய்ய ஆணையிட்டது.

26.	31. 1. 1924இல்	-	லெனின் மறைவு குறித்து லேபர் அண்டு கிசான் கெசட் அஞ்சலிக் கட்டுரையை வெளியிட்டது.
27.	1925இல்	-	காங்கிரஸ் இயக்கத்தில் ஒரு பிரிவான சுயராஜ்ய கட்சியின் வேட்பாளராக யானை கவுனியிலிருந்து நகராட்சி உறுப்பினராகத் தேர்ந்தெடுக்கப் பட்டார்.
28.	3. 11. 1925இல்	-	சென்னை நகராட்சியின் கல்வி நிலைக் குழுவின் தலைவராகத் தேர்ந்தெடுக்கப் பட்டார்.
29.	1925 டிசம்பரில்	-	நகராட்சிப் பள்ளிகளில் ஏற்கெனவே நின்று போயிருந்த இலவச பகல் உணவுத் திட்டத்தை மீண்டும் கொண்டு வந்து செயல்படுத்தினார்.
30.	26. 12. 1925இல்	-	இந்தியாவில் முதன்முதலாகப் பொது வுடைமை இயக்கத்தைக் கான்பூரில் தலைமையேற்றுத் தொடங்கி வைத்தார்.
31.	29. 1. 1926இல்	-	காலரா, அம்மை போன்ற தொற்று நோய்களைத் தடுக்கும் பொருட்டு நகராட்சி சார்பில் உடனடி மருத்துவக் குழுவை (Stand by medical squard) முதன் முதலில் ஏற்படுத்தினார்.
32.	1926இல்	-	தமிழ்நாடு காங்கிரஸ் கட்சியின் செயற் குழு உறுப்பினராகத் தேர்வு செய்யப் பட்டார்.
33.	26. 4. 1926 இல்	-	நகராட்சிப் பள்ளிப் பாடங்களில் மதம் தொடர்பான பாடங்கள் இடம்பெறக் கூடாதென நகராட்சியில் தீர்மானம் கொண்டு வந்தார்.
34.	1926 ஆகஸ்டில்	-	விடுமுறை நாட்களில் மட்டுமே தேர்தல் நடத்த வேண்டுமென நகராட்சியில் தீர்மானம் கொண்டு வந்தார்.

35.	4. 1. 1927 இல்	-	நகராட்சிப் பள்ளிகளில் காந்தியடிகளின் திருவுருவப் படத்தை அமைக்க வேண்டுமென்று கல்விக் குழுவிற்குக் குறிப்பு அனுப்பினார்.
36.	1927 ஆகஸ்டில்	-	அமெரிக்க நாட்டுத் தொழிலாளர்களாகிய சாக்கோ மற்றும் வான்சிட்டிக்கு அந்நாட்டரசு மரணதண்டனை விதித்தபோது இந்தியாவில் முதன் முதலில் அதனை எதிர்த்துக் கூட்டம் நடத்திக் கண்டித்தார்.
37.	7. 9. 1927	-	சென்னை மாநகராட்சியின் நீல் சிலையை அகற்ற தீர்மானம் கொண்டு வந்தார்.
38.	2. 1. 1927இல்	-	'குடியரசு' இதழில் கட்டுரை எழுதத் தொடங்கினார்.
39.	28. 1. 1927இல்	-	சென்னை நகராட்சியில் லண்டன் நாடாளுமன்ற உறுப்பினரான சக்லத்வாலாவை வரவேற்கத் தீர்மானத்தைக் கொண்டுவந்து நிறைவேற்றினார்.
40.	25. 2. 1927இல்	-	சக்லத்வாலாவுக்கு நகராட்சியின் சார்பாக வரவேற்பும், பாராட்டும் நடத்தினார்.
41.	1927 பிப்ரவரியில்	-	கரக்பூர் இரயில்வே பணிமனையில் நடந்த வேலை நிறுத்தத்தில் பங்கேற்று வழி காட்டினார்.
42.	21. 4. 1927இல்	-	சென்னை, பர்மாஷெல் எண்ணெய்க் கம்பெனியின் ஆட்குறைப்பையும், நிருவாகத்தின் பழிவாங்கும் நடவடிக்கைகளையும் எதிர்த்து வேலை நிறுத்தத்திற்கு வழிகாட்டினார்.
43.	3. 2. 1928இல்	-	சைமன் கமிசனை எதிர்த்துக் கருப்புக் கொடி காட்டினார்.
44.	28. 4. 1928இல்	-	தனியார் பள்ளிகளை நகராட்சி ஏற்று நடத்த வலியுறுத்தினார்.

45.	19.7.1928இல்	-	நாகப்பட்டினம், போத்தனூர் ஆகிய இடங்களில் ரயில்வே தொழிலாளர்களை ஆட்குறைப்புச் செய்ததால், காவலரையற்ற வேலை நிறுத்தத்தைத் தொடங்கச் செய்தார்.
46.	23.7.1928இல்	-	மேற்கண்ட வேலை நிறுத்தத்திற்காகக் கைது செய்யப் பெற்றுச் சிறையில் அடைக்கப்பட்டார்.
47.	1930 ஆகஸ்டில்	-	சிறையிலிருந்து விடுதலையானார்.
48.	26.12.31இல்	-	சென்னை- சுயமரியாதை மாநாட்டைத் திறந்து வைத்து உரையாற்றினார்.
49.	6.1.1932இல்	-	சுதேசமித்திரன் அச்சுத் தொழிலாளர்கள் ஆறாமாண்டு மாநாட்டில் தலைமை யேற்று "உலகப் பொருளாதார நெருக்கடியும் தொழிலாளர் துயரமும்" என்னும் பொருளில் அரிய உரை யாற்றினார்.
50.	1932 ஏப்ரல்	-	சிங்காரவேலரின் இல்லம் ஆங்கில அரசால் மீண்டும் சோதனையிடப் பட்டது.
51.	1932 மே	-	சேலம் மாவட்ட சுயமரியாதை மாநாட்டில் தலைமையேற்று நீண்ட உரையாற்றினார்.
52.	15.1.1933 இல்	-	காஞ்சிபுரம் சுயமரியாதை மாநாட்டில் "சமதர்மம்" என்னும் பொருளில் அரிய உரை ஆற்றினார்.
53.	1933 டிசம்பரில்	-	சென்னை நாத்திக மாநாட்டிற்குத் தலைமையேற்றுச் சீரிய உரையாற்றி னார்.
54.	4.3.1934 இல்	-	சென்னையில் நடந்த தமிழ் மாகாண சமதர்ம மாநாட்டில் தலைமையேற்றுச் சிந்தனை மிகுந்து உரையாற்றினார்.

55.	1. 5. 1935இல்	-	அறிவியல் சிந்தனைகளைத் தமிழ் நாட்டில் வளர்க்கப் 'புது உலகம்' திங்கள் இதழைத் தொடங்கினார். அதில் தத்துவம், சமூகவியல், உளவியல் போன்ற துறைகளைப் பற்றியும் கட்டுரைகளை எழுதினார்.
56.	1936இல்	-	எம்.என்.ராய் புதிய அரசியல் கட்சியைத் தோற்றுவிக்கச் சிங்காரவேலரை மூன்று நாள்களாகச் சந்தித்துப் பேசினார். ஆனால், சிங்காரவேலர் உடன்படவில்லை.
57.	26. 12. 1936இல்	-	சென்னையில் நடந்த சுயமரியாதை மாநாட்டிற்குத் தலைமையேற்று உரையாற்றினார்.
58.	1937 - 1938இல்	-	எஸ்.வி. காட்டேவின் விருப்பத்தை ஏற்று டிராம்வே தொழிலாளர் சங்கத் தலைவராகப் பொறுப்பேற்றார்.
59.	20. 6. 1943இல்	-	சென்னை செயின்ட் மேரி மண்டபத்தில் நடந்த தீண்டாமை ஒழிப்பு மாநாட்டில் பங்கேற்றார்.
60.	1945 ஜூனில்	-	சென்னை அச்சுத் தொழிலாளர் சங்கத்தில் தொழிலாளர் ஒற்றுமை குறித்துச் சிறப்புரையாற்றினார். அப்போது அவருக்கு வயது 85. இதுவே அவர் கலந்து கொண்ட கடைசிப் பொது நிகழ்ச்சி.
61.	11. 2. 1946இல்	-	இயற்கை எய்தினார்.

சிங்காரவேலரின் கட்டுரைகள் வெளிவந்த இதழ்கள்

1. குடியரசு
2. பகுத்தறிவு
3. புரட்சி
4. புதுஉலகம்
5. புதுவை முரசு
6. நவசக்தி
7. தொழிலாளி
8. தோழர்
9. தமிழன்
10. சண்டமாருதம்
11. வெற்றிமுரசு
12. சமதர்மம்

சிங்காரவேலர் சொந்தமாக நடத்திய இதழ்கள்

1. தொழிலாளி (1923)
2. தோழர் (1924)
3. புது உலகம் (1935)

LABOUR AND KISSAN GAZATTE (1923)

சிங்காரவேலரின் ஆங்கிலக் கட்டுரைகள் வெளிவந்த இதழ்கள்

1. THE HINDU
2. LABOUR AND KISSAN GAZATTE
3. SWADHARMA
4. NEW INDIA

சிங்காரவேலர் வாழ்ந்த காலத்தில் வெளிவந்த நூல்கள்

1. கடவுளும் பிரபஞ்சமும்
2. மனித உற்பவம்
3. சுயராஜ்யம் யாருக்கு?
4. மெய்ஞ்ஞான முறையும் மூடநம்பிக்கையும்